ഗ്രീൻ ബുക്സ്

അവനിവാഴ്വുകളുടെ അടിവേരാഴങ്ങൾ

സി. രാധാകൃഷ്ണൻ

നോവലിസ്റ്റ്, സംവിധായകൻ, ശാസ്ത്രലേഖകൻ.
1939-ൽ പൊന്നാനിയിൽ ജനിച്ചു.
പൂനയിലും കൊടൈക്കനാലിലും റിസർച്ച് ഇൻസ്റ്റിറ്റ്യൂട്ടുകളിൽ സയന്റിഫിക് അസിസ്റ്റന്റായി പ്രവർത്തിച്ചു. പൊരുൾ എന്ന മാസിക നടത്തിയിരുന്നു. സയൻസ് ടുഡെ മാസികയുടെ സീനിയർ സബ് എഡിറ്റർ, ലിങ്ക്-പാട്രിയറ്റ് പ്രസിദ്ധീകരണങ്ങളുടെ അസിസ്റ്റന്റ് എഡിറ്റർ, ഭാഷാപോഷിണിയുടെ എഡിറ്റർ-ഇൻ-ചാർജ്, വീക്ഷണത്തിന്റെയും മാധ്യമത്തിന്റെയും എഡിറ്റർ, എസ്.പി.സി.എസ്. പ്രസിഡന്റ് എന്നീ നിലകളിൽ സേവനമനുഷ്ഠിച്ചു. നോവൽനവകം, തീക്കടൽ കടഞ്ഞ് തിരുമധുരം, ഉള്ളിൽ ഉള്ളത്, ഗീതാദർശനം, കാലം കാത്തുവെക്കുന്നത് എന്നീ ബൃഹത്കൃതികളും അമ്പതോളം ചെറുനോവലുകളും നാനൂറിലേറെ ചെറുകഥകളും നാലു നാടകങ്ങളും രണ്ടു കവിതാസമാഹാരങ്ങളും ശാസ്ത്ര ലേഖനങ്ങൾ ഉൾപ്പെടെ അഞ്ഞൂറിൽപ്പരം പ്രബന്ധങ്ങളും രചിച്ചു. മകൻ ഡോ. ഗോപാലുമായി ചേർന്ന് ഭൗതികപ്രപഞ്ചത്തിന് ബലങ്ങളുടെ ഏകീകരണത്തിനുതകുംവിധം, ഒരു പുതുമാതൃക അവതരിപ്പിച്ചു. (Ref: c.radhakrishnan.info.)

പുരസ്കാരങ്ങൾ: കേന്ദ്ര സാഹിത്യ അക്കാദമി അവാർഡ്, കേരള സാഹിത്യ അക്കാദമി അവാർഡ്, വയലാർ അവാർഡ്, ജി. ശങ്കരക്കുറുപ്പ് അവാർഡ്, മൂലൂർ അവാർഡ്, അച്യുതമേനോൻ അവാർഡ്, അബുദാബി ശക്തി അവാർഡ്, ലളിതാംബിക അന്തർജനം അവാർഡ്, പത്മപ്രഭാ പുരസ്കാരം, ജ്ഞാനപീഠം ട്രസ്റ്റിന്റെ മൂർത്തീദേവി പുരസ്കാരം, എഴുത്തച്ഛൻ പുരസ്കാരം, മാതൃഭൂമി പുരസ്കാരം.

കേന്ദ്ര സാഹിത്യ അക്കാദമിയുടെ നിർവാഹകസമിതിയിൽ അംഗമായിരുന്നു. തുഞ്ചത്തെഴുത്തച്ഛൻ മലയാള സർവ്വകലാശാല ഡി.ലിറ്റ് നൽകി ആദരിച്ചു.
ഇപ്പോൾ സമസ്ത കേരള സാഹിത്യ പരിഷത്തിന്റെ അദ്ധ്യക്ഷൻ.

ഭാര്യ: വത്സല. മകൻ: ഗോപാൽ. മരുമകൾ: സുഭദ്ര ഗോപാൽ.
പേരമക്കൾ: ഹരിഗോവിന്ദ്, നവനീത് കൃഷ്ണൻ, ഹരികൃഷ്ണൻ.

നോവലെറ്റ്

അവനിവാഴ്‌വുകളുടെ അടിവേരാഴങ്ങൾ

സി. രാധാകൃഷ്ണൻ

ഗ്രീൻബുക്സ്

green books private limited
gb building, civil lane road, ayyanthole,
thrissur- 680 003, kerala, ph: +91 487-2381066, 2381039
website: www.greenbooksindia.com
e-mail: info@greenbooksindia.com

branches:
thrissur 0487-2422515
thiruvananthapuram 0471-2335301
calicut 0495 4854662

malayalam
avanivaazhvukalute adiverazhangal
novelette
by
c. radhakrishnan

published august 2022
reprinted august 2023

cover photo : ashraf malayali
cover design : rajesh chalode

printed in india
manipal technologies ltd

isbn : 978-93-93596-89-5

GBPL/1243/2022

മുഖക്കുറിപ്പ്

സി. രാധാകൃഷ്ണന്റെ പത്തു നോവലെറ്റുകളാണ് ഈ പുസ്തകത്തിൽ സമാഹരിച്ചിട്ടുള്ളത്. മലയാളത്തിലെ ഏറ്റവും ധിഷണശാലിയായ എഴുത്തുകാരനെന്നതിലുപരി വിദേശഭാഷകളിൽ ഇന്ന് പ്രസിദ്ധമായ ഏത് കൃതികളോടും കിടപിടിക്കുന്ന മികച്ച രചനാവൈഭവവും ഉള്ളടക്കഗരിമയും അവകാശപ്പെടാവുന്ന രചനകളാണ് സി. രാധാകൃഷ്ണന്റേത്. ഇദ്ദേഹത്തിന്റെ കൃതികൾ ഗ്രീൻബുക്സിലൂടെ പ്രസിദ്ധപ്പെടുത്താൻ ഇത്രയും വൈകിയത് തികച്ചും യാദൃച്ഛികമാണ്. ആമുഖത്തിൽ അദ്ദേഹം പറഞ്ഞതുപോലെ വിശേഷിച്ചും ഒരു കാരണവുമില്ലാതെ നീണ്ടുപോയ ഒരു സംഭവം.

കഥകൾ തിരഞ്ഞെടുത്തു പ്രസിദ്ധീകരിച്ചോളൂ എന്ന് അദ്ദേഹം സമ്മതം നൽകിയപ്പോൾ ബുദ്ധിമുട്ടിയത് ഞങ്ങളാണ്. ഒന്നിനൊന്നു മികച്ച കഥകളിൽ നിന്നും ഏതു ഒഴിവാക്കും? അങ്ങനെയാണ് നോവലെറ്റുകൾ എന്ന കാറ്റഗറി മുഴുവനായി തിരഞ്ഞെടുക്കാനിടയായത്. ഓരോ രചനയിലും വായനക്കാർക്ക് വ്യത്യസ്തവും നവ്യവുമായ വായനാനുഭൂതി നൽകണമെന്ന് നിഷ്കർഷിക്കുന്ന എഴുത്തുകാരന്റെ ഈ പത്തു നോവലെറ്റുകളിലും സ്നേഹത്തിന്റെ പല ഭാവങ്ങളാണ് കാണാനാവുക. ദർശനങ്ങളുടെയും എല്ലാ അന്വേഷണങ്ങളുടെയും അവസാനം ചെന്നുനിൽക്കുക സ്നേഹമെന്ന അസുലഭപ്രതിഭാസത്തിലാണല്ലോ. ഭൗതിക താൽപ്പര്യങ്ങളിൽ ശ്രദ്ധയൂന്നി ജീവിക്കുന്ന ഭൂരിഭാഗം ജനങ്ങളും ജീവിതത്തിന്റെ അവസാനഘട്ടത്തിൽ മാത്രം തിരിച്ചറിഞ്ഞേക്കാവുന്ന (എല്ലാവരും തിരിച്ചറിയണമെന്നുമില്ല!) യാഥാർത്ഥ്യങ്ങളിലേക്കുള്ള ചൂണ്ടുപലകയാണ് ഈ കഥകൾ.

'സമയപക്ഷി'യിലെ അമ്മയും വലിയമ്മയും അവരോടുള്ള മകന്റെ അകക്കണ്ണറിഞ്ഞുള്ള കരുതലും സ്നേഹവും അസൂയയോടുകൂടി മാത്രമേ വായിച്ചവസാനിപ്പിക്കാനാവൂ. പൊട്ടൻതിരുമേനി എന്ന് മുദ്ര കുത്തിയതോടെ തന്റെ ഇഷ്ടപ്രകാരം ജീവിച്ചു മരിക്കാൻ കഴിഞ്ഞ ഋഷിതുല്യനായ ഓതിക്കനെ, ഇന്നാണെങ്കിൽ കുറഞ്ഞതൊരു ആൾദൈവമെങ്കിലുമാക്കി ശിക്ഷിച്ചേനേ (മരിക്കാത്ത ഒരാൾ).

ജന്മവാസനകളും സാഹചര്യങ്ങളും മനുഷ്യരെ നടത്തിക്കൊണ്ടുപോകുന്ന മായാലോകത്തിന്റെ അർത്ഥമില്ലായ്മയും അവസാന വിധിയെഴുത്തിന്റെ സമയത്ത് വെളിപ്പെടുന്ന സത്യങ്ങളുടെയും ആത്മീയപരിവേഷമുള്ള കഥയാണ് 'ഉണരുംവരെ' എങ്കിൽ, കഥകളുടെ അവസാനം തിരഞ്ഞു പരാജയപ്പെടുകയാണ് 'ഉത്തരാർദ്ധസമസ്യ'കളിലെ നായിക രാധിക. ഒരു സിനിമാക്കഥയുടെ ചടുലതയോടെ മുന്നേറുന്ന 'ആയിരം തിര തിരച്ച് അകത്തിരിക്കുന്നത്' എന്ന കഥയിൽ മോഷണവും കൊലപാതകവും വേഷപ്പകർച്ചകളും മാറി മാറി വരുന്നുണ്ടെങ്കിലും സസ്പെൻസ് നിറഞ്ഞ അന്ത്യത്തിലേക്കെത്തിക്കുന്നത് സ്നേഹമെന്ന വികാരത്തിലുരുത്തിരിയുന്ന വഴികളാണ്.

യക്ഷന്മാരും സ്വപ്നലോകവും നിറഞ്ഞ 'പുഴ കടക്കും നേരം' എന്ന കഥയിൽ പുഴയാകുന്ന ജീവിതം താണ്ടുന്ന യാത്രയിൽ കാണുന്ന വീഴ്ചകളും ഉയിർപ്പും അത്ഭുതങ്ങളും കണ്ടു നടക്കുന്ന യാത്രികരോട് കഥാകൃത്ത് പറയുന്നത്, "നാം ഉൾപ്പെടെ ഈ ഉരുവങ്ങളും ചലനങ്ങളും ഇവ്വിധമായിരിക്കണമെന്ന് ഭാവന ചെയ്തതും ഇങ്ങനെ സൃഷ്ടിച്ചതും സത്യത്തിൽ നാം തന്നെയാണ്. അതിനാൽ, ഇതിൽ കല്മഷമില്ലാതെ ലയിക്കുക. സത്യമായ സന്തോഷം, സന്തോഷിപ്പിക്കലിലാണ് എന്ന അറിവോടെ ജന്മവാസനപോലെ മേളിക്കുക."

സ്നേഹമെന്ന ജലം ലഭിക്കാതെ ഉണങ്ങിവരണ്ട പുൽനാമ്പുകൾ ഏതഗ്നിസ്ഫുലിംഗം ലഭിച്ചാലും താണ്ഡവനൃത്തമാടുന്ന അവസ്ഥയിൽ, ഒരു കുടന്ന സ്നേഹവുമായി ആ പ്രക്ഷുബ്ധമനസ്സിനെ ശാന്തമാക്കുന്ന, ഭാമയെന്ന ഭാര്യയുടെ കഥയാണ് 'ചാവേറുകൾ ഉണ്ടാകുന്നതും ഇല്ലാതാകുന്നതും'. 'അക്കരപ്പച്ച'യിലെ ഇരട്ട സഹോദരന്മാർ പറയുന്ന കഥയും മറ്റൊന്നല്ല.

ഇന്നത്തെ കാലത്ത് ഭ്രാന്താശുപത്രികളിലും യന്ത്രങ്ങൾക്കിടയിലും (വെന്റിലേറ്റർ) അവസാനകാലം ചിലവഴിക്കേണ്ടി വരുന്ന അനേകം അമ്മമാർക്കും അച്ഛന്മാർക്കും ഒരപവാദമാണ് ഈ സമാഹാരത്തിലെ പാട്ടിമുത്തശ്ശിയും വലിയമ്മയും. അവരെപോലെ, തിരിച്ചറിവുള്ള മക്കളുടെ കൂടെ സ്നേഹം നിറഞ്ഞ മുഖങ്ങൾ കണ്ടു മരിക്കാൻ ഇനിയുള്ള കാലം സാധ്യമാവുമോ?

വായിച്ചു മറക്കേണ്ട കഥകളല്ല ഇവ. മറിച്ചു എക്കാലവും നെഞ്ചോട് ചേർത്തുവെക്കേണ്ടവയാണ്.

എഡിറ്റർ

ആമുഖം

പണ്ട് ഒരു മണ്ണാങ്കട്ടയും കരിയിലയും ഉണ്ടായിരുന്നു എന്ന് മുത്തശ്ശി ഒരു കഥ പറഞ്ഞു തുടങ്ങിയപ്പോൾ കേട്ടവരൊക്കെ ഉത്സാഹത്തോടെ മൂളി. ആ മണ്ണാങ്കട്ടയും കരിയിലയും ഉറ്റ ചങ്ങാതിമാർ ആയിരുന്നു എന്നും ഒരുമിച്ച് കാശിക്കു പോയി എന്നുമൊക്കെ ആ കഥ നീണ്ടപ്പോഴും മൂളൽ തുടർന്നു. ഒരിക്കലും നടക്കാത്ത കാര്യമാണ് പറയുന്നത് എന്ന് എപ്പോഴെങ്കിലും തോന്നിയോ? ഇല്ലേ ഇല്ല!

എന്തുകൊണ്ട് തോന്നിയില്ല എന്ന് അത്ഭുതപ്പെട്ട് ആലോചിച്ചു നോക്കിയിട്ടുണ്ടോ? ഒരു ഉത്തരമേയുള്ളൂ: നമ്മുടെ ഭാവനയിൽ സ്വാഭാവികമായി തെളിയുന്ന ഒരു കാര്യവും നടക്കാത്തതല്ല എന്നു മാത്രമല്ല നടന്നു കഴിഞ്ഞിരിക്കുന്നു! അതായത്, സ്വാഭാവികം എന്ന ഒരേ ഒരു വാക്കാണ് എല്ലാ കലയുടെയും മർമ്മം.

എന്നാലോ, മലയും മഴയും മണ്ണും ഒക്കെ തന്നെയാണ് കാര്യകാരണങ്ങൾ എങ്കിലും ഓരോ പുഴയും വേറെ വേറെ ആയിരിക്കുന്നതുപോലെ ഓരോ കഥയും വേറെയാണ്, ആകണം. സദ്യ നന്നാകണമെങ്കിൽ എല്ലാ വിഭവങ്ങളും വേറെ വേറെ രുചിയുള്ളതാകണ്ടേ?

ഒരു കഥയും, അത് എത്ര തന്നെ രസകരമായാലും എന്നോട് തന്നെ വീണ്ടും വീണ്ടും പറഞ്ഞു കൊണ്ടിരിക്കാൻ ഞാൻ ആഗ്രഹിക്കുന്നില്ല. കേട്ടവരോട് അത് വീണ്ടും പറയുന്നതിലും ഒരു രസവും ഇല്ല. അതിനാൽ ഒരു കഥയും ഞാൻ, വേഷം മാറ്റിപ്പോലും, ആവർത്തിക്കാറില്ല. ഒരു അളവുകോലും എന്റെ എല്ലാ കഥകൾക്കും ഒരുപോലെ പാകമല്ലാത്തതുകൊണ്ട് ആസ്ഥാന വിമർശകർക്ക് എന്നെ കൈകാര്യം ചെയ്യാനാവുന്നുമില്ല.

അതുകൊണ്ട് പക്ഷേ, കുഴപ്പമൊന്നുമില്ല. കുഴിയെണ്ണി കണക്കാക്കുന്നവരുടെ സേവനമൊന്നും അപ്പം തിന്നുന്നവർക്ക് ആവശ്യമില്ല എന്നാണ് ഞാൻ സന്തോഷത്തോടെ അറിയുന്നത്.

ഈ നീണ്ട കഥകൾതന്നെ നോക്കുക: പല കാലങ്ങളിൽ എഴുതിയതാണ് ഇവ. 'ലോകത്തിലെ ആദ്യത്തെ വിപ്ലവങ്ങൾ' രചിച്ചത് 1980ലാണ്. (1982ൽ 'നാലു ലഘു നോവലുകൾ' എന്ന പേരിൽ, കാക്കനാടൻ പുനത്തിൽ ജെ കെ വി എന്നിവരുടെ കൃതികളോടൊപ്പം, പ്രസിദ്ധീകൃതമായതിൽ പിന്നെ ഈ കഥ വെളിച്ചം കണ്ടിട്ടില്ല. ഇതുവരെയുള്ള ഒരു സമാഹാരഹത്തിലും പെടാതെ ഇത് വിസ്മൃതിയിലാണ്ട് കിടപ്പായിരുന്നു. എന്നു വെച്ചാൽ ഇപ്പോൾ വായിക്കുന്നവർക്ക് ഇത് ഒരു പുതിയ കഥയാണ്. ഇങ്ങനെയൊന്ന് അച്ചടിയിൽ ഇല്ലാതെ കിടക്കുന്നത് എന്റെ ശ്രദ്ധയിൽ കൊണ്ടുവന്നത് എനിക്ക് എന്നെന്നും പ്രിയങ്കരനായ നന്തനാർ എന്ന മഹാപ്രതിഭാശാലിയുടെ മകൻ സുധാകരനാണ്. ഈ കഥയെ കുറിച്ച് കവിയും നിരൂപകനും ആയ, എനിക്കിപ്പോഴും നേരിൽ പരിചയമില്ലാത്ത, പി.എസ്. വിജയകുമാറിന്റെ ഒരു റിവ്യൂ സുധാകരൻ എനിക്ക് അയച്ചു തന്നു. തുടർന്ന് ബന്ധപ്പെട്ടപ്പോൾ വിജയകുമാർ തന്റെ ശേഖരത്തിൽ നിന്ന് പുസ്തകവും തന്നു. ഈ കാര്യത്തിൽ ഇരുവരോടും ഉള്ള കടപ്പാട് ഹൃദയപൂർവ്വം രേഖപ്പെടുത്തുന്നു.)

ഈ പുതിയ പുസ്തകത്തിന്റെ പേരുള്ള കഥയാകട്ടെ രണ്ടായിരത്തിലെഴുതിയതാണ്. ഓരോന്നും ഓരോ ലോകമാണ്.

ഈ ലോകങ്ങളിലേക്ക് എല്ലാവരെയും ഞാൻ സാദരം ക്ഷണിക്കുന്നു. ആർക്കും മുഷിയില്ല എന്ന് പ്രതീക്ഷിക്കുന്നു.

ഗ്രീൻ ബുക്സിന്റെ കൃഷ്ണദാസ് എന്റെ വളരെ അടുത്ത സുഹൃത്തായിരുന്നു. അദ്ദേഹം ജീവിച്ചിരിക്കെ എന്തുകൊണ്ടോ എനിക്ക് ഒരു പുസ്തകവും ഈ പുസ്തകശാലയിലൂടെ പ്രസിദ്ധീകരിക്കാൻ കഴിഞ്ഞില്ല. അദ്ദേഹം പറയാഞ്ഞല്ല. എനിക്ക് എതിരഭിപ്രായം ഉണ്ടായിരുന്നത് കൊണ്ടും അല്ല. വിശേഷിച്ച് ഒരു കാരണവുമില്ലാതെ നീണ്ടു നീണ്ടുപോയി. ഇത്ര പെട്ടെന്ന് അദ്ദേഹം വിട പറയുമെന്ന് ഞാൻ സ്വപ്നേപി വിചാരിച്ചില്ല. ഈ കൃതി ഞാൻ അദ്ദേഹത്തിന്റെ ഓർമ്മയ്ക്കായി ചെറുതല്ലാത്ത മനോവിഷമത്തോടെ സമർപ്പിക്കുന്നു. ഒരു പരിഹാര ക്രിയയുടെ ചാരിതാർത്ഥ്യം അല്പം ആശ്വാസമായി അനുഭവിക്കുകയും ചെയ്യുന്നു.

ഇങ്ങനെയൊരു സമാഹാരത്തെപ്പറ്റി ചിന്തിച്ചതും ഇത് രൂപീകരിച്ചതും ഇതിന് ഈ വടിവ് വരുത്തിയതും നരേന്ദ്രനും കൂട്ടുകാരുമാണ്. അവർക്ക് അകമഴിഞ്ഞ നന്ദി.

എല്ലാ പ്രിയപ്പെട്ടവർക്കും നല്ല വായന നേരുന്നു.

സി. രാധാകൃഷ്ണൻ

കഥകൾ

സമയപ്പക്ഷി

അമ്മ വന്നു പറഞ്ഞു: ''വലിയമ്മ വിളിക്ക്ണു.''

ചാരുപടിയിൽ തെക്കോട്ടു നോക്കി വലിയമ്മ എന്നും എപ്പോഴും ഒരേ ഇരിപ്പാണ്. തുടവണ്ണമുള്ള കടഞ്ഞെടുത്ത മരയഴികളാണ് ആ ചാരുപടിക്ക്. അഴികൾക്കിടയിൽ വിരലിട പഴുതുകളേ ഉള്ളൂ.

മുഖത്തു സ്ഥിരമായി ഒരു ചെറുചിരി.

തൊടിയും വേലിയും പുല്ലാനിപ്പൊന്തകളും കശുമാവിൻകാടും കടന്നു കുന്നിൻചെരിവിലെ കരിമ്പാറക്കെട്ടുകളും തുളച്ച് ആ നോട്ടം കാണാമിടങ്ങളിലേക്കു നീളുന്നു.

ഒറ്റനോട്ടത്തിൽ വലിയമ്മയ്ക്ക് ഒരു കുഴപ്പവുമില്ല. പെരുമാറ്റത്തിലും ഒരു പന്തികേടും ഇല്ല.

പറയുന്ന കാര്യങ്ങളിൽ മാത്രമേ കുഴപ്പമുള്ളൂ. അതും ഒരു കുഴപ്പമല്ലെന്നാണ് കാലംകൊണ്ടു തെളിഞ്ഞത്.

എത്ര വർഷങ്ങൾ?

കാലം തിട്ടപ്പെടുത്താൻ പ്രയാസമില്ല.

എനിക്ക് ആറ്റുനോറ്റു കിട്ടിയ ചെറിയ ഒരു ജോലിയിൽ ഞാൻ ചേർന്നതിൽപ്പിന്നെ ആദ്യമായി അവധിയിൽ വന്ന കാലത്താണ് തുടക്കം.

അമ്മ പ്രത്യേകം എഴുതിയിരുന്നു: ''വലിയമ്മയുടെ കാര്യം മറക്കരുത്. വേറെ ആർക്കും ഒന്നും കൊണ്ടുവന്നില്ലെങ്കിലും...''

മൂന്നു പെറ്റ വലിയമ്മയുടെ മൂന്നു കുട്ടികളും ഉണ്ണിവിരിയുംമുമ്പു മരിച്ചുപോയി.

വലിയമ്മ ഞങ്ങൾക്ക് അക്ഷരാർത്ഥത്തിൽ അമ്മയേക്കാൾ വലിയ അമ്മയാണ്. ഞങ്ങളെ ശിക്ഷിക്കാൻ അമ്മ വടിയെടുക്കുമ്പോൾ വലിയമ്മ അതിനേക്കാൾ വലിയ വടിയെടുക്കും - അമ്മയെ ശിക്ഷിക്കാൻ.

ആവശ്യങ്ങൾ ഒന്നും പണ്ടേ ഇല്ല. കൊല്ലത്തിൽ രണ്ടുമൂന്നു മൽമൽമുണ്ട്. കോറയായാലും ആക്ഷേപമില്ല. അടിയിലുടുക്കാൻ എന്തെങ്കിലും. പിന്നെ, അതേ തുണികൊണ്ടു നാലു റാക്ക. ധാരാളമായി.

ചായ വേണ്ട. കാപ്പി വേണ്ട. മുറുക്ക് പതിവില്ല. ഭക്ഷണം എന്ത് എപ്പോൾ വേണമെന്നില്ല. മക്കളായ ഞങ്ങൾ ആരെങ്കിലും ഭക്ഷണം കഴിച്ച പാത്രത്തിലേ വേണ്ടൂ.

പനങ്കുറ്റിപോലെ ഉറച്ച ദേഹവും പച്ചമുള പൊളിയുംപോലെയുള്ള ചിരിയുമായി നടന്ന വലിയച്ഛൻ ഒരു രാത്രിയിൽ വാഴത്തോട്ടത്തിൽ മരിച്ചുവീണതോടെ വലിയമ്മയ്ക്കു ദൈവവിശ്വാസം ഇല്ലാതായി.

അതിൽപ്പിന്നെ, മരണത്തിന്റെ അകാരണമായ ക്രൂരതയിൽ നിന്നു കുട്ടികളായ ഞങ്ങളെ രക്ഷിക്കാൻ വലിയമ്മ അതിജാഗ്രത പുലർത്തുകയായി. വലിയമ്മ പറയാറുണ്ട്: ''ഞാൻ നിങ്ങടെയൊക്കെ ദൈവത്തേക്കാൾ വലിയ ഒരു ദൈവത്തെ മാത്രമേ കണക്കാക്കുന്നുള്ളൂ.''

എന്നിട്ടു ചിരിക്കും: ''നിങ്ങടെ ദൈവം മറ്റൊരു പങ്കുണ്ണി നായരാണ്.''

അലക്കുകാരൻ പങ്കുണ്ണിനായരെ വല്ലപ്പോഴുമേ കാണാൻ കിട്ടൂ. ആണ്ടറുതികൾക്കു തൊട്ടുമുമ്പ് ഒരു വരവുണ്ട്. പുഴുങ്ങിയലക്കി വെളുപ്പിക്കാൻ തുണികൾ വാരിക്കെട്ടി കൊണ്ടുപോകുമ്പോൾ പങ്കുണ്ണിനായർ പറയും: ''നിങ്ങളെ ഞാൻ ചിറ്റിക്കില്ല.'' അലക്കിയത് ഉടുക്കാനില്ലാതെ കഷ്ടപ്പെടുത്തുകയില്ല എന്നാണ് അയാൾ ഉദ്ദേശിച്ചത്. സമയത്തു കൊണ്ടു വന്നുതരാം എന്ന വാഗ്ദാനത്തിന്റെ ഭാഷ്യം. കൊണ്ടുവരാറുമില്ല. ചിറ്റിക്കാറുമില്ല. എന്നുവെച്ചാൽ, നല്ല തുണി കാലത്തും നേരത്തും ഉടുക്കാൻ അവസരം നൽകാറില്ല.

ലീവിൽ വന്ന എനിക്കു പ്രാതൽ ഒരുക്കുന്ന വലിയമ്മ കയ്യിൽ ദോശച്ചട്ടുകവുമായി ഉമ്മറത്ത് ഓടിക്കിതച്ചെത്തി: ''കുട്ടിയല്ലേ അതാ ആ കിണറ്റിൽ വീണിരിക്കുന്നത്...''

എന്റെ താഴെയുള്ള നാലെണ്ണത്തിൽ ഏതെങ്കിലുമൊന്നാകുമെന്നാണ് ഞാൻ വിചാരിച്ചത്. ഏറ്റവും ഇളയത്, അഞ്ചുവയസ്സുകാരൻ അനിയച്ചൻ. ഗജപോക്കിരി, അവൻ ആയിരിക്കും.

ഞാൻ കിണറ്റുകരയിലേക്കോടി, രണ്ടാമതൊന്നാലോചിക്കാൻ നിൽക്കാതെ കിണറ്റിലേക്കു ചാടി. കിണറിനു ചുറ്റും അലമുറയോടെ അമ്മയും വലിയമ്മയും അനിയത്തിമാരിൽ ബുദ്ധിയുറച്ച രണ്ടു പേരും.

രണ്ടുമൂന്നു തവണ മുങ്ങിത്തപ്പി. കുട്ടിയെ കിട്ടിയില്ല, മൂന്നാമതും മുങ്ങി പരിഭ്രമിച്ചും കിതച്ചും പൊങ്ങിവരുമ്പോഴുണ്ട് അനിയൻ

കിണറിന്റെ ആൾമറയ്ക്കു മുകളിലൂടെ എത്തിവലിഞ്ഞ് എന്നെ നോക്കി ഇളിച്ചുകാണിക്കുന്നു.

കിണറ്റിലേക്കുതന്നെ നോക്കിനിൽക്കുന്നവർ അവനെ കണ്ടിട്ടില്ല.

ഞാൻ പടവിൽ അള്ളിപ്പിടിച്ചു കയറി. ഉടുമുണ്ടു ദേഹത്തോടു ചേർത്തമർത്തി പിഴിഞ്ഞു. ആപത്തൊഴിഞ്ഞു കിട്ടിയ ചിരിയോടെയാണ്, ദേഷ്യത്തോടെയല്ല, വലിയമ്മയോടു ഞാൻ ചോദിച്ചത്: ''ഏതു കുട്ടിയാണ് വലിയമ്മേ കിണറ്റിൽ?''

വലിയമ്മയോടു ഞങ്ങളാരും ദേഷ്യപ്പെടാറില്ല. എന്നേക്കാൾ രണ്ടു വയസ്സിനു മൂത്ത സ്വന്തം കുട്ടിയെ ജീവനറ്റു വലിയമ്മ മടിയിൽനിന്നു നിലത്തിറക്കിക്കിടത്തുന്നത് എനിക്ക് ഏഴു വയസ്സുള്ളപ്പോൾ ഞാൻ കണ്ടതാണ്. ആ ദേഹത്തിൽനിന്നു മുഖം തിരിച്ച് എന്നെ കെട്ടിപ്പിടിച്ചാണ് വലിയമ്മ ഉൾവിറച്ചു നിന്നത്. ആ വിറ എന്നും എന്റെ ഉടലിലും ഉള്ളിലുമുണ്ട്.

കിണറ്റിലേക്കുതന്നെ നോക്കിനിന്ന നിൽപ്പിൽ വലിയമ്മ കരഞ്ഞു: ''നിന്റെ കുട്ടി അതാ മുങ്ങിത്താഴ്ണു, പിടിച്ചു കയറ്റൂ, വേഗം വേണം...''

കുടഞ്ഞും പിടഞ്ഞും അലമുറ, പതിവില്ലാത്ത ബഹളം.

ഞാൻ കിണറ്റിലേക്കു മടങ്ങി ഒരു കുട്ടിയെ പിടിച്ചുകയറ്റുന്നതായി നടിച്ചിട്ടേ വലിയമ്മ അടങ്ങിക്കിട്ടിയുള്ളൂ.

കല്യാണത്തെപ്പറ്റി ആലോചിച്ചിട്ടുപോലുമില്ലാത്ത എനിക്കൊരു കുട്ടി! ആ കുട്ടി കിണറ്റിൽ വീണിരിക്കുന്നു. വെള്ളം കുടിക്കുന്നു.

ഞാൻ കിണറ്റിൽനിന്നു കയറിയപ്പോൾ അമ്മ വലിയമ്മയുടെ ചുമലിൽ പിടിച്ചു. ''എന്തു പറ്റി ഈ ഏടത്തിക്ക്?''

കണ്ണീരിലൂടെ ചിരിച്ച് വലിയമ്മ അമ്മയെ ശാസിച്ചു: ''പൊന്നാരം മാറ്റി നീയാ ചെക്കനെ വാങ്ങ്.''

അമ്മ വാ പൊളിച്ചുനിന്നു, ''ഏതു ചെക്കനെ?''

''വലിയമ്മയുടെ കുട്ടൻ ഇങ്ങട്ട് വാ'' എന്ന് എന്റെ കൈയിലെ ഇല്ലാക്കുട്ടിയെ വാങ്ങി തോളിലിട്ടു വലിയമ്മ അകത്തേക്കു നടന്നു.

അമ്മ സങ്കടത്തോടെ എന്റെ മുഖത്തു നോക്കി.

ഒന്നും പറയാനറിയാതെ ഞാൻ വിഷമിച്ചു.

അമ്മ നിശ്ശബ്ദം കരഞ്ഞു.

മുഖം കുനിച്ചപ്പോൾ ഞാനറിഞ്ഞു. എന്റെ കണ്ണു നിറഞ്ഞിരിക്കുകയാണ്.

ഞാൻ അകത്തു ചെന്നു നോക്കി.

അമ്മ എന്റെ ഉടലിൽ തൊട്ടുനിന്നു.

തെക്കിനിയിലെ നിലത്തു മെത്തപ്പായ ചുരുൾ നിവർത്തി വലിയമ്മ കിടക്കുന്നു. അരികിൽ കുട്ടിയുണ്ടെന്ന മട്ടിൽ വെറും പുൽപായിൽ താളം പിടിക്കുന്നു. രാരീരോ മൂളുന്നു. പണ്ട് എന്നെ ഉറക്കാറുള്ളപോലെ...

അമ്മ ഇടനെഞ്ചു പൊട്ടിക്കരഞ്ഞു: ''ഈശ്വരാ.''

അമ്മയെ ചുമലിൽ തൊട്ട് ആശ്വസിപ്പിച്ചു പുറത്തേക്കു വിളിച്ച് ഞാൻ ഉമ്മറത്തു വന്നു. വലിയമ്മയ്ക്ക് ബുദ്ധിസ്ഥിരതയില്ലാതായി എന്നുതന്നെയാണ് തോന്നിയത്. അതേ തോന്നലിന്റെ മുഖത്തെഴുത്തുമായി അമ്മ കട്ടിളയ്ക്കൽ താടിക്കു കയ്യുമൂന്നി നിന്നു, അമ്മയുടെ പിന്നിൽ മുതിർന്ന അനിയത്തി കാര്യമറിയാതെ അമ്പരന്നും.

അതിൽപ്പിന്നെ, വലിയമ്മ എപ്പോഴുമെപ്പോഴും വർത്തമാനകാലത്തിന്റെ പത്തുവർഷം മുന്നിലാണു ജീവിച്ചത്.

ആദ്യദിവസങ്ങളിലെ അമ്പരപ്പും മരുന്നും കഷായവും അല്ലറചില്ലറ മന്ത്രവാദവും കഴിഞ്ഞപ്പോൾ എനിക്കു കാര്യം മനസ്സിലായി.

പക്ഷേ, ഇതെങ്ങനെ?

വർഷങ്ങൾക്കിപ്പുറം, എന്റെ മോൻ, അവനു രണ്ടു വയസ്സു തികയുന്നതിന്റെ തലേന്നാൾ കിണറ്റിൽ വീണു. അലമുറയ്ക്കും ബഹളത്തിനുമിടയിൽ ഞാനവനെ കരകയറ്റി. അന്നു പക്ഷേ, ഈ ബഹളമൊക്കെ നടന്നിട്ടും വലിയമ്മ ചാരുപടിയിൽ ഇരുന്ന ഇരിപ്പിൽനിന്ന് ഇളകിയില്ല. വൈകുന്നേരം എന്നോടു ചോദിച്ചു: ''നീയ് പിന്നേം ഞങ്ങളെ ഒക്കെ വിട്ട് അന്യദിക്കിലിക്ക് പോണു, അല്ലേ?... കഷ്ടായി.''

''ഇല്ലല്ലോ.''

''ഉവ്വുവ്വ്.'' വലിയമ്മ കണ്ണുതുടച്ചു.

എന്നോടിതു ചോദിക്കുമ്പോൾ വലിയമ്മയുടെ മുഖത്ത് ആ സ്ഥിരം ചെറുചിരി ഇല്ലായിരുന്നു. ജോലി പോയി നാട്ടിൽ തിരിച്ചെത്തിയ ഞാൻ, ഇനിയെങ്ങും പോകുന്നില്ല, കൃഷി ചെയ്തോ മറ്റോ ജീവിക്കാം എന്നു നിശ്ചയിച്ച കാലം.

അമ്മ വലിയമ്മയെ കൃത്യമായും മുറ തെറ്റാതെയും ശുശ്രൂഷിക്കുമെങ്കിലും വലിയമ്മ പറയുന്നതൊന്നും സാരമായെടുക്കാറില്ല. വലിയമ്മയ്ക്ക് തലയ്ക്ക് സുഖമില്ല എന്ന് എന്റെ താഴെയുള്ളവരും കാലം കൊണ്ടു നിശ്ചയിച്ചു.

വലിയമ്മ യഥാർത്ഥമായി ഭാവികാലത്താണ് എപ്പോഴും കഴിഞ്ഞുകൂടുന്നതെന്ന് ആരും അറിഞ്ഞില്ല. പത്തുകൊല്ലത്തെ വ്യത്യാസം.

നാളിനും പക്കത്തിനും ആണ്ടറുതികൾക്കും വാവിനും മാറ്റമില്ല. കൊല്ലങ്ങൾമാത്രം മാറിയിരിക്കുന്നു.

ഒരിക്കൽ ഞാൻ ചോദിച്ചു നോക്കി: ''തെക്കേ മുറ്റത്തെ തൈമാവ് എന്നു കായ്ക്കും വലിയമ്മേ?''

''തെക്കേ മുറ്റത്തെ തൈമാവോ? അത് ഏതു മാവ്?''

ആറ്റുനോറ്റു വളർത്തുന്ന ഒട്ടുമാവാണ്. നട്ടിട്ടു രണ്ടു കൊല്ലമായി. നല്ല വളർച്ചയാണ്. അടുത്തകൊല്ലം മാങ്ങയുണ്ടാവുമെന്നു തൈ വിൽപനക്കാരൻ ഉറപ്പു തന്നതാണ്.

അടുത്ത കൊല്ലവും മാങ്ങയുണ്ടായില്ല.

അതിനടുത്ത കൊല്ലം ആ മാവു വെറുതെ നിന്ന് ഉണങ്ങി.

മാവില്ലാതായി.

വലിയമ്മവഴി ഭാവിയറിയാൻ ഞാനൊരു കുറുക്കുവഴി കണ്ടുപിടിച്ചു. വെറുതെ ചോദിക്കും: ''എന്റെ മോൻ എങ്ങനെയുണ്ട്, വലിയമ്മേ?''

''കാണാൻ കിട്ടിയിട്ടു വേണ്ടേ, നീയവനെ കൊണ്ടുപോയില്ലേ?''

എങ്ങും കൊണ്ടുപോയിരുന്നില്ല.

പക്ഷേ, പിന്നീടു കൊണ്ടുപോയി.

നഗരങ്ങളെ വെറുക്കുന്ന എനിക്ക് ഉപജീവനം തേടി വീണ്ടുമൊരു നഗരത്തിൽ ചേക്കേറേണ്ടിവന്നുവല്ലോ. അന്നും ഞാൻ മാസത്തിലൊരിക്കലെങ്കിലും നാട്ടിൽ ചെന്നു. ഒരു തവണ ചെന്നപ്പോൾ വലിയമ്മ മച്ചിലിരുന്നു കണ്ണീരൊഴുക്കുന്നു. അമ്മ കൈ മലർത്തി: ''ഒന്നും കഴിക്ക്ണ്ല്യ. ഞാൻ ആവതു പറഞ്ഞുനോക്കി.''

എന്നെ തോണ്ടി വിളിച്ച് എന്നോടു വലിയമ്മ കെഞ്ചി: ''കുഞ്ഞിമോൻ പോയി ഒരു ഡോക്ടറെ വിളിക്ക്. വേഗം വേണം.''

''വിളിക്കാം. പക്ഷേ, ഇപ്പോൾ എന്തുണ്ടായി വിശേഷം, വലിയമ്മേ?''

''കുട്ടിക്കു തീരെ വയ്യ, രണ്ടാമത്തോളു പ്രസവിക്കാനും പാടുപെട്ണു... വല്യമ്മടെ കുഞ്ഞിമോനല്ലേ, വേഗം ചെല്ല്.''

അമ്മയെ 'കുട്ടി'യെന്നാണു വലിയമ്മ വിളിക്കുന്നത്. രണ്ടാമത്തവൾ എന്നാൽ അമ്മയുടെ രണ്ടാമത്തെ പെൺകുട്ടി.

ഞാൻ തലകുലുക്കി പുറത്തു കടന്നു. പിറ്റേന്നു വലിയമ്മയെ പതിവു വിട്ട വിടർന്ന ചിരിയോടെയാണു കണ്ടത്. ''മണിമണിപോലെ. കണ്ണാപ്പെടാതിരിക്കാൻ എന്തെങ്കിലും ചെയ്യണം.''

അനിയത്തി പ്രസവിച്ച കുട്ടി.

വലിയമ്മ ഇതു പറയുമ്പോൾ അവൾ വയസ്സറിയിച്ചിട്ടില്ല.

പക്ഷേ, വർഷങ്ങൾക്കുശേഷം ഇത് ഇതുപോലെ ഉണ്ടായി. അമ്മ ക്ഷയരോഗം പിടിപെട്ട് അവശയായി. അക്കാലത്തുതന്നെ രണ്ടാമത്തെ

അനിയത്തിയുടെ പ്രസവവും. സിസേറിയൻ. ഇതു യഥാർത്ഥത്തിൽ നടക്കുമ്പോഴോ വലിയമ്മ ഇതൊന്നും അറിയുന്നില്ലായിരുന്നു.

മറ്റാർക്കും കടക്കാനാവാത്ത ഒരു വാതിലിലൂടെ കടന്നു പോയതുപോലെയായിരുന്നു വലിയമ്മ. വഴിയിൽ വളരെ മുന്നിലെ വിടെയോ നിലയുറപ്പിച്ച വലിയമ്മ കാണുന്നതു മറ്റുള്ളവർക്ക് അദൃശ്യം. മറ്റുള്ളവർ സമയത്തിന്റെ വഴിയിൽ നീങ്ങുന്നതനുസരിച്ചു വലിയമ്മ പിന്നെയും മുന്നോട്ടു നീങ്ങുകയും ചെയ്തു.

തലയ്ക്കു സുഖമില്ലാഞ്ഞല്ല എന്ന് ഒരിക്കൽ ഞാൻ അമ്മയോടു പറഞ്ഞുനോക്കി. തുടർന്നു സമയത്തിന്റെ നേർരേഖയെപ്പറ്റി വിശദീ കരിച്ചപ്പോഴോ എനിക്കു തലയ്ക്ക് സുഖമില്ലാതായോ എന്ന അമ്പര പ്പോടെ എന്നെ നോക്കി അമ്മ കണ്ണുനിറച്ചു.

രണ്ട്

ഒരിക്കൽ സാന്ദർഭികമായി വലിയമ്മയുടെ കാര്യം ഞാനൊരു സുഹൃത്തിനോടു പറഞ്ഞു. സമയത്തിന്റെ സാപേക്ഷതയെപ്പറ്റി പറയുന്നതിനിടയിൽ ആയിരുന്നു. ശാസ്ത്രജ്ഞനായ ആ സുഹൃത്ത് വലിയമ്മയുടെ കാര്യത്തിൽ താൽപര്യം കാണിച്ചു. കിഷോർലാൽ പ്രപഞ്ചവിജ്ഞാനീയത്തിൽ ഗവേഷണം നടത്തുന്ന ആളാണ്. പ്രസിദ്ധനാണ്. സമയമെന്നതു മിഥ്യയോ സത്യമോ എന്ന വഴി ക്കുള്ള കിഷോറിന്റെ ചിന്ത കണ്ട് ലോഡ്ജിലെ കൂട്ടുകാർ കിഷോ റിന് കിറുക്കൻ എന്ന പേർ നൽകി. തന്നെപ്പറ്റി മറ്റുള്ളവർ എന്തു പറയുന്നു എന്നു ഗൗനിക്കാറില്ലാത്ത കിഷോർ ഈ ഓമനപ്പേര് ചുമലുകൾ കുലുക്കി ഏറ്റുവാങ്ങി.

എനിക്കദ്ദേഹത്തോട് ഇത്രയേറെ മതിപ്പും അടുപ്പവും തോന്നു ന്നത് ഞാനുമൊരു അരക്കിറുക്കനായതുകൊണ്ടാണെന്ന് പറഞ്ഞ് എന്റെ സപ്രവർത്തകർ ചിരിക്കാറുണ്ട്.

കിഷോർ വലിയമ്മയെ കാണാൻ ആഗ്രഹം പ്രകടിപ്പിച്ചു. ഞാന ദ്ദേഹത്തെ നാട്ടിലേക്കു സസന്തോഷം ക്ഷണിക്കുകയും ചെയ്തു.

ക്ലിനിക്കൽ സൈക്കോളജിയിൽ ഒരു ബിരുദംകൂടി അടിസ്ഥാന യോഗ്യതയായുള്ള കിഷോറിന് വലിയമ്മയെ കണ്ടാൽ വലിയമ്മ യുടെ 'അസുഖം' മാറ്റാൻ എന്തെങ്കിലും ഉപായം കിട്ടിയേക്കാമെന്നു ഞാൻ ആശിച്ചു.

കിഷോർ കേരളത്തിൽ ആദ്യമായി വരികയാണ്.

തീവണ്ടി വാളയാർ ചുരം കടന്നപ്പോൾ കിഷോറിന്റെ മുഖത്ത് അമ്പരപ്പും സന്തോഷവും ഒരുമിച്ച് പ്രത്യക്ഷപ്പെട്ടു.

“സുന്ദരം” കിഷോർ പിറുപിറുത്തു: “പക്ഷേ... സമയത്തിന് ഒരു ചാക്രികസ്വഭാവമുണ്ടെന്ന് ഇപ്പോൾ ഉറപ്പായി. ഈ ഭൂപ്രദേശം ഒരേ സമയം ഭൂതത്തിലും ഭാവിയിലും സ്ഥിതി ചെയ്യുന്നു.”

എനിക്ക് ഒന്നും മനസ്സിലായില്ല എന്ന് എന്റെ മുഖത്തുനിന്നറിഞ്ഞു കിഷോർ തുടർന്നു: “സ്ഥിരതയല്ല ഞാനുദ്ദേശിക്കുന്നത്. ഇവിടെ സമയം ചുരുണ്ടുകിടക്കുന്നു. പ്രാക്തനയുഗങ്ങളിലെ പാറകൾ ഒരു മാറ്റവും വരാതെ (പരിണാമദശകളുമായി പൊരുത്തപ്പെട്ടു ജീവന്റെ സമയപ്രദക്ഷിണം പൂർത്തിയാകാൻ) കാത്തുകിടക്കുന്നതു കാണുന്നില്ലേ?”

കിഷോർ എന്തിനാണു വന്നതെന്നു ഞാൻ അമ്മയോടു പറഞ്ഞില്ല. നാടും വീടും കാണാനായിരിക്കുമെന്ന് അമ്മ കരുതിക്കൊള്ളുമെന്ന് ഒഴിഞ്ഞുമാറി. ഡോക്ടറാണെന്നും പറഞ്ഞില്ല. ഒരു സ്നേഹിതൻ എന്നതിൽ പരിചയപ്പെടുത്തൽ ഒതുക്കി.

ഉടുപ്പു മാറ്റാൻ പോലും ക്ഷമയില്ലാതെ കിഷോർ അന്വേഷിച്ചു: “സമയപ്പക്ഷി എവിടെ?” വലിയമ്മയെക്കുറിച്ച് ഞാൻ ആദ്യമായി പറഞ്ഞ ഉടൻ കിഷോർ പ്രതികരിച്ചത് രണ്ടു വരി കവിതയിലൂടെയാണ്.

“സമയത്തിന്റെ കാറ്റിൽ അകപ്പെട്ട പക്ഷി

പറയൂ, ഒഴുകുകയോ പറക്കുകയോ?”

ഒരു നിമിഷം മൗനിയായതിൽപ്പിന്നെ കിഷോർ അപ്പോഴേ പറഞ്ഞു: “ഞാൻ താങ്കളുടെ വലിയമ്മയെ സമയപ്പക്ഷി എന്നു വിളിക്കാം.”

എന്തു വിളിച്ചാലെന്ത്?

ഞാൻ നിസ്സംഗനായി അനുമതി മൂളി.

കുന്നിനപ്പുറത്തേക്കു തുളച്ചുചെല്ലുന്ന നോട്ടവുമായി ചാരുപടിയിൽ കൂനിക്കൂടി ഇരിക്കുന്ന വലിയമ്മയുടെ അരികിലേക്കു ഞാൻ കിഷോറിനെ നയിച്ചു. കുറച്ചുകാലമായി എന്നെ കാണാതിരുന്ന ഭാവമോ അതിൽപ്പിന്നെ കാണുമ്പോഴത്തെ സന്തോഷമോ വലിയമ്മ പ്രകടിപ്പിച്ചില്ല.

ആ ചെറുചിരി തെല്ലുകൂടി വിടർന്നു, അത്രമാത്രം. പിന്നെ ആ നോട്ടം കുന്നിലേക്കു മടങ്ങി. കിഷോറിനെ കണ്ട ഭാവമില്ല.

“വലിയമ്മ ഇയാളെ കണ്ടിട്ടുണ്ടാവില്ല. കിഷോർലാൽ എന്നാണു പേര്. വലിയ ഒരാളാണ്. വല്യമ്മയെ കാണാൻ വന്നതാണ്.”

“നിയ്യ് വെറുതെ പറയണതല്ലേ,” വല്യമ്മയുടെ ചിരി ഒരു ചീളുകൂടി വിടർന്നു, “നിന്റെ കൂടെ ഇപ്പൊ ആരും ഇല്യല്ലോ.”

ഞാൻ കിഷോറിനെ തൊട്ടുകാണിച്ചു: ''ഇതാ.''

''മതി, മതി, നിന്റെ ഓരോ കുസൃതി.''

എന്തു പറഞ്ഞിട്ടും വലിയമ്മ കിഷോറിനെ കണ്ടില്ല.

കിഷോറിനു തങ്ങാനുള്ള മുറി കാണിച്ചുകൊടുത്തു പിൻ തിരിഞ്ഞ എന്നെ കിഷോർ പിടിച്ചുനിർത്തി: ''സമയപ്പക്ഷി എത്ര കൊല്ലം മുന്നിൽ പറക്കുമെന്നാണു പറഞ്ഞത്?''

''ഏതാണ്ടൊരു പത്തുകൊല്ലം.''

കിഷോർ തിരക്കി: ''അപ്പോൾ, കാര്യം മനസ്സിലായോ?''

''എന്ത്?''

''പത്തുകൊല്ലം കഴിയുന്നതിനിടയിൽ എപ്പോഴോ ഞാൻ ഇല്ലാതാവാം. സമയപ്പക്ഷിയുടെ വർത്തമാനകാലലോകത്തിൽ ഞാനില്ല.''

''കിഷോർ, വലിയമ്മയ്ക്ക്...''

''സാരമില്ല,'' കിഷോർ തന്റെ ചിരി നിലനിർത്തി; ''മരിക്കാൻ ഭയക്കുന്നതെന്തിന്?''

എന്തു പറയണമെന്നറിയാതെ ഞാൻ വിഷമിച്ചു.

കിഷോർ തുടർന്നു: ''ഒരു കുഴപ്പമേയുള്ളൂ. എനിക്കു സമയപ്പക്ഷിയുമായി സംസാരിക്കണമെങ്കിൽ ഒരു ഇടനിലക്കാരൻ കൂടിയേ തീരൂ. ഭാഷയുടെ പ്രശ്നം മാത്രമല്ല, അവരുടെ ലോകത്തിൽ ഞാനില്ലല്ലോ.''

''എന്നുവെച്ചാൽ?''

''അവർ എന്നെ കാണില്ല, ഞാൻ പറയുന്നതു കേൾക്കില്ല.''

''കിഷോർ ചെന്നു വലിയമ്മയെ നുള്ളി നോവിച്ചാലോ?''

''എങ്ങനെയോ വേദനിച്ചു എന്നേ അറിയൂ. അലർജി എന്നോ മറ്റേ വൈദ്യന്മാർ പറഞ്ഞെന്നും വരാം.'' കിഷോർ വീണ്ടും ചിരിച്ചു.

''ഈ കാലത്തു ജീവിക്കുകയും നിലനിൽപ്പ് ഈ കാലത്തില്ലാതിരിക്കുകയും ചെയ്താൽ ഒരുപാട് പ്രശ്നങ്ങളില്ലേ?''

''ഉണ്ടല്ലോ. അതല്ലേ ഇത്. വട്ടാണെന്ന് ആളുകൾ പറയും.''

''മറ്റുള്ളവരുടെ കാര്യം പോകട്ടെ. വലിയമ്മയ്ക്കുതന്നെ സ്വന്തം...''

''അതുമുണ്ട്. വലിയമ്മ ഒരാളല്ല, രണ്ടാളാണ് ഇപ്പോൾ. ദേഹം ഈ കാലങ്ങളിൽ. മനസ്സു ഭാവിയിൽ. ഇന്ദ്രിയങ്ങൾ നൽകുന്ന അറിവുകൾ ഈ മനസ്സ് അതിന്റെ രീതിയിൽ വ്യാഖ്യാനിക്കും. മനസ്സ് ഇന്ദ്രിയങ്ങൾക്കു നൽകുന്ന നിർദ്ദേശങ്ങൾ ചുറ്റുപാടുകൾക്കു നിരക്കാത്തതുമായിരിക്കും.''

''അങ്ങനെയാണെങ്കിൽ ഈ ദേഹം നശിക്കുമ്പോൾ ആ മനസ്സ്?''

കിഷോർ ഊശാൻതാടി ചൊറിഞ്ഞു ചുണ്ടു കോട്ടി പുഞ്ചിരിച്ചു. ''അതാണ് എനിക്കും അറിയേണ്ടത്. എന്റെ അന്വേഷണത്തിൽ ഉത്തരം കിട്ടിയിട്ടില്ലാത്ത ചോദ്യമാണത്.''

''ഇത്തരം കേസുകൾ മുമ്പും ഉണ്ടായിട്ടുണ്ടെന്നാണോ പറയുന്നത്?''

''ഓരോ കേസും വ്യത്യസ്തമെങ്കിലും ഉണ്ടായിട്ടുണ്ട്.''

''എവിടെ?''

കിഷോർ അത്ഭുതത്തോടെ വിടർന്നു ചിരിച്ചു: ''അത് കൊള്ളാം. ശാസ്ത്രവിദ്യാർത്ഥിയായ നിങ്ങൾ ഈ ചോദ്യം ചോദിക്കുന്നോ. വലിയ വലിയ കണ്ടുപിടുത്തങ്ങൾ നടത്തിയ ശാസ്ത്രജ്ഞരെല്ലാം ഇത്തരക്കാരായിരുന്നില്ലേ? പ്രവാചകന്മാർ ഇത്തരക്കാരായിരുന്നില്ലേ?''

ആലോചിച്ചു നോക്കിയപ്പോൾ ശരിയാണെന്നു തോന്നി. താന്താങ്ങൾ ജീവിച്ച കാലങ്ങളുടെ വളരെ വളരെ മുൻപിൽ നിന്നവർ. തങ്ങളുടെ സമകാലീനർ കാണാത്തത് അവർ കണ്ടു, കേൾക്കാത്തതു കേട്ടു. അറിയാത്തത് അറിഞ്ഞു. ഭ്രാന്തന്മാരെന്നു മുദ്രയടിക്കപ്പെട്ടു. കുരിശിൽ തറയ്ക്കപ്പെട്ടു. അപ്പോഴും അവർ പറഞ്ഞു: ''ഭൂമി സൂര്യനെയാണ് പ്രദക്ഷിണം വയ്ക്കുന്നത്. മറിച്ചല്ല... ദൈവം സ്നേഹമാകുന്നു, മറിച്ചാണെന്നു ഞാൻ മാറ്റിപ്പറഞ്ഞാലും ഒരിക്കലും അങ്ങനെ ആകുന്നില്ല.'' പക്ഷേ, വലിയമ്മ ഒരു കണ്ടുപിടുത്തവും ഒരു പ്രവചനവും നടത്തിയിട്ടില്ല. ജന്മനാ ഇങ്ങനെയല്ല, ഒരു ദിവസം പെട്ടെന്ന് ഇത്തരത്തിൽ ആയതാണ്.

ഞാൻ പ്രതീക്ഷയോടെ ചോദിച്ചു: ''മാറ്റിയെടുക്കാമോ കിഷോർ?''

''പ്രയാസമാണ്. മാറ്റിയെടുക്കാനുള്ള നമ്മുടെ ശ്രമങ്ങൾക്കും കാലഹരണം സംഭവിച്ചിരിക്കുകയല്ലേ, വലിയമ്മയുടെ കണ്ണിൽ.''

''ഈ സമയമെന്നത് അടിസ്ഥാനപരമായി...''

''നിങ്ങൾക്കറിയില്ലേ, സമയമെന്നൊന്ന് ഇല്ലാത്ത ഒരു സമയമുണ്ടായിരുന്നു. പ്രപഞ്ചസൃഷ്ടിക്കു മുമ്പ്. ഏതു ഭൗതികമാറ്റമാണ് കൃത്യമായി സമയത്തിന്റെ അടിത്തറയെന്ന് ഇപ്പോഴും നമുക്കറിയില്ല. ഒരു ഒഴുക്കുപോലെ സമയം. അതിൽ ചുഴികളും പതകളും വഴുതലുകളും. ഇക്കഴിഞ്ഞ നിമിഷംവരെ ഒരുമിച്ചുണ്ടായിരുന്നത് പെട്ടെന്ന് മുന്നിലോ പിന്നിലോ ആയിപ്പോകുന്നു.''

''അപ്പോൾ, എല്ലാ മാറ്റങ്ങളും മുൻനിശ്ചിതമായ നിയോഗമാവില്ലേ?''

''സംശയമുണ്ടോ?'' കിഷോർ കൺകോണുകൾ ചുളിച്ചു ചിരിച്ചു.

‘‘ഞാനിവിടെ വന്നത് എന്റെ ഇഷ്ടത്തിനാണെന്ന് എനിക്കു തോന്നാം. പക്ഷേ, അങ്ങനെയൊരു ഇഷ്ടം എന്നിലുണ്ടായത് എങ്ങനെ? എന്നല്ല, ഈ വലിയമ്മയെപ്പറ്റി ഞാൻ അറിയാൻ സംഗതി യായത് എന്തുകൊണ്ട്? ഇതാണ് ഞാൻ എപ്പോഴും പറയാറുള്ളത്. ശരിയായി അറിഞ്ഞാൽ.’’

മൂന്ന്

പുഴയിൽ കുളിച്ചും വയൽവരമ്പുകളിൽ നടന്നും കുന്നു കയറിയും ഗ്രാമത്തിന്റെ ചന്തം ആസ്വദിക്കുന്നതിനിടയിൽ കിഷോർ വലിയമ്മ യുടെ ജീവിതകഥ വിശദമായി ചോദിച്ചറിഞ്ഞു.

എനിക്ക് ഓർമ്മവെയ്ക്കുമ്പോൾ വലിയമ്മയ്ക്ക് മുപ്പത്തിയഞ്ചു വയസ്സു കഴിഞ്ഞിരിക്കുന്നു. വലിയമ്മയുടെ ആദ്യത്തെ രണ്ടു കുട്ടി കൾ മരിച്ചിരിക്കുന്നു. മൂന്നാമത്തെ കുട്ടിയും വലിയച്ഛനുമുണ്ട്. പ്രസന്നമായ മുഖമാണ് എപ്പോഴും. രണ്ടു കുട്ടികൾ മരിച്ചുപോയ സങ്കടമൊന്നും പെരുമാറ്റത്തിൽ ഇല്ല.

എല്ലാം മറന്നപോലെ.

അന്നും വലിയമ്മയെ കാണാൻ നല്ല ചന്തമാണ്. ആണ്ടറുതി കളിലും മറ്റും ഉടുത്തൊരുങ്ങി കണ്ടാൽ കൈ കഴുകി തൊടണം.

വലിയമ്മയോട് ചോദിക്കാനുള്ള ചോദ്യങ്ങൾ കിഷോർ കുറിപ്പു കളാക്കി തയ്യാറാക്കി. ഏറെ ആലോചിച്ചും രാത്രികളിൽ ഉറക്ക മിളച്ചും തയ്യാറാക്കിയ ആ ചോദ്യങ്ങൾ ചോദിച്ചിട്ടും പക്ഷേ, ഫല മുണ്ടായില്ല.

വലിയമ്മ ഒരു ചോദ്യത്തിനും മറുപടി പറഞ്ഞില്ല. ചോദ്യം മല യാളത്തിലാക്കി ചോദിക്കുന്ന എന്നെ കണ്ടതായി നടിച്ചുപോലുമില്ല. ഞാൻ ഉറക്കെയുറക്കെ വിളിച്ചുനോക്കി. തൊട്ടും തോണ്ടിയും നോക്കി.

എന്റെ അങ്കലാപ്പു കണ്ട് അമ്മ വന്നു: ‘‘എന്താ ഏടത്തി അവ നോട് ഒന്നും മിണ്ടാത്തത്?’’

വലിയമ്മ അമ്മയോടു പുഞ്ചിരിച്ചു: ‘‘ആരോട്?’’

‘‘ഇതാ, ഈ അപ്പുവിനോട്.’’

‘‘അപ്പുവിനോടോ? അതിന് അപ്പു ഇവിടെ ഇല്ലല്ലോ.’’

‘‘പിന്നെ ഈ നിൽക്കുന്നത് വേറെ ആരാ? ഇതു നല്ല പുതുമ.’’

‘‘നിന്റെ തമാശ നന്ന്.’’ വലിയമ്മയുടെ ചിരി മങ്ങി: ‘‘എങ്ങാണ്ടു കിടക്കുന്ന അപ്പു ഇവിടെയോ?’’

കിഷോറും ഞാനും നിരാശരായി. പിന്നെ കിഷോർ അമ്മയെ മാധ്യമമാക്കാൻ എന്റെ സഹായം തേടി.

വലിയമ്മയെ ചോദ്യം ചോദിച്ചു ബുദ്ധിമുട്ടിക്കേണ്ടതില്ല എന്ന അമ്മയുടെ നിലപാട് മാറ്റിയെടുക്കാൻ എനിക്കു കഴിഞ്ഞില്ല. അവസാനം ഞാൻ പറഞ്ഞു: ''അമ്മേ, കിഷോർ ഒരു ഡോക്ടറാണ്. വലിയമ്മയുട അസുഖം മാറ്റാൻ ഞാൻ വിളിച്ചതുകൊണ്ടു വന്നതാണ്.''

അമ്മ ശാസനാഭാവത്തിൽ എന്നെ നോക്കി: ''അതിന് ഏടത്തിക്ക് ഇപ്പൊ എന്താണ് അസുഖം?''

''ഒന്നുമില്ലെന്നാണോ?''

''ഉണ്ടെന്നു തോന്നുന്നുണ്ടോ?''

ദൈവമുണ്ടോ ഇല്ലയോ എന്ന തർക്കംപോലെ ആയി അത്.

മടക്കയാത്രയ്ക്കായി പെട്ടി നിറയ്ക്കുന്ന കിഷോർ എന്നെ ആശ്വസിപ്പിച്ചു: ''സാരമില്ല. അറിയേണ്ടത് അറിഞ്ഞു. ശരീരത്തിന്റേതല്ലാത്ത ഒരു ചുറ്റുപാടിൽ മനസ്സിന് ഭാവികാലത്തിലും നിലനിൽക്കാനാകുമെന്ന് ഒരിക്കൽകൂടി തെളിഞ്ഞു. മനസ്സുകൊണ്ടു ഭൂതകാലത്തെത്താൻ ആർക്കും കഴിയുമെന്നറിയാമല്ലോ. ഭാവികാലം മാത്രമാണു തർക്കവിഷയം.''

പക്ഷേ, കിഷോറിന്റെ യാത്ര മുടങ്ങി.

പുലർച്ചെയുള്ള ബസ്സിനു പുറപ്പെടാനായിരുന്നു പരിപാടി. ഉച്ചയ്ക്കുള്ള ഫ്ളൈറ്റിനു ശ്രമിക്കാമെന്നും വിമാനത്താവളംവരെ ഞാൻ അനുഗമിക്കാമെന്നും തീരുമാനിച്ചാണ് ഉറങ്ങാൻ കിടന്നത്.

വെളുപ്പാൻകാലത്ത് അമ്മ വിളിച്ചു: ''ഏടത്തിക്കു നല്ല സുഖല്യ.''

''എന്താണ്?''

''മരിച്ചുപോയിപോലും.''

''ആര്?''

''മരിച്ചുപോയി എന്നു പറേണു... എഴുന്നേൽക്കാൻ കൂട്ടാക്കുന്നില്ല.''

ഞാൻ അമ്മയുടെ കൂടെ ചെന്നു.

ആ ചാരുപടിയിൽത്തന്നെ കിടക്ക നിവർത്തിയാണ് വലിയമ്മ കിടക്കാറ്.അന്ന് താഴെയാണ് വിരിച്ചുകിടക്കുന്നത്.

എന്റെ നോട്ടം കണ്ട് അമ്മ അറിയിച്ചു: ''തന്നെത്താൻ താഴെയിട്ടതാണ് കിടക്ക.''

ഞാൻ ഉറക്കെയുറക്കെ വിളിച്ചുനോക്കി.

പ്രതികരണമുണ്ടായില്ല.

അമ്മ വിളിച്ചപ്പോൾ വിളികേട്ടു.

അമ്മ കരഞ്ഞുപറഞ്ഞു: ‘‘എണീക്കൂ, ഏടത്ത്യേ?’’

‘‘വയ്യല്ലോ, മരിച്ചുപോയല്ലോ.’’

ആ ദേഹത്തുനിന്നല്ല ആ ശബ്ദം വരുന്നതെന്നു തോന്നി.

കണ്ണു തുറക്കുന്നില്ല.

നാഡിമിടിപ്പു നോക്കിയപ്പോൾ എനിക്ക് ആശ്വാസമായി.

‘‘മനസ്സ് മരിച്ചതാണ്.’’ ഞാൻ അമ്മയെ ആശ്വസിപ്പിച്ചു: ‘‘വേറെ കുഴപ്പമൊന്നും ഇല്ല.’’

അമ്മ കുനിഞ്ഞിരുന്നു കരയാൻ തുടങ്ങി. ഞാൻ കിഷോറിനോട് വിവരം പറഞ്ഞു. കിഷോർ വന്നു വിശദമായി പരിശോധിച്ചു.

‘‘ചിലപ്പോൾ താൽക്കാലികമായിരിക്കാം ഈ സ്ഥിതി,’’ കിഷോർ പറഞ്ഞു: ‘‘കുറച്ചിട നിരീക്ഷിച്ചുനോക്കാം.’’

‘‘യാത്ര?’’

‘‘നീട്ടിവെക്കാം.’’

എന്നെ ആശ്വസിപ്പിക്കാനായി കൂട്ടിരിക്കാമെന്ന ആ തീരുമാനത്തിനു ഞാൻ മനസ്സറിഞ്ഞ് നന്ദി പറഞ്ഞു.

വലിയമ്മയുടെ സ്ഥിതി ഞങ്ങൾ വിചാരിച്ചതിലേറെ വിചിത്രമായി. തന്റെ ശരീരം സംസ്കരിച്ചുകിട്ടാൻ വലിയമ്മ കരഞ്ഞുകൊണ്ടേയിരുന്നു. ഭക്ഷണവുമായി അമ്മ ചെന്ന് അരികിലിരുന്നു വായിൽ കോരിക്കൊടുത്തത്, ഈ കരച്ചിലിനിടയിലും കഴിക്കുകയും ചെയ്തു.

വലിയമ്മയുടെ ശരീരത്തിലെ മാംസപേശികൾ ചലിപ്പിക്കുന്ന നാഡികളിൽ, സംസാരശേഷിക്കും ആന്തരാവയവങ്ങളുടെ പ്രവർത്തനത്തിനും ആവശ്യമായത് ഒഴികെ, ഒന്നും പ്രവർത്തിക്കുന്നില്ല എന്നു കിഷോർ കണ്ടുപിടിച്ചു.

‘‘ശവമെന്തിനു വെച്ചുകൊണ്ടിരിക്കുന്നു.’’ എന്ന ഒരു ചോദ്യമേ വലിയമ്മയ്ക്ക് എപ്പോഴുമുള്ളൂ, ‘‘അയ്യയ്യേ. ഇത് അശ്രീകരത്തം തന്നെ!’’ എന്ന് അനുപല്ലവി. അകന്ന ബന്ധുക്കളും നാട്ടുകാരും വന്നു, കണ്ടു, സഹതപിച്ചു. ഭ്രാന്തുതന്നെ എന്നു പിറുപിറുത്തു.

നാലുനാൾ കിഷോർ എനിക്കു കൂട്ടിനു നിന്നു.

പിന്നെ വിധിയെഴുതി: ‘‘ഇനി ശരീരത്തിനു മരണസമയമെത്തുവോളം ഇതേ കിടപ്പു നീളാം.’’

യാത്രാമൊഴിയാണെന്നു മനസ്സിലായി.

കിട്ടാവുന്ന ലീവിന്റെ പരമാവധിവരെ ഞാൻ എടുത്തുകഴിഞ്ഞിരുന്നു. കിഷോറിന്റെ കൂടെ യാത്രയായാലോ എന്ന് ആലോചിച്ചു.

വീട്ടിൽ സഹായിക്കാൻ ആരെയെങ്കിലും നിർത്തിയാൽ മതിയാവും. വിശേഷിച്ച് ഒന്നും ചെയ്യാനില്ലെന്നാണ് കിഷോറിന്റെ പക്ഷം. അമ്മയുടെ മുഖം കണ്ടപ്പോൾ പക്ഷേ, ആ ആലോചന ഞാൻ മാറ്റിവെച്ചു.

അമ്മയെ തനിച്ചാക്കി പോകാതിരുന്നതു നന്നായി. അമ്മ വിഷമിച്ചുപോയേനേ. കിഷോർ യാത്രയായി ഒരാഴ്ച കഴിയുംമുമ്പു വലിയമ്മയുടെ സ്ഥിതി ആകെ മാറി. ഒരു മുന്നറിയിപ്പുമില്ലാതെ ഒരു സന്ധ്യയ്ക്ക് എഴുന്നേറ്റിരുന്നു. ചുറ്റും പകച്ചുനോക്കി. വഴുതിവീഴുന്നതുപോലെ വർത്തമാനകാലത്തിലേക്ക് ഒരു തിരിച്ചുവരവ്. പ്രത്യക്ഷത്തിൽ ഒരു കാരണം ഉണ്ടായി എന്നാണ് അമ്മ പറഞ്ഞത്. നിലവിളക്കിനരികിലിരുന്നു കളിക്കുകയായിരുന്ന കൊച്ചുകുട്ടിയുടെ വിരൽ പൊള്ളിയപ്പോൾ കുട്ടി ഉറക്കെ കരഞ്ഞു. എന്റെ അനിയത്തിയുടെ രണ്ടാമത്തെ കുട്ടി. വലിയമ്മ കിടന്ന മുറിയിലെ നിതാന്തമൂകതയിൽ വെച്ചായിരുന്നു ഇത്.

ഞെട്ടിയെന്നപോലെയാണത്രെ വലിയമ്മ എഴുന്നേറ്റത്.

ഗൃഹാതുരത്വത്തോടെ വർത്തമാനകാലത്തിലെത്തിയ വലിയമ്മ കുട്ടി കരഞ്ഞ ദിക്കിലേക്കു തിരിഞ്ഞു.

കുട്ടിയുടെ കരച്ചിലടക്കാനും വിരലിൽ തേൻ പുരട്ടാനും ശ്രമിക്കുന്ന തിരക്കിലും അമ്മയാണ് വലിയമ്മയുടെ ഭാവമാറ്റം ആദ്യം കണ്ടത്.

താൻ കിടപ്പിലായ കാര്യം തന്നെ വലിയമ്മയ്ക്ക് ഓർമ്മയില്ല.

ഒരു കുഴപ്പവുമില്ല.

ആശ്വാസത്തോടെ ഞാൻ ജോലിസ്ഥലത്തേക്കു തിരിച്ചുപോയി.

ആറേഴു വർഷം കഴിഞ്ഞ് ഒരു തണുപ്പുകാലത്തു കിഷോർ മരിച്ചു. വിയന്നയിൽ ഒരു കോൺഫറൻസിൽ പങ്കെടുക്കെ പേയിളകിയാണ് മരിച്ചത്. വിദേശയാത്രയ്ക്കുമുമ്പ് അരുമയായ വളർത്തുനായ എപ്പോഴോ ഒന്നു മാന്തി എന്ന നിസ്സാരകാരണം.

നാല്

വലിയമ്മയ്ക്കിപ്പോൾ എൺപത്തിരണ്ടു വയസ്സായി.

ആരോഗ്യവതിയാണ്.

വർത്തമാനകാലത്തിലാണ്.

എന്നാലോ, വർഷങ്ങൾക്കപ്പുറത്തേക്ക് ഒരു കണ്ണുകൊണ്ടെന്നപോലെ മുൻകാഴ്ചയുണ്ട്. ഭാവി അറിയാൻ ചുറ്റുവട്ടത്തുള്ള പലരും വരുന്നു.

പരീക്ഷയിൽ ജയിക്കുമോ, രോഗം മാറുമോ, വേളി നടക്കുമോ.

കൃത്യമായി പറയും, ഒരു താമസവുമില്ല.

ഒരു നങ്കൂരമില്ലാക്കപ്പലിന്റെ ഭാവമാണ് എപ്പോഴും മുഖത്ത്.

ഭൂതകാലം എന്നൊന്ന് ഇപ്പോൾ വലിയമ്മയ്ക്ക് ഇല്ല. ജനിച്ചിട്ടില്ല. വളർന്നിട്ടില്ല. വയസ്സറിയിച്ചിട്ടില്ല. കല്യാണം കഴിച്ചിട്ടില്ല. കുട്ടികളുണ്ടായില്ല. കുട്ടികൾ മരിച്ചില്ല. ഭർത്താവു മരിച്ചില്ല.

അലകൾ ഉണ്ടായിട്ടേയില്ലാത്ത കടലായി ഒരാൾ.

കൊച്ചുകുട്ടികൾ തമാശയ്ക്കുവേണ്ടി ചോദിക്കുന്നു: ‘‘മുശ്ശി, മുശ്ശി, മുശ്ശീടെ പേരെന്താ?’’

വലിയമ്മ വെറുതെ ചിരിച്ചു കൈ മലർത്തുന്നു.

മുത്തശ്ശിക്കഥകൾ അറിവില്ലാത്ത ഒരു മുത്തശ്ശി. രാജാവുമുണ്ടായിരുന്നില്ല, രാജ്ഞിയുമുണ്ടായിരുന്നില്ല, രാജകുമാരന്മാരും കുമാരിമാരും ഉണ്ടായിരുന്നില്ല.

നാളേയിലേക്കു കാണാവുന്ന തലയുയരവുമായി ഇന്നിൽ പൊങ്ങിക്കിടക്കുന്ന സമയപ്പക്ഷി.

പറക്കാൻ വയ്യ.

മുങ്ങാങ്കുഴിയിടാൻ വയ്യ.

പക്ഷേ, അല്ലലില്ല, കാറ്റും കോളും ഇല്ല, തോൽവിയും ജയവുമില്ല. ചാരുപടിയിൽ തെക്കോട്ടുനോക്കി വലിയമ്മ ഇപ്പോഴും അതേ ഇരിപ്പാണ്. തൊടിയും വേലിയും പുല്ലാനിപ്പൊന്തകളും കശുമാവിൻ കാടും കടന്നു കുന്നിൻചെരിവിലെ കരിമ്പാറക്കെട്ടുകളും തുളച്ച് കാണാമിടങ്ങളിലേക്കു നോട്ടം നീളുന്നു.

സ്ഥിരമായ ഒരു ചെറുചിരി മുഖത്ത്.

ഒരു മരണമില്ലാച്ചിരി.

■

മരിക്കാത്ത ഒരാൾ

ഇനിയിപ്പോൾ നമുക്ക് പൊട്ടൻതിരുമേനിയുടെ കഥ പറയാം.

അദ്ദേഹം മരിച്ചുപോയി.

ജീവിച്ചിരിക്കെ അദ്ദേഹം പല പേരുകളിൽ അറിയപ്പെട്ടു. ജാതിയിൽ ഓതിക്കനായതുകൊണ്ട് ഓയ്ക്കൻതിരുമേനി എന്നാണ് തുടക്കം. തലയ്ക്കു നല്ല സുഖമില്ലാത്ത ഒരാൾ എന്ന അർത്ഥത്തിൽ നൊസ്സൻ തിരുമേനി എന്നായി, പിന്നെ. അതേ അർത്ഥത്തിൽ പൊട്ടൻ തിരുമേനി എന്നും ആളുകൾ വിളിച്ചു. ചെറിയ ഭ്രാന്തല്ല, അസ്സൽ ഭ്രാന്തുതന്നെയാണ് തിരുമേനിക്ക് എന്നു നല്ല തീർച്ച തോന്നിയവർ ഭ്രാന്തന്നമ്പൂരി എന്നും വിളിച്ചുപോന്നു.

എന്തു വിളിച്ചാലും തിരുമേനിക്ക് ഒരുപോലെ ആയിരുന്നു. ചൊടിക്കില്ല. കടിക്കില്ല. മുഖത്തെ വിഡ്ഢിച്ചിരിക്ക് തരിമ്പും മാറ്റം വരില്ല.

''പൊട്ടൻതിരുമേനി എങ്ങട്ടാ?''

സന്തോഷം: ''ഇദാ ഇവടെവരെ.''

കുടവയറില്ല. കഷണ്ടിയില്ല. സൂചിപോലെ ദേഹം. കുഴിയിലാണ്ട വലിയ കണ്ണുകൾ. ആ കണ്ണുകൾക്കു ചുറ്റുമായി, വലിയ കായലിന്റെ ഓരങ്ങളിൽ എപ്പോഴും അലസം അടിക്കുന്ന ഓളംപോലെ ഒരു നനുത്ത ചിരി. അതാതിടത്തെ ക്ഷൗരക്കാരുടെ കലാബോധമനുസരിച്ച് വെട്ടിയൊതുക്കിയ നരച്ച മുടി. അഥവാ, വെട്ടിയൊതുക്കാൻ വൈകിയ മുടി. ക്ഷൗരം തരമായെങ്കിൽ വൃത്തിയായ ഒട്ടിയ കവിളുകൾ, അല്ലെങ്കിൽ നരച്ച താടി. നല്ല ഉയരം. വളയാത്ത നടപ്പ്. വൃത്തിയുള്ള ചെറിയ പല്ലുകൾ. അരയിൽ ഒരു ഈരിഴത്തോർത്ത്. കുടയില്ല. ചെരിപ്പില്ല. താക്കോൽക്കൂട്ടവും മടിശ്ശീലയുമില്ല. ഉടുതുണിക്കു മറുതുണിയില്ല. തോലുകൊണ്ട് പൊതിഞ്ഞ വെറുമൊരു എല്ലിൻകൂട്. മാറിലും പുറത്ത് കൈപ്പലകകളിലും നരച്ചു ചുരുണ്ട ഏതാനും മുടിയിഴകൾ. ഇത്തരം രോമങ്ങൾ കാതിൻതട്ടകളിലും ചുരുണ്ടു

നിൽക്കും. കൂർത്തു നീണ്ടുനിൽക്കുന്ന മൂക്ക്. നനുത്ത ചുണ്ടുകൾ. കൂർത്ത താടിയെല്ല്. ദേഹംപോലെതന്നെ നീണ്ട മുഖം. ഇറങ്ങിയോടുന്ന പാമ്പിൻകുട്ടികൾ പോലെ കൈകാൽ വിരലുകൾ.

കാവ്യംമുതൽ വേദാന്തംവരെ എല്ലാം തോന്നും. എന്തെങ്കിലും പഠിച്ചിട്ടുണ്ടെന്ന് ആളെ കണ്ടാൽ തോന്നുകയുമില്ല. തിരുമേനിക്ക് എത്ര ഭാഷ അറിയാമെന്ന കണക്കെടുക്കാൻ ആരും മുതിർന്നില്ല. ഏത് ഭാഷയിൽ അങ്ങോട്ട് സംസാരിച്ചാലും ആ ഭാഷയിൽത്തന്നെ മറുപടി കിട്ടുമെന്ന് അനുഭവമുള്ളവർ പറയുന്നു.

തിരുമേനിയുടെ ജീവിതകഥ മുഴുവൻ പറയാൻ എങ്ങും സ്ഥലമില്ല. മാത്രമല്ല, അത് പറയാൻ തിരുമേനിക്കേ കഴിയുമായിരുന്നുള്ളൂ. ആ കഥയുടെ ഒരു തുണ്ടും അദ്ദേഹം ഒരിക്കലും ആരോടും പറഞ്ഞിട്ടുമില്ല.

അപ്പോൾ, അദ്ദേഹത്തെപ്പറ്റി മറ്റുള്ളവർക്കുണ്ടായ അനുഭവങ്ങളുടെ ഏതാനും കഥകളേ ഇവിടെ രേഖപ്പെടുത്താനുള്ളൂ.

ഒറ്റപ്പുത്രനായാണ് ജനിച്ചത്. പതിവുള്ള വിദ്യാഭ്യാസം കഴിഞ്ഞ് കേരളത്തിനു പുറത്തുള്ള വിദ്യാപീഠങ്ങളിലൊക്കെ സഞ്ചരിച്ചു പഠിച്ചു തിരികെ എത്തി. ഏറെ താമസിയാതെ അച്ഛനും അമ്മയും മരിച്ചു പോയി.

പിന്നെ ഇല്ലത്തു സ്ഥിരതാമസമുണ്ടായിട്ടില്ല. ഇങ്ങനെ നടക്കും. എത്തിയേടത്ത് അന്തിയുറക്കം. കിട്ടിയതു ഭക്ഷണം.

എന്തുകൊണ്ടോ എന്നറിയില്ല, ഞങ്ങളുടെ നാട്ടിൽ കഴിയാനായിരുന്നു തിരുമേനിക്കു കൂടുതൽ പ്രിയം. പുഴയിൽ അലഞ്ഞു നടക്കും. ശൗചം എത്രയായാലും മതിയാവില്ല. അസമയത്ത് ഒരാളെ നടുപ്പുഴയിൽ കണ്ടാൽ ആരാണതെന്നു ചോദിക്കേണ്ടതില്ല. ഓയ്ക്കനായിരിക്കും. മുത്തശ്ശിമാർ പറയും: ''ആ ഓയ്ക്കൻ ഒരു ജലപിശാചു പിടിച്ച ആളാണ്!''

വെള്ളമാണ് ഓയ്ക്കനു ജീവൻ.

കുട്ടികളായ ഞങ്ങളെ കുരങ്ങു കളിപ്പിക്കുന്നത് അദ്ദേഹത്തിനൊരു പ്രിയപ്പെട്ട വിനോദമായിരുന്നു.

ഞങ്ങളോട് ഒരിക്കൽ ചോദിച്ചു: ''ഞാനൊരു സാധനം തന്നാൽ സൂക്ഷിച്ചുവെച്ച് നാളെ തിരികെത്തരാൻ ആർക്കു കഴിയും?''

അതിനെന്ത് പ്രയാസം എന്ന് ഞങ്ങളെല്ലാവരും കൈ നീട്ടി.

നീർച്ചാലിൽനിന്ന് ഒരു കുടന്ന വെള്ളം കോരി ഓയ്ക്കൻ നീട്ടി, ''എന്നാൽ, ഇദാ.''

ആരും വാങ്ങിയില്ല.

''വയ്യ, അല്ലേ?'' ഓയ്ക്കൻ ചിരിച്ചു.

പിന്നീടൊരിക്കൽ ചോദിച്ചു: ''എല്ലാരും കണക്കൊക്കെ പഠിച്ച് മിടുക്കന്മാരായ്യോ?''

ഉവ്വെന്ന് ഞങ്ങൾ.

''ആട്ടെ, ഇതൊന്ന് എണ്ണിത്തരാമോ?'' ഓയ്ക്കൻ കൈ നീട്ടി.

''എന്താണ്?'' ഞങ്ങൾ മടിച്ചു.

''നിസ്സാരം.'' ഓയ്ക്കൻ ചിരിച്ചു: ''ഒരു പിടി മണല്.''

ഞങ്ങളെ ഇങ്ങനെ തോൽപ്പിക്കുന്നതിൽ ഞങ്ങൾക്കു പരാതിയില്ലായിരുന്നു. എന്തുകൊണ്ടെന്നാൽ ഓയ്ക്കൻ ഞങ്ങളുടെ കൂടെ കളിക്കാറുണ്ട്. പൂത്താങ്കീരി മുതൽ മുങ്ങാങ്കുളിവരെ ഏത് കളിക്കും തയ്യാർ. മാത്രമല്ല, ഞങ്ങൾക്കു ചില അഭ്യാസങ്ങൾ കാണിച്ചുതരികയും അതിൽ കുറച്ചെങ്കിലും തക്കസമയത്ത് പഠിപ്പിച്ചുതരാമെന്നു വാക്കു തരികയും ചെയ്യാറുമുണ്ട്. മരപ്പലകപോലെ വെള്ളത്തിൽ പൊങ്ങിക്കിടക്കുന്ന വിദ്യ. ശ്വാസം തീരെ കഴിക്കാതെ എത്ര നേരം വേണമെങ്കിലും വെള്ളത്തിൽ മുങ്ങിക്കിടക്കുകയെന്ന വിദ്യ. ഞങ്ങൾ വാരി കൈയിൽപ്പിടിച്ച വെള്ളാരങ്കല്ലും മഞ്ചാടിയും എത്രയെണ്ണമെന്ന് എണ്ണിനോക്കാതെ പറയുന്ന വിദ്യ. പെരുവിരലുകളിൽ മാത്രമൂന്നി അനങ്ങാതെ നിൽക്കുന്ന വിദ്യ.

ഏതു കളിയിലും എത്ര തവണയും തോൽക്കാൻ ഓയ്ക്കനു മടിയില്ല; ഒരിക്കലും കള്ളപ്പെറുക്കു പറയുകയില്ല.

ഏതു വീട്ടിൽ കയറിച്ചെന്നാലും ഓയ്ക്കനെ എല്ലാവർക്കും ഇഷ്ടമാണ്. ജാതിയോ മതമോ ഒന്നും ഓയ്ക്കൻ നോക്കാറില്ല.

ഒരു ഉച്ചയ്ക്ക് മീൻകാരൻ ആലിയുടെ വീട്ടിൽ കയറിച്ചെന്ന കഥയാണ് പ്രസിദ്ധം.

പുഴക്കരയിലാണ് ആലിയുടെ കുടിൽ. ആലി രാവിലെ തലയിൽ കൂടയുമായി കടപ്പുറത്ത് മീൻ വാങ്ങാൻ പോവും. പിന്നെ മീൻ വിൽക്കാൻ നടക്കും. വൈകുന്നേരമേ വരൂ.

ഉച്ചവരെ പുഴയിൽ നടന്ന് ഓയ്ക്കൻ കുടിലിൽ കയറിച്ചെന്നപ്പോൾ ബീടരും കൊച്ചുകുട്ടികളും മാത്രമേ അവിടെ ഉള്ളൂ.

ബീടര് കതകു മറഞ്ഞുനിന്ന് ചോദിച്ചു, ''എന്ത്യേ പോന്നൂ?''

''എനിക്ക് വെശക്ക്ണു,'' ഓയ്ക്കൻ പാഞ്ഞു: ''ഇവടെ വല്ലതും ഉണ്ടെങ്കിൽ...''

''ചോറ്ണ്ട്,'' നബീസുമ്മ മടിച്ചു: ''പക്ഷേങ്കില്...''

''എന്തേ?''

"മീനാണ് കറി."

"ആവട്ടെ."

"എറച്ചീം മീനും."

"വേറെ ആർക്കും കൊട്ക്ക്ല്യാന്നാണോ?"

"അതല്ല."

"കുട്ടികൾക്ക് തെകയ്ല്യാന്നാണോ?"

"അതും അല്ല."

"എന്നാൽ അല്പം ഞാൻ കഴിക്കാം."

"പടച്ചോനേ, നമ്പൂര്യച്ചമ്മാര് മീങ്കറി കൂട്ടാവ്വോ!"

"കൂട്ടാം."

"അതും ഇന്നലെ ബെച്ചതാ."

"അപ്പൊ, ചൂടാറാൻ കാക്കണ്ട."

"ചങ്കില് മുള്ളിരിക്കൂലേ."

"എന്ത് മീനാണ്?"

"മത്തി."

"അതിന്റെ മുള്ള് ബലല്യാത്തതാ."

"അതെങ്ങനെ അറിവായി?"

"അനുഭവംകൊണ്ടല്ലേ അറിയൂ?"

തിരുമേനി സുഖമായി ഉണ്ടു.

ഇത് നാട്ടിൽ വലിയ മാമാങ്കമായി. പ്രത്യേകിച്ചും, ഉയർന്ന ജാതി ഹിന്ദുക്കൾക്കിടയിൽ. കച്ചവടക്കാരൻ വെങ്കിട്ടയ്യരും ഇല്ലത്തെ തിരുമേനിയും അധികാരി മേനോനും മറ്റു വലിയവരും പൊട്ടൻനമ്പൂതിരിയെ വിളിച്ച് വിസ്തരിക്കാൻ തീരുമാനിച്ചു.

അമ്പലത്തിന്റെ ഊട്ടുപുരയുടെ മുറ്റത്ത് യോഗം ചേർന്നു വിചാരണ നടന്നു. കൂട്ടംകൂടി നിന്ന പ്രധാനികളുടെ മുന്നിലേക്ക് ഒരു മടിയും കൂടാതെ ഓയ്ക്കൻ കടന്നുചെന്നു, "ഹാവൂ, എന്തൊരു ഭാഗ്യം. എല്ലാരേം ഒരുമിച്ച് കാണാറായി... എന്താ കാര്യം?"

"തിരുമേനീ" അധികാരി വെള്ളി കെട്ടിയ ഊന്നുവടിയുടെ വളഞ്ഞ പിടിയിന്മേൽ കൈപ്പത്തികൾ ഒന്നിനു മുകളിൽ ഒന്ന് കയറ്റി വെച്ചു:

"തിരുമേനി ആലീടെ ചോറുണ്ടോ?"

ഓയ്ക്കൻ പുരികം ചുളിച്ചു: "ആലീടെ ചോറോ?"

"അതെ."

"അങ്ങനെ ഒരു ചോറുണ്ടോ? നവരച്ചോറ്, പൊടിയരിച്ചോറ് എന്നൊക്കെ അല്ലാണ്ടെ ആലിച്ചോറ്...?"

"അതല്ല. ആലീടെ വീട്ടിലെ ചോറ്?"

"ഉവ്വുവ്വ്."

"മത്സ്യക്കൂട്ടാനും?"

"ഒന്നാന്തരം മത്തി."

അമ്പലത്തിലെ ഊരാളൻകൂടിയായ തിരുമേനി പറഞ്ഞുവത്രെ, "ആയ്യായീ, കീഴ്ക്കട പതിവ്ണ്ടോ, കൊന്ന് തിന്നൽ? മ്ലേച്ഛം. എന്തേ ഇങ്ങനെ തോന്നാൻ?"

"കൊല്ലാതെ തിന്നാൻ പറ്റ്വോ?" ഓയ്ക്കൻ ചിരിച്ചു: "നല്ല ക്ഷ! ആയിരം ബീജനാശം വേണ്ടേ അരവയറ് നെറയാൻ ചോറിന്? പകരം ഒരു മീനാണെങ്കിലോ? ഒരു ജീവനാശം മതി. വെറുതെ കൊല്ലരുത്, തിന്നാനേ കൊല്ലാവൂ എന്നേ ഞാൻ ധരിച്ചിട്ടുള്ളൂ. നല്ല ഒന്നാന്തരം അഹിംസാവാദികളാണ് ച്ചാൽ ഏറ്റവും വല്യേ ജീവിയെ കൊന്ന് പല നേരം ഭക്ഷിക്കണം; അപ്പൊ ഒരു ജീവൻകൊണ്ട് ആയിരം വയറിനു സമൂഹസദ്യ. അതാണ് ക്ഷേമം. തർക്കണ്ടോ? എന്നെക്കൊണ്ട് ശ്ലോകം ചൊല്ലിക്കണം എന്നാണെങ്കിൽ അതും ആവാം."

കച്ചവടക്കാരൻ സ്വാമി കിണഞ്ഞുകൂടി: "എന്നാലും ഈ വകയ്ക്ക് ദുർഗ്ഗന്ധൂം മലബന്ധൂം ഒക്കെ ഇല്യേ?"

"ഒക്കെ ഒരു തോന്നലാ. അത്രേള്ളൂ."

ഏതായാലും പരമ്പരാഗതമായ തൊഴിലിന് ഓയ്ക്കൻതിരുമേനിയെ ആരും വിളിക്കാതായി. മത്സ്യവും മറ്റും കഴിക്കുന്നു എന്നല്ല കാരണം പറഞ്ഞത്; തലയ്ക്കു വെളിവില്ല, മന്ത്രം തെറ്റും എന്നാണ്.

പക്ഷേ, ചികിത്സയുടെയോ ജാതകം നോക്കുന്നതിന്റെയോ കാര്യത്തിൽ പൊട്ടൻതിരുമേനിയുടെ ബുദ്ധിയെക്കുറിച്ച് ഉയർന്ന ജാതിക്കാർക്കുപോലും ഒരിക്കലും സംശയമുണ്ടായില്ല.

തീരെ ഗതികെട്ടാലേ തിരുമേനിയെ വിളിക്കൂ എന്നു മാത്രം. കാരണം, ചിലപ്പോൾ മുഖത്തു നോക്കി അപ്രിയം പറഞ്ഞുകളയും. പ്രതിഫലമൊന്നും ഒരിക്കലും വാങ്ങുകയില്ല.

ചികിത്സിക്കാൻ വിളിക്കാൻ ആളുകൾക്കു പേടിയായിരുന്നു.

രോഗിയെ അടിമുടിയൊന്നു നോക്കി: "ഇയാൾക്കിനി എന്തിനാ ചികിത്സ?" എന്ന് പറയാൻ ഒരു മടിയും അദ്ദേഹത്തിനില്ലായിരുന്നു. ചിലപ്പോൾ ഒരു മരുന്നും വിധിക്കാതെ പൊയ്ക്കളയും.

ചിലപ്പോൾ പറയുന്ന മരുന്നുകൾ കിട്ടാനും ഉണ്ടാക്കാനും കഴിക്കാനും വിഷമമുള്ളതുമാവും. വെളുത്ത ചിതല്, കരിമ്പടപ്പുഴു

എന്നു തുടങ്ങി ആറു മാസം പ്രായമില്ലാത്ത ആൺകുട്ടിയുടെ മുടി വരെ മരുന്നായി വിധിച്ച അവസരങ്ങളുണ്ട്.

''അയ്യോ, തിരുമേനി,'' എന്നാണ് രോഗിയുടെ വീട്ടുകാരുടെ മറുപടിയെങ്കിൽ ''വേണെങ്കില് മതി'' എന്നാവും തിരുമേനിയുടെ നിലപാട്.

'തലക്കുറി' നോക്കാൻ ഏല്പിച്ചാലും ഇതുതന്നെയാണവസ്ഥ. മുഖത്തടിച്ച് കാര്യം പറയും. ജാതകം കുറിച്ചുകൊടുക്കുന്ന ഏർപ്പാടില്ല. ജനനസമയം പറഞ്ഞാൽ മൊത്തത്തിലൊരു ഫലം പറയും; അതും നല്ല നേരമാണെങ്കിൽ. അല്ലെങ്കിൽ, ഒന്നും പറയാനില്ല വിശേഷിച്ച് എന്ന് വിരലുകൊണ്ടു മുദ്ര കാണിച്ചു കടന്നുകളയും.

മൂപ്പിൽനായരുടെ വീട്ടിൽ ആറ്റുനോറ്റ് ഒരു അനന്തരവൻ ഉണ്ടായപ്പോൾ തിരുമേനിയെ തേടിപ്പിടിച്ച് ജനനസമയം അറിയിച്ച കഥ പ്രസിദ്ധമാണ്.

ഒന്നും പറയാനില്ല എന്ന് തിരുമേനി മുദ്ര കാണിച്ചു.

എന്തെങ്കിലും പറയണമെന്നായി മൂപ്പിൽനായർ.

വേണോ എന്ന് തിരുമേനി വീണ്ടും.

''ജന്മഫലം മോശമാണെങ്കിലും ഒരു ആമ്പൊടിപ്പല്ലേ തിരുമേനീ.'' മൂപ്പിൽനായർ കിണഞ്ഞുകൂടി: ''ഒന്നും ഇല്ലെങ്കിൽ ഒരു പോത്തിന്റെ വാല് പിടിക്കാനെങ്കിലും...''

തിരുമേനി വിഷാദച്ഛായയോടെ ചിരിച്ചു: ''അതിന്, ഒരു പോത്തുണ്ടെങ്കിലല്ലേ പിടിക്കാൻ വാലുണ്ടാവൂ!''

സന്തതിക്കു പതിനാറു തികഞ്ഞപ്പോഴേക്കു മൂപ്പിൽനായരുടെ തറവാട്ടിൽ പോത്തെന്നല്ല തൊഴുത്തുപോലും ഇല്ലാതായി.

കഥകളിൽ പ്രധാനപ്പെട്ട ഒന്ന് തിരുമേനിക്ക് ഒരു 'പിറക്കാത്ത' മകൻ ഉണ്ടായ കഥയാണ്. ഒരു യാത്ര കഴിഞ്ഞ് തിരുമേനി ഞങ്ങളുടെ നാട്ടിലേക്കു വരുന്ന വഴിയിൽ പുഴയിലേക്കിറങ്ങുന്ന കുണ്ടനിടവഴിയിൽ വലിയ ഒരു പടിപ്പുരയ്ക്കൽ എത്തിയപ്പോൾ വീട്ടിനകത്തു നിന്ന് ബഹളം കേട്ടു.

തിരുമേനി കാതോർത്തു.

പത്തുപതിനഞ്ചു നാഴിക രാച്ചെന്ന നേരം.

ഒരു പെണ്ണൊരുത്തി ഉറക്കെ കരയുന്നു.

കാരണവർ അട്ടഹസിക്കുന്നു.

അപ്പുറത്തുമിപ്പുറത്തും കൂടിനിന്ന് ആളുകൾ കുശുകുശുക്കുന്നു.

എങ്ങും കടന്നുചെല്ലാൻ സ്വാതന്ത്ര്യമുള്ള കാറ്റുപോലെ തിരുമേനി പടിപ്പുര കടന്നുചെന്നു.

''എന്താ?''

ആരും മറുപടി പറഞ്ഞില്ല.

കാരണവർ കൈയിലെ ചൂരൽകൊണ്ട് പെണ്ണൊരുത്തിയ അടിക്കുന്നു: ''പറയെടീ, അസത്തേ, ഇല്ലെങ്കിൽ നിന്നെ ഞാൻ കൊല്ലും.''

''നിൽക്കട്ടെ, നിൽക്കട്ടെ.'' തിരുമേനി കൈയുയർത്തി: ''ഞാൻ പറയാം. പോരെ, എന്താ പറയേണ്ടത്?''

''പൊട്ടന്തിരുമേനി പൊക്കോളൂ,'' കാരണവർ വടിയും മൂക്കുമുയർത്തി: ''ഇത് ഈ തറവാടിന്റെ മാനം പോണ കാര്യാണ്, നാഥനില്ലാത്ത ഗർഭം. ഈ അസത്ത്...''

''ഞാനായ്യാൽ മതിയോ?''

കാരണവർ ഞെട്ടിത്തിരിഞ്ഞു: ''എന്തായ്യാൽ മതിയോ എന്നാ?''

''നാഥനേയ്, നാഥൻ.''

''മതി.''

''എന്നാൽ ഞാനാ.''

എല്ലാരും കേട്ടു.

അടി നിന്നു.

തിരുമേനി പുഞ്ചിരിയോടെ ഇറങ്ങിപ്പോരികയും ചെയ്തു. ആ സ്ത്രീ പ്രസവിച്ചപ്പോൾ തിരുമേനി ചെന്ന് കുട്ടിയെ കണ്ടു.

''മോശം വരില്യാ, ട്ട്വോ.'' എന്ന് അനുഗ്രഹിച്ചു.

ആളുകൾ തിരുമേനിയെ കളിയാക്കി: ''പൊട്ടന്തിരുമേനിക്ക് ഒരു കുട്ടീണ്ടായീന്ന് കേട്ടൂലോ?''

''ശര്യാ.'' തിരുമേനി ചിരിച്ചു.

ചില മുത്തശ്ശിമാരും മറ്റു ചിലരും കിണഞ്ഞുനോക്കി: ''അല്ലാ, അതിന്റെ സത്യാവസ്ഥ?''

തിരുമേനിയുടെ ചിരി വിടർന്നു: ''ആദ്യം അവസ്ഥ. പിന്നെ സത്യം. രണ്ടുംകൂടി ചേരുന്നത് അപൂർവ്വം. അത്ര പോരെ?''

ഇനി പുതിയ കഥകൾ പറയാം.

ആദ്യമേ, ഇല്ലം വിറ്റ കഥതന്നെ ആവട്ടെ.

ഇല്ലത്തേക്കു പോകാറുമില്ല, ഒന്നും അന്വേഷിക്കാറുമില്ല.

അങ്ങനെയിരിക്കേ ഞങ്ങളുടെ നാട്ടിലെ പോസ്റ്റാപ്പീസിൽ തിരുമേനിയുടെ പേരിൽ രജിസ്റ്റർ ചെയ്ത ഒരു നോട്ടീസ് വന്നു, ഭൂനികുതി അടച്ചു തീർത്തില്ലെങ്കിൽ ഇല്ലം ലേലംചെയ്തു വിൽക്കുമെന്ന്.

നോട്ടീസ് തിരുമേനിക്കു വളരെ ഇഷ്ടമായി. തിരുമേനി പറഞ്ഞു: ''നന്നായി, ആ പ്രാരബ്ധം നോക്കാൻ ഇനി ഞാൻ ചെല്ലണ്ടല്ലോ.''

അങ്ങനെയല്ല, പുരാതനമായ ഇല്ലമാണ്, അന്യജാതിക്കാർ വാങ്ങിക്കൂടാ എന്നായി ചില നാട്ടുകാർ. ഒരു പോംവഴി കണ്ടെത്തിയതും നാട്ടുകാരാണ്; ആരെങ്കിലും ഒരാൾ ഇല്ലപ്പറമ്പ് വാങ്ങുക, നികുതി ഉടനെ തീർത്തടയ്ക്കുക.

അയ്യായിരം ഉറുപ്പിക വില നിശ്ചയിച്ചു. അഞ്ഞൂറുറുപ്പിക മുൻകൂർ. കരാർപ്പത്രമെഴുതിയതിൽ ഒപ്പുവെച്ചുകൊടുത്തു, തിരുമേനി. കിട്ടിയ ഉറുപ്പിക ഗുരുവായൂരമ്പലത്തിൽ കൊണ്ടുപോയി, 'അനാഥർക്ക് അന്നദാനം' എന്ന പെട്ടിയിൽ ഇടുകയും ചെയ്തു.

രണ്ടു ദിവസം കഴിഞ്ഞ് നാട്ടുകാരൻ തന്നെയായ വേറൊരാൾ തിരുമേനിയെ ചെന്നു കണ്ടു: ''എന്താ ഈ കാണിച്ചത്? ഏ?''

''എന്തേ?''

''എന്ത് വിലയ്ക്കാ ഇല്ലം വിറ്റത്?''

''വിൽക്കാം എന്ന് പറഞ്ഞേ ഉള്ളൂ. വിറ്റില്യ. എന്തേ?''

''എന്തു വില നിശ്ചയിച്ചു?''

''അയ്യായിരം ഉറുപ്പിക.''

''ശ്ശൊ, അവരെല്ലാംകൂടി തിരുമേനിയെ പറ്റിച്ചതാണ്.''

''ഹേയ്, അല്ല, ഒരു കഷ്ടകാലം വന്നപ്പൊ സഹായിച്ചതല്ലേ?''

''അല്ല.''

''എന്താ തെളിവ്?''

''ആ സ്ഥലത്തിന് പതിനായിരം ഉറുപ്പിക ഏത് കണ്ണുപൊട്ടനും തരും.''

''തീർച്ച?''

''മാടപ്പള്ളിക്കാവിലെ ഭഗവതിയാണ് സത്യം.''

''ആട്ടെ, കണ്ണുപൊട്ടനല്ലാത്ത താൻ തര്വോ, പതിനായിരം?''

''തരാം.''

''എന്നാൽ ഇല്ലം തനിക്കു തരാം.''

അന്നുതന്നെ തിരുമേനി ഭൂമി പതിനായിരത്തിന് രജിസ്റ്റർ ചെയ്തു കൊടുത്തു.

വിവരമറിഞ്ഞ് അയ്യായിരക്കാർ ഓടിയെത്തി.

തിരുമേനി അഞ്ഞൂറുറുപ്പിക അവർക്കു നീട്ടി: ''ബാക്കി അഗതികൾക്ക് അന്നദാനം.''

''ഇത് ന്യായമായില്ല, തിരുമേനി.''

''എന്നെ പറ്റിക്കാൻ സമ്മതിക്കാത്തതോ?''

''വാക്ക് വാക്കാവണ്ടെ?''

''ഞാൻ ഇപ്പൊ ഈ പറേണതൊന്നും വാക്കല്ലാന്നാണോ?''

''വിശ്വസിച്ചാൽ ചതിക്കരുത്.''

''അതാണ് ഞാനും പറേണതേയ്.''

''ഞങ്ങൾ വിടില്ല.''

''ച്ചാലോ?''

''ഞങ്ങൾക്ക് ഈ പണം വേണ്ട.''

''അതുംകൂടി അഗതികൾക്കു കൊടുക്കാം; നന്നായി.''

''ഞങ്ങൾ തിരുമേനിയെ കുഴക്കും.''

''ആവാം.''

''കോടതി കയറ്റും.''

''ശ്ശീ കോണിപ്പടി കേറണോ?''

''ജയിലിൽ കെടക്കുമ്പോ അറിയാം.''

''പലതും അറിയാൻ ബാക്കിയാണ് എന്ന് എനിക്കും തോന്നാറ്ണ്ട്. വേഗം നോക്കാ.''

തോറ്റ് നാണംകെട്ടവർ വാശി കയറി കോടതിയിൽ 'അന്യായം' ഫയലാക്കി: ചതി, വിശ്വാസവഞ്ചന...

ഹാജരാവാൻ തിരുമേനിക്ക് ഉത്തരവ് വന്നു.

ഭൂമി രണ്ടാമതു കൈക്കലാക്കിയവർക്കു പരിഭ്രമമായി. കിട്ടിയ ഭൂമി കൈമോശം വന്നാലോ എന്ന് അവർക്കു ഭയം. പോരെങ്കിൽ വിശ്വാസവഞ്ചനക്കേസ്സിൽ അവരെയും പ്രതികളാക്കി കക്ഷി ചേർത്തിട്ടുണ്ട്. നല്ലവനും പാവവുമായ പൊട്ടന്തിരുമേനിയെ രക്ഷിക്കുക എന്ന് ചുമരെഴുത്തൊന്നും ഉണ്ടായില്ല. എങ്കിലും ആ മുദ്രാവാക്യം നാട്ടിൽ പ്രചരിച്ചു. ശുദ്ധാത്മാവായ ഒരാളെ ഇങ്ങനെ പീഡിപ്പിക്കുന്നതു കണ്ടുനിൽക്കാനാവുമോ? ഭൂമി വിറ്റുകിട്ടിയ പതിനായിരവും അനാഥർക്ക് അന്നദാനത്തിനു നൽകിയിരിക്കയല്ലേ? നികുതി തുടങ്ങിയ പൊല്ലാപ്പുകൾ തലയിൽനിന്നൊഴിവാക്കാനാണ് ഭൂമി വിറ്റത്. എന്നിട്ടിപ്പോൾ ഒരു ക്രിമിനൽക്കേസ്സാണ് തലയിൽ. ഇത് അനീതിയാണ്. തിരുമേനിയെ സഹായിക്കണം.

സഹായിക്കാൻ എന്തുണ്ട് വഴി എന്നായി നാട്ടുകാരുടെ ചിന്ത. കോടതിക്കാര്യമായതുകൊണ്ട് വക്കീലിനെ ഏർപ്പെടുത്തി വാദിക്കുക എന്നല്ലാതെ എന്തു ചെയ്യാൻ!

ഹർജിക്കാരെക്കൊണ്ട് ഹർജി പിൻവലിപ്പിക്കാൻ നടത്തിയ ശ്രമം പരാജയപ്പെട്ടപ്പോൾ വേറെ ഒരു വഴിയുമില്ലെന്നു തീർച്ചയായി.

മനയ്ക്കലെ ജന്മിയായ തിരുമേനിയും കച്ചവടക്കാരൻ സ്വാമിയും അധികാരി മേനോനും കൂടിയാലോചിച്ചു. നല്ല ഒരു ക്രിമിനൽ വക്കീലിനു വക്കാലത്തു കൊടുക്കാൻ നിശ്ചയിച്ചു. കച്ചവടക്കാരൻ സ്വാമിയുടെ ബന്ധുകൂടിയായ അനന്തരാമയ്യർക്കു വക്കാലത്തു കൊടുത്തു.

ഇതെല്ലാം നടക്കുമ്പോഴും പൊട്ടന്തിരുമേനി കുട്ടികളായ ഞങ്ങളുടെ കൂടെ കളിച്ചും ചിരിച്ചും നടക്കുകയായിരുന്നു.

കോടതിയിൽ ഹാജരാകേണ്ട ദിവസം വന്നു. തിരുമേനിയെ രാവിലെത്തന്നെ കൂട്ടിക്കൊണ്ടുപോയി വക്കീലിനെ കാണിച്ചു.

മജിസ്ട്രേറ്റു കോടതിക്കു ചുറ്റും അന്നും നല്ല ജനക്കൂട്ടമുണ്ടായിരുന്നു. ഒറ്റത്തോർത്തുമായി തിരുമേനി തന്റെ ഊഴം കാത്തു നിന്നു.

കേസ് വിളിച്ചപ്പോൾ കൈയുയർത്തിപ്പറഞ്ഞു: ''ഹാജരുണ്ട്.''

കൂട്ടിൽ കയറാൻ കല്പനയായി.

കയറി.

സത്യമേ പറയൂ ഈശ്വരൻ സാക്ഷി എന്ന് പ്രതിജ്ഞയുമെടുത്തു. ഈ നിൽക്കുന്നത് ഈ ഭൂമിയിലെ ഏറ്റവും അപകടകാരിയായ വിശ്വാസവഞ്ചകനാണെന്ന് എതിർഭാഗം വക്കീൽ വാദിച്ചു. അതുകൊണ്ട് കോടതിയുടെ ദയവുണ്ടായി ഭൂമി തന്റെ കക്ഷിക്കു തന്നെ കിട്ടത്തക്ക രീതിയിൽ ഇപ്പോഴത്തെ രജിസ്ട്രേഷൻ ദുർബലപ്പെടുത്തുകയും കുറ്റവാളികളെ മാന്യമായി ശിക്ഷിക്കുകയും വേണം. കോടതിയുടെ അറിവിലേക്കായി വക്കീൽ കാര്യം കൂടുതൽ വിശദീകരിച്ചു. ''അയ്യായിരം ഉറുപ്പികയ്ക്ക് ഭൂമി വിൽക്കാൻ സമ്മതിച്ച് ഈ കക്ഷി കരാറെഴുതുകയും മുൻകൂറായി അഞ്ഞൂറുറുപ്പിക കൈപ്പറ്റുകയും ചെയ്തു. ആ കരാറിലെ മഷിയുണങ്ങും മുമ്പാണ് ഈ കൊടിയ വിശ്വാസവഞ്ചന കാണിച്ചത്.''

എഴുതിക്കൊടുത്ത കരാർപ്പത്രവും രശീതും നീട്ടിക്കാണിച്ച് വക്കീൽ തിരുമേനിയോട് ചോദിച്ചു: ''ഈ കടലാസ്സുകളിൽ ഒപ്പു വെച്ചത് നിങ്ങൾ തന്നെയല്ലേ?''

തിരുമേനി മുഖത്തെ ചിരി മായാതെ ചുള്ളിക്കമ്പുപോലത്തെ കൈയുയർത്തി ഒരു നാടകത്തിൽ പങ്കെടുക്കുന്ന ലാഘവത്തോടെ പറഞ്ഞു:

''എന്റെ വക്കീലിന്റെ അഭിപ്രായമനുസരിച്ചാണെങ്കിൽ ഒപ്പു വെച്ചത് ഞാനല്ല. എന്റെ അഭിപ്രായമനുസരിച്ചാണെങ്കിലോ ഞാൻ തന്നെയാണ് ഒപ്പുവെച്ചത്.''

കോടതിയിൽ കൂട്ടച്ചിരിയുയർന്നു.

ചിരിക്കാതിരുന്നത് തിരുമേനിയുടെ എതിർവക്കീലും മജിസ്ട്രേറ്റും മാത്രം.

എതിർ വക്കീൽ തിരുമേനിയെ കൂടുതൽ ചോദ്യങ്ങൾ കൊണ്ട് മൂടാൻ മുതിർന്നു. പക്ഷേ, മജിസ്ട്രേറ്റ് രണ്ടു ഭാഗത്തുമുള്ള വക്കീൽമാരെ തന്റെ ചേംബറിലേക്കു വിളിപ്പിച്ചു.

അവിടെ നടന്നതെന്തെന്ന് ശിപായി കുഞ്ഞനന്തൻ മുഖേനയാണ് പുറത്തറിഞ്ഞത്. മജിസ്ട്രേറ്റ് നല്ല ഒരു മനുഷ്യനായിരുന്നു. തിരുമേനിയുടെ എതിർ വക്കീലിനോട് അദ്ദേഹം ചോദിച്ചുപോലും: ''ഇത്രയും ശുദ്ധനായ ഒരു മനുഷ്യനെതിരെ ഇങ്ങനെയൊരു കേസ്സുമായി വരാൻ നിങ്ങൾക്കു നാണമില്ലേ?'' തുടർന്ന് ഒരു കർശന നിർദ്ദേശവും: ''നിങ്ങളിരുവരും നിങ്ങളുടെ കക്ഷികളെ വിളിച്ച് കാര്യം രാജിയാക്കൂ. ആ മനുഷ്യൻ പ്രതിക്കൂട്ടിൽ നിൽക്കുന്നതും നോക്കി അവിടെ ഇരിക്കാൻ എനിക്കു വയ്യ.''

വക്കീലുമാർ പുറത്തുവന്ന് കാര്യം പറഞ്ഞുതീർത്തു: അഞ്ഞുറുറുപ്പിക ആദ്യത്തെ കരാറുകാരനു തിരികെ കൊടുക്കണം, കോടതിച്ചെലവും.

പക്ഷേ, തിരുമേനിയുടെ കൈയിൽ പണമുണ്ടോ? അത് ദാനം ചെയ്തില്ലേ?

ഭൂമി വാങ്ങിയ രണ്ടാംപ്രതി പണം നൽകാൻ സമ്മതിച്ചു.

കേസ് രാജിയായി എന്നറിയിച്ചപ്പോൾ മജിസ്ട്രേറ്റ് പുറത്തു വന്നു. പ്രതിക്കൂട്ടിൽ നിൽക്കുന്ന തിരുമേനിയോട് പറഞ്ഞു: ''ഒരു സാധനം രണ്ടു പേർക്ക് വിൽക്കുന്നത് വിശ്വാസവഞ്ചനയാണ്. ഇനി ഇങ്ങനെ ചെയ്യരുത്.''

''ചെയ്യില്ല, ഇനി ഒരു സാധനും വിൽക്കാൻ എന്റെ കൈയിൽ ഇല്യ.''

''ശരി. പൊയ്ക്കോളൂ.''

''അപ്പൊ, ശിക്ഷ?''

''ഇത്തവണ ശിക്ഷയില്ല.''

''കുറ്റം ചെയ്താൽ ശിക്ഷ വേണ്ടേ?''

''അത് ഞാനല്ലേ നിശ്ചയിക്കേണ്ടത്?''

തിരുമേനി കൈ കൂപ്പി: ''ശരി.''

അവിടന്നിറങ്ങിയ തിരുമേനി നേരെ പോയത് കോടതിയോട് ചേർന്നുള്ള സബ്ജയിലിന്റെ വരാന്തയിലേക്കാണ്.

അവിടെ ഇരുന്നു.

കോടതി പിരിഞ്ഞു, ആളുകൾ പോയി.

സന്ധ്യയായപ്പോഴാണ് വരാന്തയിൽ ചുരുണ്ടുകിടക്കുന്ന തിരുമേനിയെ സബ്ജയിലിനു പാറാവു നിൽക്കുന്ന പൊലീസുകാർ കണ്ടത്.

''ആരാ?''

''ഞാനാണ്.''

''എന്നു പറഞ്ഞാൽ?''

''എനിക്കും നല്ല നിശ്ചയം പോരാ.''

''ഇത് ജയിലാണ്, സത്രല്ല, പോയാട്ടെ.''

''ഞാനൊരു പ്രതിയാണേയ്.''

''എന്ത് പ്രതി?''

''വിശ്വാസവഞ്ചനപ്രതി.''

''ശിക്ഷിച്ചോ?''

''ഇല്യാന്നേയ്, വെറുതെ വിട്ടു.''

''എന്നാൽ വീട്ടിൽ പോവൂ.''

''ഞാൻ ഇവടെ കെടക്കാം. നിങ്ങക്കൊരു കൂട്ടായീല്യേ?''

''എനിക്കൊരു കൂട്ടും വേണ്ട. ഇവടെ ആരേം കെടത്താൻ നിയമല്യ.''

''ഞാൻ ആർക്കും ഒരു ദ്രോഹൂം ചെയ്യ്ല്യ.''

''അതൊന്നും പറഞ്ഞ്ട്ട് കാര്യല്യ. ഭ്രാന്ത് പറയാതെ പോവൂ.''

''പോവാൻ ഭാവല്യാച്ചാലോ?''

''ഞാൻ പിടിച്ച് അഴിക്കകത്താക്കും.''

''എന്ന്ട്ടോ?''

''ശിക്ഷിക്കും.''

''എനിക്കും അതാണ് വേണ്ടതേയ്.''

''ഹെ!''

''അതെ, ഞാൻ ഒരു കാര്യം ചെയ്യാം. ഇവടെ കുളിക്കാൻ സൗകര്യമുള്ള വല്ല സ്ഥലവും ഉണ്ടോ? സന്ധ്യാവന്ദനൂം കഴിച്ച് ഞാൻ ഇങ്ങട്ട് വരാം. അത്താഴം പതിവ്ല്യ.''

ഏതോ കിറുക്കനാണെന്നാണ് ആ പൊലീസുകാരൻ വിചാരിച്ചത്. ഏതായാലും ആൾദ്രോഹമില്ലാത്തതുകൊണ്ട് കൂടുതലൊന്നും അയാൾ തടസ്സം പറഞ്ഞില്ല.

തിരുമേനി സബ്ജയിലിന്റെ വരാന്തയിൽ അന്തിയുറങ്ങി.

രാവിലെ അമ്പലക്കുളത്തിൽ കുളിച്ച് വീണ്ടും ജയിൽവരാന്തയിലെത്തിയപ്പോൾ കോടതിയിൽ ഹാജരാക്കപ്പെട്ടു.

മജിസ്ട്രേറ്റ് തിരുമേനിയെക്കണ്ട് വിസ്മയിച്ചു: ‘‘അല്ലാ, തിരുമേനി വീട്ടിൽ പോയില്ലേ?’’

‘‘ഇല്യ.’’

‘‘എന്തേ?’’

പൊലീസുകാരൻ അറിയിച്ചു: ‘‘ജയിലിന്റെ വരാന്തയിൽനിന്ന് എഴുന്നേറ്റു പോകാൻ കൂട്ടാക്കുന്നില്ല. ബുദ്ധിസ്ഥിരത...’’

മജിസ്ട്രേറ്റ് തിരുമേനിയോടാരാഞ്ഞു: ‘‘എന്തേ വീട്ടിൽ പോകാത്തത്?’’

‘‘പോകാൻ വീടില്ല; പക്ഷേ, ഇവിടന്ന് പോകാതിരിക്കാനുള്ള പ്രധാന കാരണം അതല്ല.’’

‘‘എന്താണ്?’’

‘‘പറയാം.’’ തിരുമേനി കൈ കൂപ്പി, ‘‘ജാതകപ്രകാരം ഒരു പതിന്നാലു ദിവസത്തെ ജയിൽവാസയോഗണ്ട്. ഇത്രത്തോളം വന്ന സ്ഥിതിക്ക് അത് ഇപ്പൊത്തന്നെ അങ്ങട്ട് കഴിഞ്ഞോട്ടേന്നു കരുതി. അല്ലെങ്കിൽ ഇനി അതിനുവേണ്ടി രണ്ടാമതും... ബുദ്ധിമുട്ടാവും, എല്ലാവർക്കും.’’

‘‘പക്ഷേ, അത് അനുവദിച്ചുതരാൻ വയ്യല്ലോ, നമ്പൂതിരിപ്പാടേ, ശിക്ഷ വിധിച്ചിട്ടില്ലാത്തവരെ ജയിലിൽ എങ്ങനെ പാർപ്പിക്കാൻ?’’

‘‘ജയിലിന്റെ അകത്തന്നെ വേണന്ന് ഇല്യ. ഞാൻ പൊറത്ത് ആ കോലായിൽ കെടന്നോളാം. ആർക്കും ഒരു ശല്യൂം ഉണ്ടാവ്ല്യ. വിരോധല്യാച്ചാൽ വല്യെ ഒരു ഉപകാരാവും.’’

‘‘ഭക്ഷണം കഴിക്കാനോ തിരുമേനി?’’

‘‘ഉച്ചയ്ക്കൊരു നേരം വല്ലതും വേണം. അതിനു മാർഗ്ഗം കണ്ടു കിട്ടീട്ടും ഉണ്ട്. രാവിലെ അമ്പലത്തിൽ ചെന്നപ്പൊ അറിഞ്ഞു, വാരണ്ട്, വാറണ്ടല്ല, വാരം. എന്നിച്ചാൽ, സൗജന്യമായി ഊണ്. അത് ധാരാളം മതി.’’

എന്തെങ്കിലുമാവട്ടെ എന്ന് ഒരു അനൗദ്യോഗിക ആംഗ്യത്തോടെ മജിസ്ട്രേറ്റ് അന്നത്തെ മറ്റ് കാര്യങ്ങളിലേക്കു കടന്നു.

തിരുമേനി ബാക്കി പതിമ്മൂന്നു ദിവസവും സബ്ജയിലിന്റെ വരാന്തയിൽത്തന്നെ കിടന്നു. ജയിലിൽ കഴിയുന്നവർക്കും പൊലീസുകാർക്കും അദ്ദേഹം കഥകൾ പലതും പറഞ്ഞുകൊടുത്തു.

നാട്ടിൽ തിരിച്ചെത്തിയ തിരുമേനിയോട് പലരും ചോദിച്ചു: ''ജയിൽവാസം എങ്ങനെ ഇരുന്നു?''

തിരുമേനി പറഞ്ഞു: ''പരമസുഖം. ആകെ ഒരു ശല്യം കൊതു കാണ്. അതും അസ്സൽ വിരുതൻ കൊതു. അവന്റെ മൂളലാണ് കടി യേക്കാൾ ഉപ്രദവം.''

ഇതിലേറെ അവിചാരിതമായ സാഹചര്യങ്ങളിലാണ് തിരുമേനിക്ക് ഒരു ആനയെ കിട്ടിയത്. ഒന്നാന്തരം ഒരു കൊമ്പനാന. വെറുതെ കിട്ടി. ചത്താലും ജീവിച്ചാലും പന്തീരായിരം വിലയുള്ള ആന.

തൃശ്ശൂർപൂരത്തിന് എഴുന്നള്ളിക്കാൻ വടക്കുനിന്നു വരുന്ന ആന കളെല്ലാം ഞങ്ങളുടെ നാട്ടിലൂടെയാണ് കടന്നുപോവുക. എല്ലാ കൊല്ലവും പതിവാണ്. പുഴയിൽ കുളിപ്പിച്ച് കരയിൽ കയറ്റിക്കെട്ടും; പിറ്റേന്നു യാത്ര തുടരും.

ആനകളെ കാണാൻ കുട്ടികളുടെയും മുതിർന്നവരുടെയും കൂടെ തിരുമേനിയുമുണ്ടാവും.

എല്ലാ ആനക്കാരോടും തിരുമേനി ചോദിക്കും: ''ഈ ആനയെ എനിക്കു തര്വോ?''

തരില്ല എന്ന് ആനക്കാർ ചിരികൊണ്ടോ മുഖഭാവംകൊണ്ടോ ചിലപ്പോൾ വാക്കുകൊണ്ടുതന്നെയോ വ്യക്തമാക്കും.

ഈ വിഡ്ഢിച്ചോദ്യം കേട്ട ചില നാട്ടുകാർ, ചിരിച്ചുകൊണ്ടാ ണെന്നാലും തിരുമേനിയോട് അന്വേഷിക്കാതിരുന്നില്ല: ''ഇതെ ന്തൊരു ചോദ്യം തിരുമേനീ! ആനയെ ആരെങ്കിലും വെറുതെ തര്വോ?''

''തര്ല്യാന്ന് എന്താ തീർച്ച?''

''തീർച്ചയാണ്.''

''ആയ്ക്കോട്ടെ, തരണ്ട. എനിക്കെന്താ നഷ്ടം. എന്റെ വായേലെ നാവ് ഒന്ന് വളയ്ണു, പിന്നെ ഒന്ന് നിവര്ണു, ഒരു ശബ്ദം പുറത്തു വര്ണു. എനിക്ക് ഇതിൽ വേറെ ഒരു ചെലവും ഇല്യ, ഉണ്ടോ?''

''ഇല്യ.''

''അഥവാ, ഒരു ആനക്കാരന് ആനയെ നോക്കി മടുത്ത നേര ത്താണ് എന്റെ ചോദ്യം എങ്കിലോ?''

''മടുത്ത നേരത്തോ?''

''അതെ, മടുത്ത നേരത്ത്. എന്താ സംശയം? ആനകളെ പരിപാലി ക്കല് എളുപ്പാന്ന് നിരീച്ചോ?''

''അല്ല, അത് എളുപ്പൊന്നും അല്ല.''

“അതാണ് കാര്യം... ഞാൻ ഒരു വെറും ചോദ്യം ചോദിക്ക്ണു. കിട്ട്യാലായി. കിട്ട്യാൽ ഒരു ചെറ്യേ കാര്യാണോ? അല്ല. കിട്ടീല്യെങ്കിൽ വേണ്ട, ഒന്നും നഷ്ടല്യ. അതാണ് ഇതിന്റെ സൂത്രം.”

“എന്ന്ട്ടെന്തേ ഇതുവരെ കിട്ടാത്തത്?”

“കിട്ടും എന്ന് ഞാൻ ഉറപ്പു പറഞ്ഞ്വോ?”

“പിന്നെന്തിനാ ചോദിക്കണത്?”

“കിട്ട്ല്യാന്ന് തീർച്ചയില്യാത്തതോണ്ടന്നെ.”

“എന്നാണ് തീർച്ചയാവ്വ്?”

“തീർച്ചയാവ്ല്യല്ലോ, മരിക്ക്വോളം. അതോണ്ടല്ലേ ഷോഡതിക്ക് ആളുകള് ടിക്കറ്റ് വാങ്ങണതും വല്യെവല്യെ മരങ്ങളുടെ വിത്ത് നടണതും കുട്ടികളെ കഷ്ടപ്പെട്ട് വളർത്തണതും പണം സമ്പാദിക്കണതും...”

നിഷ്ഫലമായ ഈ ചോദ്യത്തിന്റെ ആവർത്തനം എത്രയോ വർഷങ്ങൾ തുടരവെ, ഒരിക്കൽ ആ മഹാത്ഭുതം സംഭവിച്ചു. ഒരു ആനക്കാരൻ പറഞ്ഞു: “തിരുമേനി, അമ്പലനടയിലെ എലഞ്ഞിമരത്തിൽ തളച്ച ആനയെ തിരുമേനിക്കു തരാം.”

“കൊമ്പനാണോ?”

“അതെ. കൊലകൊമ്പൻ.”

“എത്ര വയസ്സായി?”

“മുപ്പത്തിയഞ്ചു കഴിഞ്ഞു.”

“ലക്ഷണങ്ങളോ?”

“എല്ലാം ഒത്ത ഒരു ആനയാണ്.”

“എനിക്ക് തന്നു?”

“തന്നു.”

“ഉടമസ്ഥനാരാ?”

“ഞാന്തന്നെ.”

പതിവുപോലുള്ള ഒരു യാത്ര കഴിഞ്ഞ് വരുന്ന തിരുമേനിയുമായി വഴിയിൽവെച്ചായിരുന്നു ആനക്കാരന്റെ ഈ സംസാരം. മുന്നിൽ രണ്ട് ആന; കൂടെ അവയുടെ പാപ്പാന്മാർ. ഏറ്റവും പിന്നിൽ ആനയില്ലാത്ത പാപ്പാൻ. ആ പാപ്പാനാണ് മറ്റു പാപ്പാന്മാർ കേൾക്കെ ഈ ആനദാനം നടത്തിയത്.

രണ്ട് പാപ്പാന്മാരുണ്ടായിരുന്ന ആനയാണെന്നോ മദമിളകി ഒരു പാപ്പാനെ കുത്തിക്കൊന്നതിൽപ്പിന്നെ തളയ്ക്കപ്പെട്ടതാണെന്നോ തിരുമേനി അപ്പോൾ അറിഞ്ഞില്ല. തളച്ചിട്ട് ഒരു മാസമായെങ്കിലും

ഇപ്പോഴും പിണങ്ങിയാണ് നില്പ്. ആരെയും അടുത്തേക്ക് അടുപ്പിക്കുന്നില്ല. മൺചാലിലൂടെയാണ് കുടിവെള്ളം ഒഴുക്കിക്കൊടുക്കുന്നത്. പട്ടയും മുരുക്കിൻതണ്ടും നീട്ടിയെറിഞ്ഞെത്തിച്ചുകൊടുക്കുകയാണ്. മദപ്പാടു മാറുന്ന ഒരു ലക്ഷണവുമില്ല. വടക്കു ദിക്കിൽ നിന്ന് വന്ന ഉടമസ്ഥൻ ഏറെ ചെലവും കഷ്ടപ്പാടും കഴിച്ചുകൂട്ടി ആശ നശിച്ച് തിരിച്ചുപോയി. ആനയെ അഴിച്ചുകൊണ്ടു പൊയ്ക്കൊള്ളണമെന്ന് നാട്ടുകാർ അയാൾക്ക് അന്ത്യശാസനം നൽകിയിരുന്നു. അമ്പലനടയാണ്; സ്ത്രീകളും കുട്ടികളും എപ്പോഴും പെരുമാറുന്ന വഴിയോരത്താണ്; ചങ്ങല എപ്പോഴാണ് പൊട്ടിക്കുന്നതെന്ന് പറയാൻ വയ്യ; ചങ്ങല ചളിയിൽ പൂഴ്ന്നുകിടന്ന് തുരുമ്പെടുത്തു തുടങ്ങിയിട്ടുണ്ട്. കൂച്ചുവിലങ്ങിട്ടേടം കാലുകൾ പൊട്ടി പഴുത്ത് പുഴു അരിക്കുന്നു. ദുർഗ്ഗന്ധം അസഹനീയം.

വെടിവെച്ചു കൊല്ലാമെന്നുവെച്ചാൽ അതിനും നിവൃത്തിയില്ല. അമ്പലനടയിലിട്ട് ഒരു കൊമ്പനാനയെ എങ്ങനെ വെടിവെച്ചു കൊല്ലും? എന്നാൽ അഴിച്ചുവിടാമോ? അതും വയ്യ. അഴിച്ചുവിട്ടാൽ എന്തെല്ലാം പുക്കാരത്തുണ്ടായിക്കൂടാ.

ഈ അവസ്ഥയിലായിരുന്നു, ചാരായക്കടയിൽനിന്ന് വരുംവഴി പാപ്പാൻ ആനയെ നിരുപാധികം തിരുമേനിക്കു വാക്കാൽ കൈമാറിയത്. സത്യം പറഞ്ഞാൽ, അയാൾക്കതിന് അധികാരവുമുണ്ടായിരുന്നു. എന്തു ചെയ്താലും തരക്കേടില്ല. എന്നു പറഞ്ഞാണ് ഉടമസ്ഥൻ പോയത്.

''എന്താ പേര്?''

''കേശവൻ.''

''ഞാൻ ആനേടെ പേരാ ചോദിച്ചത്.''

''അതാ ഞാൻ പറഞ്ഞതും.''

''അപ്പൊ, കേശവനാന ഇപ്പൊ എന്റെ, അല്ലേ?''

''അതെ. പക്ഷേ, സൂക്ഷിച്ചു വേണം അടുത്തു ചെല്ലാൻ.''

''അതെന്താടോ, അങ്ങനെ?''

''ചെന്നു നോക്കിയാലറിയാം.''

''ആനയല്ല, കുഴിയാനയാണ് എന്ന് വര്വോ?''

''വരില്ല, തിരുമേനീ, ഇത് ആനതന്നെ.''

''നന്നായി, എത്ര കാലമായി ഞാൻ ആഗ്രഹിക്ക്ണു.''

''ഇത്ര വലിയ ആനയാണെങ്കിൽ എനിക്കു വേണ്ടാ എന്നു പറയരുത്,ട്ട്വോ, തിരുമനസ്സേ.''

''ഹേയ്, പറയ്ല്യ.''

ഞങ്ങളുടെ നാട്ടിലെ ദേവസ്വവും ബ്രഹ്മസ്വവും ഭരിക്കുന്ന ജന്മി യായ മറ്റൊരു തിരുമേനിയുടെ ഇല്ലത്തേക്കാണ് പൊട്ടന്തിരുമേനി നേരെ ചെന്നത്.

സന്ധ്യ മയങ്ങിയ നേരം.

"ആരാ, ഓയ്ക്കനോ."

"നല്ല നിശ്ചയല്യ. അങ്ങനെയൊക്കെ ആളുകൾ പറേണു!"

"എന്നാൽ, ഞാമ്പറയാം, ഒട്ടും സംശയിക്കണ്ട. ഈ നിക്കണത് ഓയ്ക്കന്തന്നെ. ആട്ടെ, എവിടെ ആയിരുന്നു, ഇത്ര നാളും?"

"ഇങ്ങനെ പോയി അങ്ങനെ പോന്നു."

"പോയിട്ട് നാലഞ്ചായീലോ മാസം."

"ഉവ്വ്."

"വിസ്തരിച്ചൊരു തേച്ചുകുളി ആവാം, എന്താ?"

"ഒട്ടും മുഷിയില്യ."

"സോപ്പും എണ്ണേം ശീലേം ഒക്കെ ദാ അവടെ... അറിയാലോ."

"വാകയാണ് പതിവ്."

"അത് കഴിഞ്ഞൂന്നാ തോന്നണ്. സോപ്പ്..."

ഓ, മതി. വിരോധല്യ.... കണ്ണ് കാണ്ല്യാന്നൊരു വെഷമം... ഇരുട്ടത്തേയ്, തീരെ കാണ്ല്യ."

"ഒരു വെളക്ക് എടുത്തോളണ്ടു... ഒരു പുത്യേ ഞെക്കുവെളക്ക് കിട്ടീട്ട്ണ്ട്. അത് തരാം. ആവശ്യാമ്പൊ ഒന്ന് ഞെക്ക്യാമ്മതി, വെളിച്ചം കഷ്ട്യാവ്ല്യ, ഒട്ടും."

"അതെന്താ, ഒരു പുത്യേ സൂത്രം?"

"ബഹുരസം."

"എന്നാൽ അതാവാം."

ടോർച്ചു വാങ്ങി പൊട്ടന്തിരുമേനി ചോദിച്ചു: "ഇതെങ്ങന്യാ കത്തിക്കാ?"

"ഞെക്ക്യാൽ കത്തും. ഞെക്കിപ്പിടിച്ച് മേപ്പട്ട് നീക്ക്യാൽ കൈയെ ടുത്താലും കെട്ല്യ. പിന്നെ കെട്ത്താൻ ഞെക്കിത്തന്നെ കീഴോട്ട് നീക്കണം."

"ഹൗ, പഠിക്കാൻ ശ്ശി ണ്ടലോ?"

"പക്ഷേ, സൗകര്യം കൂടും."

പൊട്ടന്തിരുമേനി ടോർച്ച് തിരിച്ചും മറിച്ചും നോക്കി: "കാണാനും നല്ല ചന്തം. നല്ല മിനുപ്പും."

എണ്ണക്കിണ്ണവും സോപ്പും ശീലയും ടോർച്ചുമായി പൊട്ടന്തിരുമേനി പുഴയിലെ കടവിലിറങ്ങി. ടോർച്ച് കത്തിച്ച് മുകളിലെ പടവിൽ വെള്ളത്തിലേക്കു തിരിച്ചുവെച്ചു. ദേഹത്ത് എണ്ണ തേച്ചു. വെള്ളത്തിലിറങ്ങി. എണ്ണയിളക്കാൻ സോപ്പു പതപ്പിച്ചു. മേൽത്തേപ്പ് പകുതിയായപ്പോഴേക്ക്, സമയം കുറെ ഏറെ ആയി, ടോർച്ച് മങ്ങിത്തുടങ്ങി, വെളിച്ചം കഷ്ടിയായി.

ഉള്ള വെളിച്ചംകൂടി ഇല്ലാതാകുംമുൻപ് ടോർച്ചുമായി പൊട്ടന്തിരുമേനി സോപ്പു തേച്ച ദേഹത്തോടെ ഇല്ലത്തെത്തി ഗൃഹസ്ഥനെ വിളിച്ചു,

‘‘വേഗം ഇത്രടം ഒന്ന് വരണേയ്.’’

‘‘എന്താ?’’

‘‘എല്ലാം പഠിച്ചിട്ടും ഇതിന്റെ തിരി എങ്ങനെ നീട്ടും എന്ന് പഠിച്ച്ല്യ. ഇത്ത്തിരി ഒന്ന് നീട്ടണലോ.’’

‘‘അത് നീട്ടാമ്പറ്റ്ല്യ.’’

‘‘എന്നാൽ മണ്ണണ്ണവെളക്കാണ് ഭേദം.’’

‘‘കട്ട മാറ്റ്യാമ്മതി.’’

‘‘എന്താച്ചാൽ മാറ്റ്. മുങ്ങിക്കേറണലോ... പിന്നെ, എനിക്കൊരു ആനേക്കിട്ടീട്ട്ണ്ട്; അതിനെ ഒന്ന് കാണേം വേണം.’’

‘‘ആനേക്കിട്ടീന്നോ. അതെങ്ങനെ?’’

‘‘നിങ്ങളൊക്കെ എന്നെ കള്യാക്കാറ്ല്യെ? ഇപ്പൊ കണ്ടോ?’’

‘‘എവടെ ആന?’’

‘‘അമ്പലനടേൽ, എലഞ്ഞിമരത്തില്...?’’

‘‘അതാണോ കേമായി. അത് മദപ്പാട്ലാ, സൂക്ഷിച്ചോളോണ്ടൂ.’’

പൊട്ടന്തിരുമേനി ചിരിച്ചു; ‘‘സാരല്യ. ദാനം കിട്ട്യേ പശൂന്റെ പല്ല് നോക്കാണ്ടോ, ദാനം കിട്ട്യേ ആനടെ മദം നോക്കാണ്ടോ.’’

‘‘അതുവ്വേയ്. ജീവനിൽ കൊതിയുണ്ടെങ്കിൽ...’’

ജന്മി ഇല്ലത്തെ ഇലമുറിക്കാര്യസ്ഥനെ പൊട്ടന്തിരുമേനിയുടെ കൂടെ അയച്ചു. കാര്യസ്ഥനോട് രഹസ്യമായിപ്പറഞ്ഞു: ‘‘നാണ്വോ, ഓയ്ക്കൻ ആ ആനേടെ നന്ന അടുത്ത് ചെല്ലാണ്ടെ നോക്കണം.’’

കുളി കഴിഞ്ഞ് പൊട്ടന്തിരുമേനി ആനയെ കാണാൻ ചെന്നു. ഇരുട്ടിൽ ആനയുടെ കണ്ണ് കണ്ടപ്പോഴേ നാണുനായർ കൈക്കോണകം നനച്ചു:

‘‘നമ്മക്ക് ഇവടെ ദൂരെ നിന്നാമ്മതി. അടുക്കണ്ട.’’

‘‘നീയിവടെ നിന്നോ. ഞാനൊന്ന് നോക്കാം.’’

‘‘വേണ്ട.’’

‘‘അത് നീയല്ലല്ലോ നിശ്ചയിക്കാൻ.’’

‘‘പോരുമ്പൊ അടിയനോട് പറഞ്ഞിട്ട്ണ്ട്...?’’

‘‘ആരാ, ബ്രഹ്മാവോ?’’

‘‘അല്ല, വല്യെ തിരുമേനി.’’

‘‘എന്ത്?’’

‘‘സൂക്ഷിക്കണം എന്ന്.’’

‘‘അത് വേണം.’’

‘‘സൂക്ഷിച്ചോളല്ലൊണ്ടു.’’

‘‘ഓ...’’

ടോർച്ചടിച്ച് തിരുമേനി ആനയെ പരിശോധിച്ചു.

കാലിലെ വ്രണം കണ്ടു; ‘‘കഷ്ടന്തന്നെ.’’

കാര്യസ്ഥൻ പൂർണ്ണമായും യോജിച്ചു, ‘‘സംശയല്യ.’’

‘‘ആട്ടെ,’’ പൊട്ടന്തിരുമേനി പിൻതിരിഞ്ഞു: ‘‘നേരം പുലരട്ടെ.’’

‘‘എന്നിട്ടോ?’’ കാര്യസ്ഥൻ ചോദിച്ചു.

‘‘വഴിയുണ്ടാക്കാം.’’

‘‘ഒരു പാപ്പാന്റെ ജീവൻ ഒടുക്കിയവനാണ് കക്ഷി.’’

‘‘എന്നുവെച്ച് ഇതിന്റെ ജീവൻ കളയണോ?’’

‘‘എന്താ ചെയ്യാ! ഓരോ യോഗം.’’

പിറ്റേന്ന് കുളിയും പ്രാതലും കഴിഞ്ഞ് പൊട്ടന്തിരുമേനി കാര്യസ്ഥനോട് ഒരു കൊട്ടത്തേങ്ങയുടെ മുഴുക്കഴമ്പ് വാങ്ങി അത് നടു മുറിച്ച് തൊടിയിലിറങ്ങി. തൊടിയിൽനിന്നും പിന്നെ പുഴയോരത്തുനിന്നും പച്ചമരുന്നുകൾ പറിച്ച് കൊട്ടത്തേങ്ങയിൽ വെച്ച് വാഴനാരുകൊണ്ട് കൂട്ടിക്കെട്ടി ആനയ്ക്ക് ഇട്ടുകൊടുത്തു.

ആന അത് തിന്നു.

ഉച്ചയായപ്പോഴേക്ക് അങ്ങനെ ഏഴ് കൊട്ടത്തേങ്ങ ആന തിന്നു.

ഉച്ചതിരിഞ്ഞ് പൊട്ടന്തിരുമേനി പൂച്ചയുറക്കത്തിൽനിന്ന് ഉണർന്നത് ‘ആന ചെരിഞ്ഞു!’ എന്ന് കാര്യസ്ഥൻ ആശ്ചര്യത്തോടെ പറയുന്നതുകേട്ടാണ്. പൊട്ടന്തിരുമേനി പറഞ്ഞു: ‘‘ഒറങ്ങ്വ്വും. താനൊരു കാര്യം ചെയ്യ്വാ. നാലെടങ്ങഴി നവരച്ചോറ് വെയ്ക്കാ.’’

ഉറങ്ങുന്ന ആനയുടെ കാലിലെ കൂച്ചുവിലങ്ങ് ഒരു ഭയവും കൂടാതെ പൊട്ടന്തിരുമേനി അഴിച്ച് മുൻകാലുകളിലേക്കു മാറ്റിയിടുന്നത് വലിയ ഒരു ആൾക്കൂട്ടം അത്യത്ഭുതത്തോടെ ശ്വാസമടക്കി

പ്പിടിച്ച് കണ്ടു നിന്നു. പുഴു നുഴയുന്ന വ്രണങ്ങളിൽ തിരുമേനി നവരച്ചോറ് വെച്ചു പൊതിഞ്ഞു.

നവരച്ചോറിലൂടെ നുഴഞ്ഞുനീന്തി വിരൽനീളമുള്ള പുഴുക്കൾ പുറത്തുവന്നു.

കിടന്ന കിടപ്പിൽനിന്ന് ആന അനങ്ങിയില്ല.

അത്ഭുതവാർത്തയറിഞ്ഞ് ആനക്കാരൻ ഓടിയെത്തിയപ്പോഴേക്കും തിരുമേനി നവരച്ചോറു മാറ്റി മുറിവുകൾ മരുന്നുവെച്ച് കെട്ടിയിരുന്നു.

ആന അപ്പോഴും നല്ല ഉറക്കം.

ആനക്കാരനോട് പൊട്ടന്തിരുമേനി ചോദിച്ചു: ‘‘എന്തേ വന്നത്?’’

‘‘അല്ലാ, ഇത്...?’’

‘‘എന്റെ ആന. താൻ ഇവടെ നിക്കണ്ട. തന്റെ മണം കേട്ടാൽ ആന ചൊടിക്കും. ഈ നാട്ടിലൊന്നും നിക്കരുത്!’’

ആനക്കാരൻ ചടഞ്ഞുകൂടി; ‘‘ശീലം നന്നായിക്കിട്ട്യാൽ... ഞാൻ...’’

‘‘ആരടെ ശീലം? തന്റെ ശീലം ഈ ജന്മം നന്നാവ്വോ?’’

ആന മുരണ്ടു.

ആനക്കാരൻ പിന്നെ ഒരു നിമിഷം അവിടെ നിന്നില്ല.

തുടർന്നുള്ള നാല് ദിവസങ്ങളിലും ആനയെ മരുന്ന് കൊടുത്ത് ഉറക്കിക്കിടത്തിത്തന്നെ വേണ്ടിവന്നു തിരുമേനിക്ക് മുറിവ് കഴുകിക്കെട്ടാൻ. പിന്നെ, അഞ്ചാമത്തെ ദിവസം തിരുമേനി ഒരു പടല പഴവുമായി ആനയുടെ മുമ്പിൽ ചെന്ന് പറഞ്ഞു: ‘‘ഇന്നാ പിന്നെ, ഒരു കാര്യം, എന്നെ കുത്തിക്കൊന്നാൽ നീയിവിടെക്കെടന്ന് പുഴുത്ത് ചാവും.’’

ആന പഴം തുമ്പിക്കൈ നീട്ടി ചുരുട്ടിയെടുത്ത് തിന്നു. തിരുമേനി ആനയുടെ മുറിവുകൾ കെട്ടി. ആളുകൾ അപ്പോഴും പറഞ്ഞു: ‘‘ആ തിരുമേനിക്ക് അല്ലെങ്കിലും പ്രാന്താ.’’

എലഞ്ഞിമരത്തിന്റെ ചുവട്ടിൽനിന്ന് ആനയെ കയറും ചങ്ങലയും ഇല്ലാതെ ഇല്ലത്തെ മുറ്റത്തേക്കു വിളിച്ചുകൊണ്ടുപോന്നപ്പോഴും ആളുകൾ പറഞ്ഞു: ‘‘പ്രാന്തന്നെ, എപ്പളാ അത്ന്റെ മട്ട് മാറാ് എന്ന് ആര് കണ്ടു?’’

പക്ഷേ, കുട്ടികൾ തിരുമേനിയുടെ സഹായത്തിനെത്തി. ആദ്യം മടിച്ചു മടിച്ച്, പിന്നെ ധൈര്യമായിത്തന്നെയെന്നല്ല, ഉത്സാഹത്തോടെയും. ആനയെ പുഴയിൽ കൊണ്ടുപോയി നീർച്ചാലിൽ കിടത്തി ചകിരിയുപയോഗിച്ച് കുളിപ്പിക്കാൻ കുട്ടികൾ പടയായി സഹായിച്ചു.

ജന്മിയായ തിരുമേനി ആനയ്ക്ക് ഒരു പറ അരിയുടെ ചോറു വിധിച്ചു.

ബന്ധപ്പെട്ട എല്ലാരോടും പൊട്ടന്തിരുമേനി പറഞ്ഞു: ''അവനെ തളയ്ക്കരുത്. അത്രയേ വേണ്ടൂ. യാതൊരു ഉപദ്രവവും അവൻ ചെയ്യ്ല്യ.''

മാസങ്ങളോളം ആന നാട്ടിൽ ഇഷ്ടപ്പടി മേഞ്ഞുനടന്നു. വിള നശിപ്പിക്കുകയോ ആരെയെങ്കിലും ഉപ്രദവിക്കുകയോ ചെയ്തില്ല.

ആയിടയ്ക്ക് പൊട്ടന്തിരുമേനി വീണ്ടുമൊരു യാത്ര പോയി. തിരുമേനി പോയതിൽപ്പിന്നെ രണ്ടു ദിവസം ആന പട്ടിണി കിടന്നുവെങ്കിലും വീണ്ടും തിന്നുതുടങ്ങി. കൂടുതൽ കുഴപ്പമൊന്നും ഉണ്ടായില്ല. പോകുമ്പോൾ തിരുമേനി ആനയോട് പറഞ്ഞിരുന്നു: ''ഞാൻ ഒന്ന് പോയി വരാം, ട്ട്വോ. താൻ ഇനീം ദുഷ്പേര് വാങ്ങിവയ്ക്കരുതേയ്. പറഞ്ഞ്ല്യാന്ന് വരണ്ട.''

ആന നാട്ടിനൊരു അലങ്കാരമായി. പക്ഷേ, ചില ആനക്കാര്യങ്ങൾ ക്രമേണ പൊങ്ങിവന്നു. എഴുന്നള്ളിക്കാനോ മരം പിടിക്കാനോ ഒന്നും കൊണ്ടുപോകാതെ ഒരു കൊമ്പനാനയെ എത്രകാലം ഇങ്ങനെ പോറ്റാം? ഇതിനെന്തർത്ഥം? പാപ്പാൻ ഇല്ലാതെ ഒരു ആന നടന്നാൽ എപ്പോഴാണ് മട്ട് മാറി ഉപദ്രവമുണ്ടാവുക എന്ന് എങ്ങനെ അറിയാം?

ആനയുടെ സുഖജീവിതത്തിനു മുന്നിൽ ഇത്തരം ചോദ്യചിഹ്നങ്ങൾ നിവർന്നു. ആനയാണെങ്കിൽ ഇതൊന്നും അറിഞ്ഞതുമില്ല. രാവിലെ പുഴയിലിറങ്ങി കുളിച്ച് മണൽ വാരി ദേഹം മുഴുക്കെ പൂശി ആന ഇല്ലത്ത് ചോറിനു കാവൽ നിൽക്കും. ചോറുണ്ടാൽ നാട്ടിൽ അലഞ്ഞു നടക്കും, രാത്രി ഇല്ലപ്പറമ്പിലെവിടെയെങ്കിലും ഉറക്കം.

ആനയെ ഇങ്ങനെ വിട്ടുകൂടാ എന്ന ആശയത്തിന്റെ ഉറവിടം അതിന്റെ പഴയ ഉടമസ്ഥന്റെ ആളുകളാണ് എന്ന് പിൽക്കാലത്താണറിവായത്. ഉടമസ്ഥൻ വന്ന് ആനയെ കൊണ്ടുപോകാൻ ഒരു ശ്രമം നടത്തുകയും ചെയ്തു. പക്ഷേ, ഉടമസ്ഥനെയും അയാൾ കൊണ്ടു വന്ന പാപ്പാനെയും ആന വിരട്ടിയോടിച്ചു. പാപ്പാനെ മാത്രമാണ് ഓടിച്ചതെങ്കിലും ഉടമസ്ഥനു നാണക്കേടായി.

ഇല്ലത്തു വന്ന ഉടമസ്ഥൻ ആനയെ പേരെടുത്തു വിളിച്ചു. ആന ചെവി വട്ടം പിടിച്ചു. അയാൾ ആനയ്ക്കു കൊണ്ടുവന്നിരുന്ന പഴക്കുല ആന വാങ്ങി തിന്നു. പക്ഷേ, കൂടെയുണ്ടായിരുന്ന പാപ്പാൻ ആനയുടെ അരികിലേക്കു ചെന്നപ്പോൾ ആന തട്ടിമാറ്റി; കോലും തോട്ടിയും പ്രയോഗിക്കാൻ മുതിർന്നപ്പോഴാണ് ഓടിച്ചത്.

അപകടമൊന്നും ഉണ്ടായില്ല എങ്കിലും കാര്യം പന്തിയല്ല എന്നു തീർച്ചയായി. ഇല്ലത്തെ തിരുമേനി ഉടമസ്ഥനോട് പറഞ്ഞു: ''ഓയ്ക്കൻ വരട്ടെ. വഴിയുണ്ടാവും.''

മാസങ്ങൾ കഴിഞ്ഞാണ് ഓയ്ക്കൻ വന്നത്. ഇല്ലത്തെ തിരുമേനി വിഷയം അവതരിപ്പിച്ചു. നാട്ടുകാരും പറഞ്ഞു: ''ആനക്കാര്യത്തിൽ ഒരു തീരുമാനം വേണം.''

പൊട്ടന്തിരുമേനി ചിരിച്ചു: ''വഴിയുണ്ടാക്കാം.''

ആനയുടെ ഉടമസ്ഥൻ വീണ്ടും വന്നു. പൊട്ടന്തിരുമേനിയെ കണ്ടു. ആനയെ മെരുക്കിയിണക്കിക്കൊടുക്കണം എന്ന ആവശ്യം ഉന്നയിച്ചു.

''അത് വയ്യ,'' തിരുമേനി പറഞ്ഞു: ''ആനയെ എനിക്കു തന്നതാണ്. ഞാനവന് സ്വാതന്ത്ര്യം കൊടുത്തു.''

ആനയെ തന്റെ നാട്ടിൽ എത്തിച്ചുകൊടുത്താൽ മതി എന്നായി ഉടമസ്ഥൻ.

''എന്ന്ട്ടോ?''

''അവടെ തളയ്ക്കാം.''

''ച്ചാൽ ചങ്ങലയ്ക്കിടാം, അല്ലേ?''

''അതെ.''

''എന്ന്ട്ടോ?''

''ഇപ്പൊ കാട്ടാനയെപ്പോലെ ആയില്ലേ, അത് മാറിക്കിട്ടണം.''

''മാറീല്യെങ്കിലോ?''

''ഇല്ലെങ്കിൽപ്പിന്നെ എന്തിനാ ഒരു ആന?''

''അതാണ് എന്റെ സംശയം; എന്ത്നാ ഒരു ആന, നമുക്കൊക്കെ?''

''സഹായിക്കണം.''

''ച്ചാൽ, ഞാൻ പാപ്പാനായി ആനയെ ഇനീം വാരിക്കുഴീല് ചാടിച്ചു തരണം, അല്ലേ?''

''എന്ത് പ്രതിഫലവും തരാം.''

''എന്ത് തരും?'' തിരുമേനി ചിരിച്ചു.

''എന്ത് തരണം?''

''സന്തോഷം തരാൻ കഴിയ്യോ?''

''സന്തോഷിക്കാൻ വക തരാം.''

''അതു പോരാ, സന്തോഷം തരണം.''

''അതിനെന്താ മാർഗ്ഗം എന്നുവെച്ചാൽ...''

“വിഡ്ഢിത്തരങ്ങളൊന്നും ആലോചിക്കണ്ട.” തിരുമേനി തീർത്തും പറഞ്ഞു: “ഇതിന് എന്നെ കിട്ട്ല്യ.”

ആനയുടെ പഴയ ഉടമസ്ഥനെ സഹായിക്കാൻ ഇല്ലത്തെ തിരുമേനി ശ്രമിച്ചു: “ട്ട്വോ, ഓയ്ക്കൻ, ഒരു വെറും വളർത്തുമൃഗമായിട്ട് ഇതിനെ ഇവടെ തീറ്റിപ്പോറ്റാൻ വെഷമാണേയ്.”

“അങ്ങനെയാണോ, സന്തോഷാന്നല്ലെ ഞാൻ നിരീച്ചത്.”

“ഒരു കൗതുകം എനിക്കും തോന്നീരുന്നു. പക്ഷേ, എത്ര കാലം...”

“മറ്റുള്ളോരടെ കൈയിലുള്ളതൊക്കെ കിട്ടണം എന്ന് നമുക്ക് മോഹം കലശലാ.” പൊട്ടന്തിരുമേനി ചിരിച്ചു: “കിട്ട്യാലോ, ചുമന്നു നടക്കാൻ പറ്റാതേം ആവും. നമ്മടെയൊക്കെ ഒരു മണ്ടത്തം കേമം തന്നെ.”

പലരും പലവിധം പറഞ്ഞുനോക്കിയിട്ടും പൊട്ടന്തിരുമേനി വഴങ്ങിയില്ല, ആനയെ നയിക്കാൻ. പഴയ ഉടമസ്ഥൻ പണമായും സ്വർണ്ണമായും പല പ്രലോഭനങ്ങളും വെച്ചുനീട്ടിയിട്ട് ഒരു ഫലവുമുണ്ടായില്ല. നല്ല ഒരു സംബന്ധം തരപ്പെടുത്തിത്തരാം എന്നുവരെ പറഞ്ഞുനോക്കി. പൊട്ടന്തിരുമേനി ഉറക്കെയൊരു ചിരി ചിരിച്ചുതള്ളി.

ഇല്ലത്തെ തിരുമേനി, അവസാനം, ഓയ്ക്കന്തിരുമേനിയോട് തീർത്തു പറഞ്ഞു: “ഈ പൊല്ലാപ്പ് ഇനി ഇവടെ ഏതായ്യാലും വേണ്ട. കലവറ കാലിയാവാറായി. മാത്രമല്ല, എന്തെങ്കിലും അത്യാപത്ത് വന്നാൽ ഞാനാവൂലോ ഉത്തരവാദി.”

“കമ്പം തീർന്നു?”

“തീർന്നു.”

പിറ്റേന്ന് കുളിയും പ്രാതലും കഴിഞ്ഞ് തിരുമേനി ആനയുടെ തുമ്പിയും പിടിച്ച് ഇറങ്ങി.

വഴിയിൽ നാട്ടുകാർ ചോദിച്ചു: “എങ്ങട്ടാ?”

“ഇവന്റെ ഇല്ലത്തേക്ക്.”

ഇതു കേട്ടവർക്ക് നേരിയ ഒരു സംശയം തോന്നി: ആനയുടെ പഴയ ഉടമസ്ഥൻ ഒരു നമ്പൂതിരിയല്ല. പിന്നെയെങ്ങനെ ഇല്ലം?

“ഇവന്റെ ഇല്ലം എന്നുവെച്ചാൽ കാട്.” തിരുമേനി വിശദീകരിച്ചു.

നല്ലൊരു കൊമ്പനെ വെറുതെ കാട്ടിൽ കളയാനോ എന്നായി അപ്പോൾ ആളുകളുടെ മട്ട്.

ചങ്ങലയ്ക്കിടാതെ പോറ്റാൻ കഴിവുണ്ടെങ്കിൽ ആർക്കു വേണമെങ്കിലും എടുക്കാം എന്നായി, തിരുമേനി.

ആർക്കും വേണ്ട.

വഴിയിലുടനീളം ഇതേ ചോദ്യങ്ങളും ഉത്തരവുമുണ്ടായെന്നാണ് സഹായിയായി കൂടെച്ചെന്ന പട്ടാളംകുട്ടൻ തിരിച്ചുവന്ന് പറഞ്ഞത്. (ഓ, അത് പറഞ്ഞില്ല, അല്ലേ? പട്ടാളംകുട്ടൻ എന്നാൽ എക്സ്-മിലിറ്ററി കൃഷ്ണൻകുട്ടി. ദേഹണ്ണം, പുരകെട്ട്, ചുറ്റുവിളക്ക്, ഉത്സവം, ശവദാഹം എന്നിവയ്ക്കെല്ലാം വലിയ സഹായി. ഒറ്റത്തടി)

കിഴക്കോട്ടുള്ള പാതയിലൂടെയാണ് ആനയും പൊട്ടന്തിരുമേനിയും കുട്ടനും പോയത്. യാത്രയിൽ ഓരോ ദിവസവും സന്ധ്യയായാൽ തിരുമേനി ഏതെങ്കിലുമൊരു ക്ഷേത്രപരിസരത്ത് താവളം കണ്ടെത്തും. നാട്ടുകാരോട് പറയും: ‘‘ഈ ആനയെ ആർക്കും വെറുതെ തരാം. പക്ഷേ, ചങ്ങലയ്ക്കിടാതെ വളർത്തണം.’’

മോഹമുണ്ട്, പക്ഷേ, കഴിവില്ല എന്ന് എല്ലാവരും കൈ മലർത്തും.

എങ്ങോട്ടാണ് യാത്ര എന്ന ചോദ്യത്തിന് ‘‘ഇവന്റെ ഇല്ലത്തേക്ക്’’ എന്നുതന്നെയായിരുന്നു സ്ഥിരം മറുപടി. കാട്ടിലേക്കാണ് എന്ന് ഈ മറുപടി കേട്ടവർ കരുതിയില്ല. കൂടെയുള്ളത് പാപ്പാനാണ്, തിരുമേനി ഉടമസ്ഥനും എന്നേ മിക്കവരും കരുതിയുള്ളൂ.

രണ്ടു ദിവസം കഴിഞ്ഞപ്പോൾ നടത്തം ഒരു സ്ഥിരം ക്രമത്തിലായി. തിരുമേനി മുന്നിൽ, ആന നടുവിൽ, കുട്ടൻ പിന്നിൽ.

ഏഴാമത്തെ ദിവസം കാട്ടിലെത്തി.

ആവി പറക്കുന്ന ആനപ്പിണ്ടി വഴിയോരത്ത് കാണുംവരെ അവർ കാട്ടിനകത്തേക്ക് നടന്നു എന്നാണ് കുട്ടൻ പറയുന്നത്. എന്നിട്ട് തിരുമേനി ആനയോട് പറഞ്ഞു: ‘‘ഇതാണ് നെന്റെ വീട്, ട്ടൊ. ഇവടെ കഴിഞ്ഞാള൦ാണ്ടു. ഞങ്ങള് പൂവ്വാ.’’

ആനയുടെ വയറ്റത്ത് രണ്ട് തട്ടും തട്ടി തിരുമേനി തിരിഞ്ഞു നടന്നു.

പത്തടി നടന്ന് കുട്ടൻ തിരിഞ്ഞുനോക്കിയപ്പോൾ ആന പിന്നിൽ നടക്കുന്നു.

‘‘കേശവൻ കൂടെ വര്ണു, തിരുമേനി.’’

‘‘കുറച്ചു ദൂരം വരും, പിന്നെ വര്ല്യ.’’

‘‘വന്നാലോ?’’

‘‘തിരിഞ്ഞുനോക്കണ്ട.’’

‘‘ഇല്യ.’’

‘‘നാട്ടില് ഇവനെ പോറ്റാൻ നമുക്ക് കഴിയില്യ, ഉവ്വോ?’’

''കഴീല്യ.''

''കാട്ടില് നമ്മളെ പോറ്റാൻ ഇവന് കഴിയ്യോ?''

''കഴിയില്യ.''

''എന്നാപ്പിന്നെ എന്ത്നാ തിരിഞ്ഞുനോക്ക്ണ്. നമ്മുക്ക് പുവ്വാ.''

കാട്ടിൽ ഏറെ ദൂരം ആന പിൻതുടർന്നു. ചാഞ്ചല്യമില്ലാതെ തിരുമേനി തിരിഞ്ഞുനടക്കുകതന്നെയാണ് എന്ന് കണ്ടപ്പോൾ ആന യുടെ മട്ട് കാണേണ്ടതായിരുന്നുവത്രെ. അത് വഴി മുടക്കി നിന്നു നോക്കി; തുമ്പികൊണ്ട് തപ്പി, തടഞ്ഞുനോക്കി; മുക്രയിട്ടുനോക്കി.

പക്ഷേ, കാടു വിട്ട് ആന തിരികെ ഇറങ്ങിയില്ല.

കാട്ടുപാതയിറങ്ങി കുറെ പോന്നപ്പോൾ വളരെ ഉയരെ ആന പാറ ത്തുണ്ടുപോലെ നിന്ന് നീട്ടി വിളിക്കുന്നതു കേട്ടു.

തിരുമേനി പറഞ്ഞുപോലും: ''കണ്ട്വോ, കുട്ടാ, ജന്തുക്കളുടെ ഒരു കഷ്ടപ്പാട്.''

ആനയുടെ ചിന്നംവിളി കേട്ട് കുട്ടൻ പേടിച്ചുപോയി: ''ഓടിവന്ന് നമ്മളെ കുത്ത്വോ, തിരുമേനി.''

''ഇല്യാ, കുട്ടാ, മിക്ക ജന്തുക്കൾക്കും നമ്മളേക്കാൾ സന്മന സ്സ്ണ്ട്.''

കുട്ടൻ നാട്ടിൽ തിരിച്ചെത്തി കഥകൾ പൊടിപ്പും തൊങ്ങലും വെച്ച് പറഞ്ഞു. ''തിരുമേനിക്ക് ആനയെ കിട്ടിയതുപോലെ'' എന്നൊരു ചൊല്ല് നാട്ടിൽ നിലവിൽ വരികയും ചെയ്തു.

മരുന്നു പറഞ്ഞുകൊടുത്ത് രോഗം മാറിക്കിട്ടിയവർ പലപ്പോഴും പൊട്ടൻതിരുമേനിയുടെ മുന്നിൽ കുഴങ്ങി നിൽക്കുന്നത് ഞാൻ കണ്ടി ട്ടുണ്ട്.

''എന്താ?''

''എന്റെ അസുഖം മാറി.''

''ഉവ്വല്ലേ.''

''ഉവ്വ്.''

''നന്നായി.''

''ഇവിടുത്തേക്ക് എന്തെങ്കിലും ഒന്ന്...''

''എന്ത്, അസുഖമോ? എനിക്കു വേണ്ട.''

''അതല്ല. ഒരു സന്തോഷത്തിന്...''

''എനിക്കോ?''

''അതെ.''

''എനിക്ക് സന്തോഷാണലോ.''

കുറെ പ്രായമായപ്പോൾ ഞങ്ങൾ തിരുമേനിയോട് പറഞ്ഞു: ''ഇനി ഇവിടെയെങ്ങാണ്ട് സ്ഥിരമായിട്ട് കഴിയാ്. വല്ല ചികിൽസേം ഒക്കെ നടത്തി...''

''ഹേയ്, അത് വയ്യ. സ്ഥിരായിട്ടോ...? പിന്നെ, എവടെ എന്തിന് ചികിൽസ...? നേരെ ജീവിക്കാഞ്ഞാൽ ദെണ്ണം വരും. അതിനെന്തിനാ ചികിൽസ? ദെണ്ണം വന്നാൽ മരിക്ക്യാ, അതാണ് നല്ല ചികിൽസ. ഒരാള് മരിച്ചാലും ബാക്കിള്ളോരൊക്കെ ഇല്ലേ?''

എന്നും നടപ്പ്. എന്നും യാത്ര. എങ്ങും ഇരിപ്പില്ല. അങ്ങനെ കഴിഞ്ഞു.

ഒരു കൊല്ലം ഉത്തരായനം തുടങ്ങുന്ന ദിവസം തിരുമേനി അസാധാരണമായി എല്ലാവരോടും പറഞ്ഞുതുടങ്ങി: ''ഞാൻ പൂവ്വായ്യീ, ട്ടോ.''

ചിരിച്ചുകൊണ്ടുതന്നെ.

എന്നും യാത്രയല്ലേ, ഇന്നെന്തു വിശേഷം എന്ന് ഞങ്ങൾ വിചാരിച്ചു.

ഞാൻ ചോദിച്ചു: ''എങ്ങട്ടാ?''

''ഇത്തവണ കാട്ടിലേക്കാടോ.''

''കേശവനെ കാണാനാണോ?''

''കണ്ടാൽ നന്നായി. പക്ഷേ, പോണത് അതിനല്ല.''

''പിന്നെ?''

''മടങ്ങിവരാതിരിക്കാൻ... ഒരു വെഷമേ ഉള്ളൂ, കാട് വല്ലതും ഇനീം ബാക്കി ഉണ്ടോ ആവോ?''

അമ്പലനടയിൽവെച്ചായിരുന്നു, ഈ പറഞ്ഞത്.

കേട്ടുനിന്നവരിലാരോ സ്വരം താഴ്ത്തി പറഞ്ഞു: ''കിറുക്ക് പറയാ്, കിറുക്ക്.''

തിരുമേനി അത് കേട്ടു. തിരുമേനിയുടെ മുഖത്തെ ചിരി വിടർന്നു,

''ഭാഷ മനസ്സിലായില്ല്യാച്ചാൽ പറേണതൊക്കെ കിറുക്കാന്നേ തോന്നൂ. അല്ല, എന്ത് തോന്ന്യാലും കാര്യല്യ.''

''കാര്യാക്കെ ശരി,'' പട്ടാളംകുട്ടൻ പറഞ്ഞു: ''അടയാളം പറഞ്ഞിട്ടു പോണം. മരിച്ചാൽ ഞങ്ങക്കറ്യേണ്ടേ?''

''അതെന്തിനാടോ?''

''അധികാര്യോട് പറയാൻ. ജനനമരണറേഷ് പൂർത്ത്യാവണലോ.''

തിരുമേനി ഉറക്കെയൊരു ചിരി ചിരിച്ചു: ''നീയിപ്പൊ അംശം കോൽക്കാരനായിരിക്ക്ണൂലോ, അല്ലേ. ശരി. ശ്രദ്ധിച്ച് കേട്ടോ. ഞാൻ മരിച്ചാൽ കേശവൻ വന്ന് ഉദകക്രിയ ചെയ്യും.''

കുട്ടൻ ചിരിച്ചു.

ഞങ്ങളും ചിരിച്ചു.

പക്ഷേ, കേൾക്കുമ്പോൾ നുണയാണെന്നേ തോന്നൂ. എന്നാലും അതുതന്നെ സംഭവിച്ചു.

മൂടൽമഞ്ഞ് വിട്ടുമാറാത്ത ഒരു പുലരാൻകാലത്ത് നടുപ്പുഴയിൽ നിന്ന് കേശവന്റെ ചിന്നംവിളി കേട്ടാണ് ഞങ്ങൾ ഉണർന്നത്.

കാടിറങ്ങിവന്ന കൊമ്പൻ പുഴയിൽ കുളിച്ച് മുട്ടിനു വെള്ളത്തിൽനിന്ന് തുമ്പിക്കൈയിൽ വെള്ളം കോരി തർപ്പണം ചെയ്യുന്നു.

തുമ്പിയിൽനിന്ന് ചീറ്റിത്തെറിക്കുന്ന വെള്ളം ഉദയസൂര്യന്റെ രശ്മിയിൽ മഴവില്ലുണ്ടാക്കുന്നു.

ചൂളി വീണ കവിളിലെ കണ്ണീർപോലെ മണൽത്തിട്ടകളിലൂടെ പുളഞ്ഞുനീങ്ങുന്ന നീർച്ചാലിൽ ഈ തർപ്പണത്തിന്റെ അലകൾ തേങ്ങലുകളായി അകന്നലിയുന്നു.

ആനയെ ഓടിക്കാൻ ഞങ്ങൾ പടക്കം പൊട്ടിച്ചു.

ആന ഓാടിയില്ല.

വെടിവെക്കാൻ പൊലീസിനെ വിളിക്കണോ എന്ന് അധികാരി ആലോചിക്കവേ, ഉദകക്രിയ കഴിഞ്ഞ് വളരെ ശാന്തനായി പ്രാഞ്ചി പ്രാഞ്ചി കേശവൻ നടന്നുപോയി. പുഴയിലൂടെ നേരേ കിഴക്കോട്ട്, തിരികെ കാട്ടിലേക്ക്.

തിരുമേനി കാട്ടിൽ കൊണ്ടുപോയി വിട്ട ആനതന്നെ ആയിരുന്നുവോ? അതോ, മലയിലെ ചോലകൾ വറ്റിയതിനാൽ വെള്ളം തേടി കാടിറങ്ങിയ മറ്റേതെങ്കിലും ഒറ്റയാനോ?

ആന കേശവൻതന്നെ എന്നാണ് കുട്ടൻ ആണയിട്ടു പറയുന്നത്.

കാലിൽ പഴയ മുറിപ്പാടുണ്ട് എന്നതാണ് തെളിവ്.

■

ഉണരും വരെ

താനൊരു പേടിസ്വപ്നം കാണുകയല്ല എന്നു കരുതാൻ മാർഗ്ഗമില്ലാതെ അയാൾ കുഴങ്ങി.

മുന്നിൽ നിരന്നുനിൽക്കുന്ന പൊലീസുകാരിൽ നേതൃസ്ഥാനത്തുള്ള ആളുടെ എല്ലാ ചോദ്യങ്ങൾക്കും അയാൾ തനിക്കെതിരായി മറുപടി പറയാൻ നിർബന്ധിതനായി. വളരെ മര്യാദയോടെയാണ് ചോദ്യങ്ങൾ ചോദിക്കുന്നത്. ഭീഷണിയുടെ സ്വരമില്ല; മുഖങ്ങളിൽ മുൻവിധിയില്ല. എങ്കിലും എല്ലാ തെളിവുകളും അസന്ദിഗ്ദ്ധമായി...

''ചോര പുരണ്ട ഈ തൂവാല നിങ്ങളുടേതല്ലേ?''

''അതെ.''

''നിങ്ങൾ ഇന്നലെ വൈകുന്നേരം മഞ്ഞ ജുബ്ബയും പച്ചക്കരയുള്ള മുണ്ടുമല്ലേ ധരിച്ചിരുന്നത്?''

''അതെ.''

''നിങ്ങളുടെ കൈയിൽ നീളൻകാലുള്ള ഒരു കുടയുണ്ടായിരുന്നില്ലേ?''

''ഉണ്ടായിരുന്നു.''

''ആ കുട സംഭവസ്ഥലത്തു വെച്ച് നിങ്ങൾ മറന്നില്ലേ?''

''ഉവ്വ്.''

''ആ കുടയിലും എം.പി. എന്ന അക്ഷരങ്ങൾ വെളുത്ത നൂലിൽ തുന്നിയിട്ടില്ലേ?''

''ഉണ്ട്.''

''മരിച്ച പങ്കജാക്ഷനെ നിങ്ങൾക്കു മുൻപരിചയമില്ലേ?''

''ഉണ്ടായിരുന്നു.''

''അയാൾ നിങ്ങളുടെ സ്നേഹിതനായിരുന്നില്ലേ?''

''ആയിരുന്നു.''

''അയാളും നിങ്ങളും തമ്മിൽ ഒരിക്കൽ വാക്കേറ്റമുണ്ടായി ട്ടില്ലേ?''

''വാക്കേറ്റമെന്നു പറഞ്ഞുകൂടാ.''

''വേണ്ട. അഭിപ്രായവ്യത്യാസം?''

''ഉവ്വ്.''

''നിന്നെയൊക്കെ ചീര അരിയുന്നതുപോലെ അരിയേണ്ട താണെന്ന് അന്നേ നിങ്ങൾ പറഞ്ഞില്ലേ?''

''പറഞ്ഞു. പക്ഷേ, ചിരിച്ചുകൊണ്ടായിരുന്നു.''

''ചോദിക്കുന്നതിന് മറുപടി മാത്രം പറഞ്ഞാൽ മതി.''

''ശരി?''

''മരിച്ച പങ്കജാക്ഷൻ നിങ്ങളുടെ പക്കൽനിന്ന് പണം കടം വാങ്ങിയിരുന്നില്ലേ?''

''വാങ്ങിയിരുന്നു.''

''വാങ്ങിയിട്ട് എത്ര കാലമായി?''

''ഏഴു മാസം.''

''എപ്പോൾ തിരിച്ചുതരാമെന്നാണ് അയാൾ പറഞ്ഞിരുന്നത്?''

''ഒരു മാസത്തിനകം.''

''തിരിച്ചുതന്നുവോ?''

''ഇല്ല.''

''നിങ്ങൾ ചോദിച്ചില്ല?''

''ചോദിച്ചു.''

''ചോദിച്ചിട്ടും തന്നില്ല?''

''ഇല്ല.''

''അതിനെപ്പറ്റി തർക്കമുണ്ടായോ?''

''ഉണ്ടായി.''

''അത് എന്നായിരുന്നു?''

''ഇന്നലെ രാവിലെ.''

എല്ലാ ചോദ്യങ്ങളും ഉത്തരങ്ങളും ഒരാൾ കുറിച്ചെടുത്തുകൊണ്ടി രിക്കുന്നു. ഷെയ്ഡില്ലാത്ത ബൾബിനു ചുറ്റും നിരവധി കൊച്ചു പ്രാണി കൾ പറക്കുന്നു. ചേറുപിടിച്ച ഭിത്തികളിലും തട്ടിലും പല്ലികൾ പാറി പ്പിടിച്ചു കാത്തുനിൽക്കുന്നു.

കുറുക്കന്മാർ നീട്ടിക്കരയുന്നത് അയാൾ വ്യക്തമായി കേട്ടു. താമസിയാതെ കോഴി കൂകുമെന്ന് അയാളുടെ മനസ്സ് പറഞ്ഞു.

നേരം പുലർന്നാലെങ്കിലും ഈ സ്വപ്നം അവസാനിക്കുമെന്ന് അയാൾ അപ്പോൾ മോഹിച്ചു.

''മരിച്ച പങ്കജാക്ഷന്റെ ഭാര്യയെ നിങ്ങൾക്കു പരിചയമുണ്ടോ?''

''ഉണ്ട്.''

''പേരെന്താണ്?''

''മാലതി.''

''അവരും നിങ്ങളും ഒരുമിച്ചല്ലേ സ്കൂളിൽ പഠിച്ചത്?''

''അതെ.''

''അവരെ വിവാഹം കഴിക്കണമെന്ന് നിങ്ങൾ ആഗ്രഹിച്ചിരുന്നുവോ?''

അയാൾ മടിച്ചു.

ചോദ്യകർത്താവ് ക്ഷമയോടെ കാത്തു.

അയാൾ സമ്മതിച്ചു: ''ഇല്ലെന്നു പറഞ്ഞുകൂടാ.''

''മരിച്ച പങ്കജാക്ഷനും നിങ്ങളും ഒരേ സ്ഥാപനത്തിൽ ജോലിയെടുക്കുന്നവരല്ലേ?''

''അതെ.''

''മരിച്ച പങ്കജാക്ഷൻ നിങ്ങളെ മറികടന്ന് പ്രമോഷൻ കിട്ടിയോ?''

''കിട്ടി.''

''അതിൽ നിങ്ങൾക്കു സങ്കടമില്ലേ?''

''ഉണ്ട്. പക്ഷേ, പങ്കജാക്ഷനു കിട്ടിയതിലല്ല, എനിക്കു കൂടി കിട്ടാത്തതിലാണ് സങ്കടം.''

''സങ്കടം, ഏതായാലും ഉണ്ടല്ലോ. ഇല്ലേ?''

''ഉണ്ട്.''

''നിങ്ങൾ ഒരുമിച്ചല്ലേ ഇന്നലെ ഓഫീസിൽനിന്നും ഇറങ്ങിയത്?''

''അതെ.''

''ഒരുമിച്ചല്ലേ കാപ്പി കുടിച്ചത്?''

''അതെ.''

''ബില്ല് നിങ്ങളല്ലേ കൊടുത്തത്?''

''അതെ, ഞാനാണ്.''

''മരിച്ച പങ്കജാക്ഷന് നിങ്ങളേക്കാൾ ശമ്പളമുണ്ടായിരുന്നിട്ടും നിങ്ങളെന്തിന് ആ ബില്ല്ലു കൊടുത്തു?''

''അത് ഞങ്ങൾ മാറിമാറി...''

''മിനിയാന്നും നിങ്ങളല്ലേ ബില്ല്ലു കൊടുത്തത്?''

"ആയിരുന്നു."

"അപ്പോൾ ഇന്നലത്തെ ബില്ല്, മാറിമാറിയാണെങ്കിൽ, മരിച്ച പങ്കജാക്ഷനല്ലേ കൊടുക്കേണ്ടിയിരുന്നത്?"

"അതെ, പക്ഷേ..."

"പങ്കജാക്ഷനെ കൊല്ലാൻ നിങ്ങൾ പരിപാടിയിടുകയായിരുന്നില്ലേ?"

"അല്ല."

പങ്കജാക്ഷൻ മരിച്ചുകിട്ടിയാലെങ്കിലും മാലതിയെ സ്വന്തമാക്കാമെന്നു നിങ്ങൾ വിചാരിച്ചില്ലേ?"

"ഇല്ല."

"ഒരിക്കലും?"

"ഇല്ലില്ല."

"നിങ്ങൾ കള്ളം പറയുന്നു."

"ഇല്ല."

"നോക്കൂ" ചോദ്യകർത്താവ് ഇടതുവശത്തെ മേശപ്പുറത്തേക്ക് വിരൽ ചൂണ്ടി, "ഇത് എന്റെ നിഗമനമല്ല; ആ നുണയന്ത്രം കാണുന്നില്ലേ? അതാ, അതിലെ ചുവന്ന സൂചി ഉയർന്നു നിൽക്കുന്നു."

പാമ്പിൻകുഞ്ഞ് തലയുയർത്തി നിൽക്കുന്ന രീതിയിൽ നുണയന്ത്രത്തിന്റെ ചുവന്ന സൂചി കുത്തനെ നിൽക്കുന്നത് അയാൾ കണ്ടു.

"പങ്കജാക്ഷൻ മരിച്ചുപോയാലെങ്കിലും പങ്കജാക്ഷന്റെ തസ്തികയിൽ കയറാമെന്നു നിങ്ങൾ മോഹിച്ചിട്ടില്ലേ?"

"ഇല്ല."

"കണ്ടോ." ചോദ്യകർത്താവ് വീണ്ടും ഇടത്തോട്ട് വിരൽ ചൂണ്ടി നനുക്കെ ചിരിച്ചു.

നുണയന്ത്രത്തിന്റെ ചുവന്ന സൂചിയുടെ അറ്റം അപ്പോൾ ഒരിഞ്ചുകൂടി പൊങ്ങിനിൽക്കുന്നു!

"മരിച്ച പങ്കജാക്ഷന്റെ തോളിൽ കൈയിട്ടുകൊണ്ടല്ലേ നിങ്ങൾ റോഡുവക്കിലൂടെ നടന്നത്?"

"അതെ."

നുണയന്ത്രത്തിന്റെ ചുവന്ന സൂചി താണു.

"നിരത്തിന്റെ ഏതു വശത്തൂടെയാണ് നിങ്ങൾ നടന്നത്?"

"വലതുവശം."

"നടപ്പാതയിൽനിന്ന് നിരത്തിലേക്ക് എത്ര താഴ്ചയുണ്ടായിരുന്നു?"

‘‘അരയടി.’’

‘‘നിരത്തിലൂടെ വാഹനങ്ങൾ ഒഴുകിക്കൊണ്ടിരുന്നത് നിങ്ങൾ കാണുന്നുണ്ടായിരുന്നോ?’’

‘‘ഉണ്ടായിരുന്നു.’’

‘‘ഏതെല്ലാം വാഹനങ്ങൾ?’’

‘‘കാറുകൾ, ബസ്സുകൾ, സ്കൂട്ടറുകൾ, ലോറികൾ...’’

‘‘നടപ്പാതയിൽനിന്ന് നിരത്തിലേക്കു വീഴുന്ന ആരും തൽക്ഷണം മരിക്കുമെന്ന് നിങ്ങൾക്കു തീർച്ചയായുമറിയാമായിരുന്നു.’’

‘‘അറിയാമായിരുന്നു.’’

‘‘നിങ്ങൾ വിവാഹിതനാണോ?’’

‘‘അല്ല.’’

‘‘എത്രയായി, വയസ്സ്?’’

‘‘മുപ്പത്തിനാല്.’’

‘‘എന്തുകൊണ്ട് ഇതുവരെ വിവാഹം കഴിച്ചില്ല?’’

‘‘പല കാരണങ്ങളാലും.’’

‘‘ഏറ്റവും മുഖ്യമായ കാരണം?’’

‘‘പറ്റിയ ഒരാളെ കണ്ടുകിട്ടിയില്ല.’’

ചോദ്യകർത്താവ് ഊറിച്ചിരിച്ചു, ‘‘തങ്ങളുടെ പ്രായമായ പെൺകുട്ടികളെ വിവാഹം ചെയ്തയയ്ക്കാൻ മാതാപിതാക്കൾ കഷ്ടപ്പെടുന്ന ഈ കാലത്ത് അവിവാഹിതനായി തുടരുന്നത്...’’

‘‘അങ്ങനെ നോക്കിയാൽ... ഞാൻ തെറ്റാണ് ചെയ്തത്.’’

‘‘പങ്കജാക്ഷനെ നിങ്ങൾ നിരത്തിലേക്ക് ഉന്തിയിട്ടതല്ലേ?’’

‘‘അല്ല. പങ്കജാക്ഷൻ കാലിടറി വീണതാണ്...!’’

‘‘കള്ളം.’’

‘‘നോക്കൂ.’’ അയാൾ വീറോടെ വിരൽ ചൂണ്ടി: ‘‘ആ നുണയന്ത്രത്തിന്റെ ചുവന്ന സൂചി ഉയരുന്നില്ല.’’

‘‘ഏത് യന്ത്രത്തിനും തെറ്റു പറ്റാമെന്ന് അറിഞ്ഞുകൂടെ?’’ ചോദ്യകർത്താവ് നെറ്റി ചൊറിഞ്ഞ് നുണയന്ത്രത്തിന്റെ നെഞ്ചിൽ ഒരു തട്ടു തട്ടി.

ഉടനെ ചുവന്ന സൂചി പൊങ്ങിവരികയും ചെയ്തു.

ചോദ്യകർത്താവ് ഉറക്കെ ചിരിച്ചു.

ഇരുട്ടു മുറ്റിയ ഗുഹയിൽ കരിങ്കല്ലിന്റെ ബെഞ്ചിൽ കൂനിക്കൂടിയിരിക്കുന്ന അയാളുടെ മുന്നിൽ നരച്ച താടിയും മുടിയും കൈയിൽ

ഒരു തടിച്ച പുസ്തകവുമായി അർദ്ധനഗ്നനായ ഒരു കുടവയറൻ ചാരുകസേരയിൽ കിടക്കുന്നു.

വൃദ്ധൻ ഭാവശൂന്യമായ സ്വരത്തിൽ അറിയിച്ചു: ''ആദ്യത്തെ അന്വേഷണറൗണ്ടിൽ നിങ്ങൾ കുറ്റവാളിയാണെന്നതിനു വേണ്ടത്ര തെളിവുകളുണ്ട്. നിങ്ങൾ അല്പം സഹകരിച്ചാൽ എന്റെ ഈ ജോലി എളുപ്പത്തിൽ തീരും.''

അയാൾ പറഞ്ഞു: ''ഞാൻ കുറ്റം ചെയ്തിട്ടില്ല.''

അത് കേട്ടില്ലെന്നമട്ടിൽ വൃദ്ധൻ പുസ്തകം തുറന്നു: ''നിങ്ങൾ ഒരു ചെറിയ കുട്ടിയായിരിക്കെ ഒരിക്കൽ ഒരു തവളയെ കല്ലെറിഞ്ഞു കൊന്നിട്ടില്ലേ?''

''ഓർമ്മയില്ല.''

''ഒരു പൊട്ടക്കിണറ്റിലായിരുന്നു ആ തവള. കിണറ്റിൽ ചപ്പുചവറും പാറകം എന്ന ചെടിയുമുണ്ടായിരുന്നു. ഉച്ചതിരിഞ്ഞ നേരത്ത് തൊടിയിൽ നടക്കുകയായിരുന്ന നിങ്ങൾ കിണറ്റിൽ തവളയെ കണ്ടു. ആദ്യം, നിങ്ങൾ കൊഴിഞ്ഞ അമ്പഴങ്ങ പെറുക്കി ആ തവളയെ എറിഞ്ഞു. അതു ലക്ഷ്യത്തിലെത്തിയില്ല. പിന്നെ, കല്ലെടുത്തെറിഞ്ഞു. രണ്ടാം റൗണ്ടിൽ ആദ്യത്തെ ഏറുതന്നെ അതിന്റെ മൂർദ്ധാവിൽ കൊണ്ടു. അത് വേച്ചുവിറച്ച് മലർന്ന് വെള്ളത്തിൽ താണുപോയി. നേരല്ലേ?''

''ആയിരിക്കാം.''

''ഓർമ്മയില്ലെങ്കിൽ കുറച്ചുകൂടി വിശദാംശങ്ങൾ വായിക്കാം. പിറ്റേന്നു രാവിലെ ഉണർന്ന നിങ്ങൾ ആദ്യം ചെയ്തത് കിണറ്റിൽ ചെന്നു നോക്കുകയാണ്. തവള കിണറ്റിൽ ചത്തു വീർത്ത് മലച്ചു കിടന്നിരുന്നു. വായിലൂറിയ ഉമിനീർ തുപ്പിത്തുപ്പി നിങ്ങൾ വീട്ടിലേക്കു മടങ്ങുമ്പോൾ ഇടതുകാൽ ഒരു കല്ലിൽ തട്ടി നടുവിരൽ മുറിഞ്ഞ് ചോര വന്നു. ഇനിയും ഓർക്കുന്നില്ല?''

''നല്ല ഓർമ്മയില്ല.''

''നിങ്ങളുടെ ഇടതുകാലിന്റെ നടുവിരൽ ഇപ്പോൾ പരിശോധിച്ചാലും കാണാം, അന്ന് അടർന്നുപോയ നഖം പുതുതായി വന്നതിന്റെ ലക്ഷണങ്ങൾ... നോക്കൂ.''

അയാൾ കുനിഞ്ഞു കാലിൽ നോക്കി.

''കാണുന്നില്ലേ?''

''ഉണ്ട്.''

''കുറ്റവാസന ചെറുപ്പകാലത്തെ നിങ്ങളിൽ ഉണ്ടായിരുന്നു എന്ന് നിങ്ങൾക്ക് ഇപ്പോൾ സമ്മതമായോ?''

''എല്ലാ കുട്ടികളും ഇത്തരം വികൃതികൾ കാണിക്കാറില്ലേ?''

വൃദ്ധൻ തന്റെ വലതുകൈ ഉയർത്തി: ‘‘ചോദ്യങ്ങൾ എല്ലാം തന്നെ ഞാൻ ചോദിക്കും. ഉത്തരങ്ങൾ മാത്രമേ നിങ്ങളിൽനിന്നു ഞാൻ പ്രതീക്ഷിക്കുന്നുള്ളൂ. ലോകസ്വഭാവമല്ല, നിങ്ങളുടെ ചരിത്രവും സ്വഭാവവുമാണ് നാം ഇപ്പോൾ അന്വേഷിക്കുന്നത്. മനസ്സിലായില്ലേ?’’

‘‘മനസ്സിലായി.’’

‘‘നിങ്ങൾ തുമ്പികളെ പിടിച്ച് കല്ലെടുപ്പിച്ചിട്ടില്ലേ?’’

‘‘ഉവ്വ്.’’

‘‘കല്ലെടുക്കാതിരുന്ന തുമ്പികളുടെ ചിറക് പറിച്ചുകളഞ്ഞിട്ടില്ലേ?’’

‘‘ഉണ്ട്.’’

‘‘അതും പോരാഞ്ഞ് നിങ്ങൾ ചില തുമ്പികളുടെ വാലും മുറിച്ചുകളഞ്ഞിട്ടില്ലേ?’’

‘‘ഇല്ലെന്നു പറഞ്ഞുകൂടാ.’’

‘‘തുമ്പികൾക്കും തവളകൾക്കും മറ്റും ജീവനുണ്ടെന്ന് നിങ്ങൾക്കറിയാമായിരുന്നില്ലേ?’’

‘‘അറിയാമായിരുന്നു.’’

‘‘അറിഞ്ഞുകൊണ്ട് ഉപദ്രവിക്കുക എന്നാൽ ഇരട്ടിയായില്ലേ കുറ്റം?’’

‘‘അങ്ങനെയല്ല.’’

‘‘പിന്നെ എങ്ങനെ?’’

‘‘ഒരു തമാശയ്ക്കുവേണ്ടി...’’

‘‘ജീവനൊടുക്കുന്നത് ഒരു തമാശയോ? അങ്ങനെയാണോ ഇപ്പോഴും നിങ്ങൾ കരുതുന്നത്.’’

‘‘അല്ല.’’

അമർത്തിയൊന്നു മൂളി വൃദ്ധൻ പുസ്തകത്തിന്റെ താള് മറിച്ചു: ‘‘മറ്റുള്ളവരുടെ ദുഃഖത്തിൽ സന്തോഷിക്കുന്നത് നിങ്ങളുടെ ഒരു ശീലമല്ലേ?’’

‘‘അല്ല.’’

‘‘അല്ല, അല്ലേ? പട്ടിയുടെ വാലിൽ മാലപ്പടക്കം കെട്ടി തീ കൊളുത്തി നിങ്ങൾ രസിച്ചിട്ടില്ലേ?’’

‘‘ഉണ്ട്.’’

‘‘പട്ടിയും അപ്പോൾ സന്തോഷിക്കുകയായിരുന്നു എന്നാണോ നിങ്ങളുടെ വിചാരം?’’

“അല്ല.”

“പിന്നെ?”

ഉത്തരം മുട്ടി അയാൾ തല കുനിച്ചു.

വൃദ്ധന്റെ ശുഷ്കിച്ച വിരലുകൾ ആ പുസ്തകത്തിന്റെ ഒരു താളുകൂടി മറിച്ചു: “കള്ളം പറയുന്നത് നിങ്ങൾ പണ്ടേ ശീലമാക്കിയിരുന്നു എന്നു കാണുന്നു. ശരിയാണോ?”

“അല്ല.”

“ഇതുതന്നെ കള്ളമല്ലേ?”

“അല്ല.”

“ഈ പറഞ്ഞതോ?” ചിരിക്കാൻ പുറപ്പെട്ട വയസ്സന്റെ വായിൽ പല്ലില്ലാത്തതിനാൽ ഒരു തുടം ഉമിനീർ പെട്ടെന്നുതിർന്നു. അത് തുടയ്ക്കാതെ അയാൾ മറ്റൊരു പേജിൽ ദൃഷ്ടിയൂന്നി, “നിങ്ങൾ ചില നല്ല കാര്യങ്ങളും ചെയ്തതായി കാണുന്നു. നല്ലതേ ചെയ്യാവൂ എന്ന് നിങ്ങൾക്കു മോഹമുണ്ടായിരുന്നു, ഇല്ലേ?”

“ഉണ്ടായിരുന്നു.”

“നിങ്ങൾ നിങ്ങളുടെ പുസ്തകം മാലതിക്കു കൊടുക്കുകയും വീട്ടുകണക്കു ചെയ്യാത്തതിനുള്ള അടി മാലതിക്കു പകരം ഏറ്റു വാങ്ങുകയും ചെയ്തിട്ടില്ലേ?”

“ഉവ്വ്.”

“എത്ര തവണ?”

“അത് പതിവായിരുന്നു.”

“നല്ലതു ചെയ്യണമെന്ന മോഹം കൊണ്ടായിരുന്നു?”

“അതെ.”

“അദ്ധ്യാപകന്റെ അടി വാങ്ങുന്നത് നല്ലതാണോ?”

“എന്നല്ല.”

“പിന്നെ?”

“മാലതിക്ക് അടി കിട്ടാതിരിക്കാൻ...”

“മറ്റു കുട്ടികൾക്കും അടി കിട്ടിയിരുന്നില്ലേ?”

“കിട്ടിയിരുന്നു.”

“അവർക്കൊന്നും വേദനിച്ചിരുന്നില്ലെന്നാണോ?”

“വേദനിച്ചിരിക്കണം... മാലതിക്കു വേദനിക്കുന്നത് എനിക്ക് ഇഷ്ടമല്ലായിരുന്നു.”

“മറ്റു കുട്ടികൾക്കു വേദനിക്കുന്നതോ?”

അയാൾ മൗനിയായി.

‘‘നിങ്ങൾക്കുതന്നെ വേദനിക്കുന്നതോ?’’

‘‘ഇഷ്ടമായിരുന്നില്ല.’’

‘‘മാലതി കണ്ടുനിൽക്കെ മാലതിക്കുവേണ്ടി വേദനിക്കുന്നത് നിങ്ങൾക്കിഷ്ടമായിരുന്നില്ലേ?’’

‘‘ഇഷ്ടമായിരുന്നു.’’

വയസ്സൻ ചിരിച്ചു: ‘‘അങ്ങനെ ഇഷ്ടം തോന്നുന്നതു തെറ്റല്ല. ആകട്ടെ, നമുക്ക് മറ്റൊരു വിഷയത്തിലേക്കു കടക്കാം... ഓ, സത്യാവസ്ഥ അറിയാൻ വലിയ പ്രയാസംതന്നെ... അടക്കവുമൊതുക്കവുമുള്ള ഒരു മാന്യനെന്ന ഖ്യാതി നിങ്ങൾ നേടിയിട്ടുണ്ടല്ലേ, ഇല്ലേ?’’

‘‘ഉണ്ടെന്നു തോന്നുന്നു.’’

‘‘പണം സമ്പാദിക്കാൻ കഷ്ടപ്പെടുന്നപോലെ കഷ്ടപ്പെട്ട് നിങ്ങൾ സമ്പാദിച്ചതല്ലേ ഈ ഖ്യാതിയും?’’

‘‘വേണ്ടാത്തതൊന്നും ചെയ്യാതിരിക്കാൻ ഞാൻ ശ്രമിക്കാറുണ്ട്.’’

‘‘ചെയ്താലും അത് മറ്റുള്ളവർ കാൺകെ ആകാതിരിക്കാനും?’’

‘‘ഉവ്വ്.’’

‘‘നിങ്ങളെ വിവാഹം കഴിക്കണമെന്നു നിങ്ങൾ എപ്പോഴെങ്കിലും മാലതിയോട് ആവശ്യപ്പെട്ടുവോ? സൂചിപ്പിച്ചുവോ.’’

‘‘ഇല്ല.’’

‘‘എന്തുകൊണ്ട്?’’

‘‘സമയമായില്ല എന്നു തോന്നി.’’

‘‘നിങ്ങളുടെ കൂട്ടുകാരിയാവാൻ കഴിയുമെന്ന ധാരണ മാലതിയുടെ മനസ്സിലുളവാക്കുന്ന ഒരു പെരുമാറ്റവും നിങ്ങളിൽ നിന്നുണ്ടായിട്ടില്ലേ?’’

‘‘ഞാനങ്ങനെ പറഞ്ഞിട്ടില്ല.’’

‘‘നിങ്ങൾ മാലതിയുടെ കൂടെ കുന്നിൻചെരിവുകളിൽ അലഞ്ഞു നടന്നിട്ടില്ലേ?’’

‘‘നിങ്ങൾ മാലതിയെ കെട്ടിപ്പിടിച്ചിട്ടില്ലേ?’’

‘‘ഉവ്വ്.’’

‘‘മാലതിക്ക് ഉമ്മ കൊടുത്തിട്ടില്ലേ?’’

‘‘ഉവ്വ്.’’

‘‘മാലതിയെ കന്യകയല്ലാതാക്കിയത് നിങ്ങളല്ലേ?’’

‘‘അതെ.’’

“എന്നിട്ടും?”

“ഞങ്ങൾക്കിരുവർക്കും ബുദ്ധിയുറയ്ക്കാത്ത കാലത്തായിരുന്നു.”

“മാലതിക്ക് അന്ന് ബുദ്ധിയുറച്ചില്ലായിരുന്നു എന്ന് നിങ്ങൾക്കെങ്ങനെ അറിയാം?”

“അങ്ങനെ തോന്നി.”

“നിങ്ങൾക്കു ബുദ്ധിയുറച്ചില്ലായിരുന്നു എന്ന് ആർ നിശ്ചയിച്ചു?”

“ഞാൻതന്നെ.”

വയസ്സൻ തന്റെ ചാരുകസേരയിൽ നിവർന്നു ചുണ്ടുകൾ കൂർപ്പിച്ചു. ചൂണ്ടുവിരൽ അസ്ത്രമുനപോലെ അയാളുടെ നേർക്കു നീട്ടി: “മാലതിയുടെ പ്രകൃതവും മാലതിയേക്കാൾ തികവുമുള്ള ഒരാളെ കണ്ടു കിട്ടാൻ നിങ്ങളുടെ മനസ്സ് ഉഴറുകയായിരുന്നില്ലേ?”

“സ്വപ്നം കാണാത്തവർ ആരുണ്ട്?”

“അതുകൊണ്ടല്ലേ നിങ്ങൾ മാലതിയെ വിവാഹം കഴിക്കുന്ന കാര്യത്തിൽ യാതൊരു മുൻകൈയുമെടുക്കാത്തത്?”

“അല്ല.”

“പിന്നെ?”

“മാലതി പങ്കജാക്ഷനെ സ്നേഹിക്കുന്നു എന്നു ഞാൻ മനസ്സിലാക്കിയതുകൊണ്ട്.“

“നിങ്ങൾ ഉള്ളിന്റെയുള്ളിൽ അവളെ വേണ്ടത്ര സ്നേഹിക്കുന്നില്ല എന്ന് അവൾ മനസ്സിലാക്കിയത് നിങ്ങൾക്കു മനസ്സിലായില്ല.”

“ഞാനവളെ എന്റെ ജീവനേക്കാൾ സ്നേഹിച്ചതാണ്.” അയാൾ ശബ്ദമുയർത്തി: “പങ്കജാക്ഷന്റെ വീട്ടുകാർ സമ്പന്നരായതിനാൽ...”

“ശരി,” വൃദ്ധൻ നെടുവീർപ്പിട്ടു: “വിവാഹം കഴിക്കണമെന്ന ആശയം നിങ്ങൾ മാലതിയോടോ അവളുടെ അച്ഛനമ്മമാരോടോ നേരത്തെ പറഞ്ഞിരുന്നെങ്കിൽ എന്തായിരുന്നിരിക്കും അവരുടെ മറുപടി?”

“അത് എനിക്കെങ്ങനെ അറിയാം?”

“ഊഹിക്കൂ.”

“സമ്മതിച്ചേനേ.”

“എന്നിട്ടും നിങ്ങൾ മുൻകൈയെടുത്തില്ല?”

“ഞാൻ പറഞ്ഞില്ലേ...”

“എന്തു പറഞ്ഞു?”

“സമയമായില്ലെന്ന് ഞാൻ വിചാരിച്ചു.”

‘‘ആർക്ക്?’’

‘‘എനിക്ക്.’’

‘‘എന്തുകൊണ്ട്?’’

‘‘ഒരു പ്രമോഷനെങ്കിലും കിട്ടാതെ...’’

‘‘നിങ്ങളേക്കാൾ ശമ്പളവും പദവിയും കുറഞ്ഞവർ വിവാഹം കഴിക്കാറില്ലേ?’’

‘‘ഉവ്വ്.’’

‘‘ഞാൻ ഒരു പ്രസ്താവന നടത്താം,’’ വൃദ്ധൻ പുസ്തകമടച്ച് മടിയിൽ വെച്ച് നെറ്റി കൈകളിൽ താങ്ങി: ‘‘അത് മുഴുവനായി കേട്ടതിൽപ്പിന്നെ അത് നിങ്ങൾക്കു മൊത്തമായി കൊള്ളുകയോ തള്ളുകയോ ആവാം. സമ്മതമാണോ?’’

‘‘ഞാൻ തടവുകാരനല്ലേ? എന്റെ സമ്മതം എന്തിനു ചോദിക്കുന്നു?’’

‘‘നിങ്ങൾ തടവുകാരനാണോ? നല്ലപോലെ ആലോചിച്ചു നോക്കൂ. ആരാണ് നിങ്ങളെ തടവിലിട്ടിരിക്കുന്നത്? പറയൂ.’’

അയാൾ മുഖം കുനിച്ചു, ‘‘ആരെങ്കിലുമാകട്ടെ. അവസാനത്തെ വിധി വരെയല്ലേ ഈ നരകമുള്ളൂ? അത് കഴിഞ്ഞുകിട്ടിയാൽ എല്ലാറ്റിനും പൊറുതിയായല്ലോ. കാര്യങ്ങൾ ഇത്രയുമെത്തിയ സ്ഥിതിക്കു വിധിയെന്തെന്ന് അറിയാൻ എനിക്കു താൽപര്യമുണ്ട്. പറയൂ. എന്താണ് പ്രസ്താവന?’’

‘‘നിങ്ങൾ ഇരട്ടക്കളി കളിക്കുകയായിരുന്നു. മാലതിയെ കയറില്ലാതെ കെട്ടിയിടാൻ നിങ്ങളാഗ്രഹിച്ചു. പക്ഷേ, അതേസമയം കൂടുതൽ നല്ലതിനായി നിങ്ങളുടെ മനസ്സ് ഉഴറുകയായിരുന്നു. സിനിമാനടികളുടെ ചിത്രങ്ങൾ നിങ്ങൾ ഡയറിയിലും തലയിണയ്ക്കടിയിലും സൂക്ഷിച്ചിരുന്നില്ലേ? താര എന്ന വക്കീലുമായി നിങ്ങൾ പരിചയം സ്ഥാപിച്ചു കഴിഞ്ഞിരുന്നു, ഇല്ലേ? ഒരിക്കൽ നിങ്ങൾ താരയോട് ചോദിച്ചു: ‘‘എല്ലാ കേസ്സുകളിലും താര വാദിച്ച് ജയിച്ചുകളയുമോ? ഞാനൊരു കൊലപാതകക്കേസ്സിലെ പ്രതിയായാൽ എന്നെ വാദിച്ച് വിടുവിച്ചുതരാമെന്നു കരാറു പറയാമോ?’’ പക്ഷേ, നിങ്ങളുടെ മനസ്സ് നിങ്ങളെ കബളിപ്പിക്കുകയായിരുന്നു. മാലതിയെ നഷ്ടപ്പെടാൻ നിങ്ങൾ ഇഷ്ടപ്പെട്ടില്ല. മാലതിക്കു നിങ്ങളിലുള്ള വിശ്വാസം നഷ്ടപ്പെടുത്തിക്കൊണ്ട് മറ്റൊരു ബന്ധം പരസ്യമായി ഉണ്ടാക്കാനും നിങ്ങൾക്കിഷ്ടമില്ലായിരുന്നു. ഈ പരിതഃസ്ഥിതിയിലാണ് പങ്കജാക്ഷന്റെ വരവ്. കാര്യങ്ങൾ മാറിവീണപ്പോൾ നിങ്ങൾ വല്ലാതെ വിഷമിച്ചുപോയി.’’

അയാൾ ഒരു നിമിഷവും പാഴാക്കാതെ പ്രതികരിച്ചു: ''ഇത് ഏതോ കെട്ടുകഥയാണ്.''

''ഇങ്ങനെയാണ് ഈ പുസ്തകത്തിൽ കാണുന്നത്. ഈ പുസ്തകത്തിൽ കെട്ടുകഥകളുണ്ടാകുമെന്നു കരുതുന്നോ?''

''ഏതു പുസ്തകത്തിലുമുണ്ടാകാം.''

''നിങ്ങൾ മനസ്സുകൊണ്ട് കൊലപാതകം നടത്തിയിട്ടില്ലേ?''

''ഇല്ല.''

''ഇതാ, ഈ പുസ്തകത്തിൽ കാണുന്ന കണക്കു ഞാൻ വായിക്കാം: നിങ്ങൾ മനസ്സുകൊണ്ട് പല സന്ദർഭങ്ങളിലായി എഴുനൂറ്റിപ്പതിനെട്ട് മനുഷ്യരെയും നാലായിരത്തിമുന്നൂറ് ജന്തുക്കളെയും രണ്ടായിരത്തിയറുനൂറ്റിയിരുപത്തിയേഴ് സങ്കല്പജീവികളെയും കൊലപ്പെടുത്തിയിരിക്കുന്നു. നാം ഈ കൂടിക്കാഴ്ച തുടങ്ങിയതിൽപ്പിന്നെ ഈ എന്നെത്തന്നെ നിങ്ങൾ ഇതിനകം ഏഴുതവണ മനസ്സുകൊണ്ട് കൊലപ്പെടുത്തി മൂന്നു തവണ നിങ്ങൾ മനസ്സുകൊണ്ട് ലോകവധംതന്നെ നടത്തിയിട്ടുണ്ട്. അതായത് നിങ്ങളും താരയും ഒഴികെയുള്ള, മാലതിയടക്കമുള്ള, ലോകം മുഴുവൻ നശിച്ചതായി നിങ്ങൾ സങ്കല്പിച്ചു. നിങ്ങൾ നശിച്ചതായി നിങ്ങൾ സങ്കല്പിക്കാത്തതുകൊണ്ടാണ് ഞാനത് നേരത്തേ പറഞ്ഞ് പട്ടികയിൽ പെടുത്തി വായിക്കാതിരുന്നത്. അതുപോലെ, മാലതി മാറാവ്യാധി പിടിപെട്ട് ഓർക്കാപ്പുറത്ത് മരിച്ചുപോയി എന്ന് ആറു തവണ നിങ്ങൾ സങ്കല്പിച്ചിട്ടുണ്ട്. അതിൽ, മൂന്നു തവണ നിങ്ങൾ കരഞ്ഞുകൊണ്ട് മാലതിയുടെ ശവം ശ്മശാനത്തിലേക്കു ചുമന്നിട്ടുണ്ട്. ഒരു തവണ മാലതിയുടെ എരിയുന്ന ചിതയിൽ ചാടി നിങ്ങൾ മരിച്ചിട്ടുണ്ട്. പിന്നെ ഒരു തവണ നിങ്ങൾ മാലതിയുടെ കൂടെ മറവുചെയ്യപ്പെട്ടു. ശ്മശാനത്തിൽനിന്ന് എല്ലാരും പോയപ്പോൾ നിങ്ങൾ മാലതിയോടുകൂടി ആ മണ്ണിനടിയിൽ സുഖമനുഭവിക്കുകയും ചെയ്തു?''

''നിർത്തൂ.'' അയാൾ ചാടിയെണീറ്റു. പക്ഷേ, കൈകാലുകളിലെ ചങ്ങലകൾ അയാളെ ഉടൻ തടഞ്ഞു. അയാൾ അപ്പോൾ വളരെ ഭയപ്പെട്ടു പോയി. കാരണം, തന്റെ കൈകാലുകളിൽ ചങ്ങലക്കുരുക്കുകളുള്ളതായി അയാൾ അറിഞ്ഞിരുന്നേയില്ല.

വയസ്സൻ ദയാപുരസ്സരം പുഞ്ചിരിച്ചു; ''അടങ്ങൂ, മകനേ, എല്ലാ മനുഷ്യരുടെയും കഥ ഇങ്ങനെയൊക്കെത്തന്നെയാണ്.''

''അല്ല.''

''അതെ.''

''ഒരിക്കലുമല്ല.''

“അതെ, എന്നെന്നുമതെ.”

“നിങ്ങൾ എന്തോ കെട്ടുകഥ പറയുന്നു!”

“ഞാൻ ഈ പ്രകൃതിപുസ്തകം വായിക്കുക മാത്രമേ ചെയ്യുന്നുള്ളൂ.”

“ഏതു പുസ്തകം?”

“നീതന്നെ രചിച്ച പുസ്തകം.”

“ഞാനൊരു പുസ്തകവും രചിച്ചിട്ടില്ല.”

“കടലാസ്സിലെഴുതി അച്ചടിപ്പിച്ചിട്ടില്ല, എന്നല്ലേ?”

“അതെ. എഴുതാതെയും അച്ചടിക്കാതെയും എന്ത് പുസ്തകം?”

“എഴുതാത്ത പുസ്തകമാണ് ശരിയായ പുസ്തകം. എഴുതിയതിലെല്ലാം അസത്യങ്ങൾ കടന്നുകൂടുന്നു.”

“ഇത് ഭ്രാന്താണ്...”

“മനസ്സിലൂടെ കടന്നുപോകുന്ന ചിത്രങ്ങൾ പ്രകൃതിയിൽ നിന്നുണ്ടായി പ്രകൃതിയിൽ പതിയുന്നു. അതിനു നാശമില്ല. നിന്റെ പുസ്തകമാണ് ഇതാ എന്റെ കൈയിൽ.”

അയാൾ കൈനീട്ടി: “ഞാൻ അതൊന്ന് നോക്കട്ടെ.”

“നിന്റെ ജീവിതമവസാനിക്കുമ്പോഴേ നിനക്കിതു തൊടാൻ കഴിയൂ.”

“എന്തുകൊണ്ട്?”

“അതുവരെ ഇത് അപൂർണമാണെന്നതുകൊണ്ടുതന്നെ...”

“എന്റെ മനസ്സ് എന്റെ നിയന്ത്രണത്തിലല്ലാത്തതിന് ഞാനെങ്ങനെ തെറ്റുകാരനാകും?”

“നീ തെറ്റുകാരനാണെന്നു ഞാൻ പറഞ്ഞില്ലല്ലോ, ആണോ എന്ന് അന്വേഷിക്കുകയാണ് ഞാൻ. എന്റെ തെളിവുകൾ നിന്റെ തന്നെ ഈ പുസ്തകത്തിലെ അദ്ധ്യായങ്ങൾ മാത്രമാണ്...”

“ആ തെളിവുകൾ സാങ്കല്പികങ്ങളാണെന്നിരിക്കെ..?”

“തെറ്റെന്നു നിനക്കുതന്നെ തോന്നുന്നത് മനസ്സുകൊണ്ടോ ദേഹം കൊണ്ടുകൂടിയോ നീ ചെയ്യുമ്പോഴാണ് പ്രകൃതിനിയമമനുസരിച്ച് നീ തെറ്റുകാരനാകുന്നത്.”

“എങ്കിൽ, തെറ്റെന്ന് എനിക്കുതന്നെ തോന്നുന്നത് ചെയ്യാൻ എനിക്കെന്തിനു പ്രേരണയുണ്ടാവുന്നു?”

“അകവും പുറവും രണ്ടായതുകൊണ്ട്.”

“പങ്കജാക്ഷനെ ഞാൻ റോഡിലേക്കു തള്ളി കൊല്ലുകയായിരുന്നു എന്നാണല്ലോ ആരോപണം. ഞാൻ തീർത്തും പറയുന്നു,

സത്യസ്ഥിതി അങ്ങനെയല്ല. അവൻ കാൽ തടഞ്ഞു വീണതാണ്. പിടിച്ചുനിർത്താൻ ഞാൻ ശ്രമിച്ചു, കഴിഞ്ഞില്ല. അവന്റെ കൂടെ ഞാനും വീണിരുന്നെങ്കിൽ എന്റെ കഥയും കഴിഞ്ഞേനേ. എന്നിട്ടും, എല്ലാരും കരുതുന്നു...''

''ഈ പുസ്തകത്തിൽ മുൻവിധികളില്ല.''

''ഇല്ല, അല്ലേ... ഞാൻ താരയെ സ്വന്തമാക്കണമെന്ന് ആശിച്ച തായി നിങ്ങൾ പറയുന്നു.''

''ഞാൻ പറയുന്നതല്ല. ഈ പുസ്തകത്തിൽ ഉള്ളതാണ്... താര യോടൊത്ത് നിങ്ങൾ മനസ്സുകൊണ്ട് ധാരാളമായി സുഖിച്ചിട്ടുണ്ട്. എത്ര തവണയെന്ന കണക്കു ഞാൻ വായിക്കണോ?''

''വേണ്ട.''

''താരയുടെ കൂടെ കാറിൽ നിങ്ങൾ നിത്യവും സഞ്ചരിക്കാറുണ്ട്; നിങ്ങളൊത്ത് യുഗ്മഗാനങ്ങൾ പാടാറുണ്ട്.''

''ഉണ്ടല്ലേ?''

''താരയെ മനസ്സാ നഗ്നയാക്കി നിങ്ങൾ കണ്ടു രസിക്കാറുണ്ട്.''

''ഓഹോ, അത്രയേ ഉള്ളോ?''

''ചോദിച്ച സ്ഥിതിക്കു പറയാം, അത്രയല്ല ഉള്ളൂ. താരയെ മാത്ര മല്ല വഴിയിൽ കാണുന്ന പല സ്ത്രീകളെയും നിങ്ങൾ മനസ്സാ നഗ്നകളാക്കി വിലയിരുത്തുകയും തടവുകയും പ്രാപിക്കുകയുമൊക്കെ ചെയ്യാറുണ്ട്.''

''എനിക്ക് വേറെ തൊഴിലൊന്നുമില്ല എന്നായിരിക്കുമോ ധ്വനി?''

''അല്ല. ഇതെല്ലാം നിമിഷാർദ്ധങ്ങൾകൊണ്ട് കഴിയുന്നു. മറ്റു തൊഴിലുകളിൽ വ്യാപരിക്കുമ്പോഴും നിങ്ങളുടെ മനസ്സ് ഇങ്ങനെ യുള്ള ചെയ്തികളിൽ മുഴുകുന്നു.''

''വളരെ നന്ദി.''

''മാലതിയുടെ വിവാഹത്തിനു മുൻപ് നിങ്ങളിരുവരും താരയുടെ വീട്ടിനു മുന്നിലൂടെ നടന്നുപോകാറുണ്ടായിരുന്നില്ലേ?''

''പോയിരുന്നു.''

''നിങ്ങളുടെ അടുപ്പം താര കാണട്ടെ എന്ന ഉദ്ദേശ്യം ആ പരി പാടിക്കു പിന്നിൽ ഉണ്ടായിരുന്നില്ലേ?''

''ഇല്ലെന്നു പറയാൻ വയ്യ.''

''താരയിൽ അസൂയയുണ്ടായില്ല എന്നു മനസ്സിലായപ്പോൾ വേറെ അടവുകൾ പ്രയോഗിക്കാൻ നിർബന്ധിതനായില്ലേ?''

''ഞാനൊരു അടവും പ്രയോഗിച്ചില്ല.''

‘‘താരയെ ആത്മാർത്ഥതയില്ലാതെ പ്രശംസിച്ചില്ലേ?’’

‘‘പ്രശംസയർഹിക്കുന്ന ഒരു നല്ല വക്കീലാണ് താര എന്നതിൽ എനിക്ക് ഇപ്പോഴും സംശയമില്ല.’’

‘‘താരയിലുള്ള നിങ്ങളുടെ കമ്പം കണ്ടല്ലെ മാലതി അവസാനം പങ്കജാക്ഷനുമായുള്ള വിവാഹത്തിനു സമ്മതിച്ചത്?’’

‘‘അറിയില്ല.’’

‘‘മാലതി നിങ്ങളോടിത് നേരിട്ട് പറഞ്ഞില്ല എന്നായിരിക്കാം?’’

‘‘പറഞ്ഞില്ല.’’

‘‘മാലതി കൈമോശം വരികയും താരയെ കിട്ടുകയില്ല എന്ന് തീർച്ചപ്പെടുകയും ചെയ്തപ്പോൾ വല്ലാതെ മനഃപ്രയാസമുണ്ടായി, ഇല്ലേ?’’

‘‘അങ്ങനെയല്ല.’’

‘‘എങ്കിൽ, എങ്ങനെയാണ്?’’

‘‘മാലതിക്ക് ഒരു നല്ല ഭർത്താവിനെ കിട്ടിയപ്പോൾ സന്തോഷിച്ചു.’’

‘‘താരയെ കിട്ടുകയില്ലെന്നു തീർച്ചപ്പെടുന്നതിനു മുൻപായിരുന്നില്ലേ, ഈ സന്തോഷം?’’

‘‘അങ്ങനെ ഞാൻ ആലോചിച്ചില്ല.’’

‘‘താരയോട് വിവാഹാഭ്യർത്ഥന നടത്തിയോ?’’

‘‘ഉവ്വ്.’’

‘‘താര എന്തു പറഞ്ഞു?’’

‘‘ആ പുസ്തകത്തിലില്ലേ?’’

‘‘ഞാൻ പറഞ്ഞില്ലേ, ഇതിൽ പ്രധാനമായും സങ്കല്പങ്ങളേയുള്ളൂ... താര എന്താണ് മറുപടി പറഞ്ഞത്?’’

‘‘ഭംഗിയായി ചിരിച്ചു.’’

‘‘ഒന്നും പറഞ്ഞില്ല?’’

‘‘വിവാഹം കഴിക്കാൻ ഉദ്ദേശ്യമില്ല എന്നു പറഞ്ഞു.’’

‘‘അപ്പോഴല്ലേ താരയെ മനസ്സുകൊണ്ട് കൊന്നത്?’’

‘‘ആ പുസ്തകത്തിൽ വായിച്ചതാവും അല്ലേ?’’

‘‘അതെ, പിന്നെ, ഈ വിവാഹാഭ്യർത്ഥനക്കാര്യം താര തന്റെ സുഹൃത്തായ മാലതിയോടു പറഞ്ഞുവെന്നു മാലതി പറഞ്ഞ് അറിഞ്ഞപ്പോൾ താരയെ രണ്ടാമതും മനസ്സുകൊണ്ട് കൊന്നില്ലേ?’’

‘‘ആ പുസ്തകത്തിൽ എഴുതിയിട്ടുണ്ടെങ്കിൽ പിന്നെ എന്നോടെന്തിന് ചോദിക്കുന്നു.’’

“ദുഃഖിതനായ കാമുകനായി മാലതിയുടെ മുന്നിൽ നിൽക്കാനല്ലേ പിൽക്കാലത്ത് വിവാഹശ്രമങ്ങളൊന്നും നടത്താതിരുന്നത്?”

“മനസ്സ് മടുത്തതുകൊണ്ടാണ്, മറ്റൊന്നുകൊണ്ടുമമല്ല.”

“മാലതിയെ എന്നെങ്കിലും തിരികെ കിട്ടുമെന്ന സങ്കല്പം ഇന്നും മനസ്സിലില്ലേ?”

“ആ പുസ്തകത്തിലില്ലേ?”

“മാലതിയുമായുള്ള വിവാഹത്തിന് താരയെ ചെന്നു ക്ഷണിക്കുന്ന രംഗവും മനസ്സിലില്ലേ?”

അയാൾ പല്ലിറുമ്മി കൈകൾ കൂട്ടിത്തിരുമ്മി.

കൈച്ചങ്ങലകൾ കലപില ചിരിച്ചു. വയസ്സൻ താടിയുഴിഞ്ഞു മുടിയൊതുക്കി പുസ്തകവുമായി പണിപ്പെട്ടെഴുന്നേറ്റു ചുവരിൽ ചാരി വെച്ച ഊന്നുവടിയെടുത്തു കൂന്നു കൂന്ന് പുറത്തു കടന്നു.

കാരാഗൃഹത്തിന്റെ ഇരുമ്പുവാതിൽ കരഞ്ഞുതുറക്കുന്നതും കരഞ്ഞു തന്നെ അടയുന്നതും അയാൾ കേട്ടു.

ധാരാളം പ്രകാശമുള്ള വലിയ മുറിയിലേക്കു ബന്ധനസ്ഥനായി ത്തന്നെ അയാൾ ആനയിക്കപ്പെട്ടു.

ജനാലകളിലെ നേർത്ത തിരശ്ശീലകൾക്കപ്പുറത്ത് അസ്തമയ സൂര്യനെ കണ്ട് അയാളിൽ അകാരണമായ ആശങ്ക വളർന്നു.

മേശയ്ക്കു മറുവശത്ത് സൂട്ടും ടൈയുമായി ഏഴുപേർ ഇരിക്കുന്നു. ആ വലിയ മേശയുടെ ഇപ്പുറത്ത് അയാൾ നിന്നു.

കസേരയില്ല.

ഇരിക്കാൻ അനുവാദമോ ക്ഷണമോ ഇല്ല.

പിന്നിൽ ആയുധധാരികളായ നിയമപാലകർ.

ചെയർമാൻ കഷണ്ടിത്തല തടവി മയമില്ലാതെ പറഞ്ഞു: “സാമ്പത്തികക്കുറ്റങ്ങൾക്ക് നിങ്ങളെ വിചാരണ ചെയ്യുകയാണ്. മനസ്സിലായോ?”

മനസ്സിലായെന്ന് അയാൾ തല കുലുക്കി.

സത്യത്തിൽ അയാൾക്ക് ഒന്നും മനസ്സിലായില്ല. തലയ്ക്കു മുകളിൽ കറങ്ങുന്ന ഫാൻ ഓരോ വട്ടം പൂർത്തിയാക്കുമ്പോഴും അജ്ഞാതമായ ഓരോ കടമ്പ ചാടുന്ന ശബ്ദമുണ്ടാക്കി.

“നിങ്ങൾ ഒരു ഗുമസ്തനായിരുന്നില്ലേ?”

“ആയിരുന്നു.”

“ശമ്പളം മാസാവസാനം മുറയ്ക്ക് കിട്ടിക്കൊണ്ടിരുന്നില്ലേ?”

‘‘ഉവ്വ്.’’

‘‘നിങ്ങൾ കൈക്കൂലി വാങ്ങി എന്ന പരാതിയിൽ കാമ്പുണ്ടോ?’’

‘‘ഇല്ല.’’

‘‘മുകളിൽനിന്നു വരുന്ന തീരുമാനങ്ങൾ കല്പനകളാക്കുക എന്നതായിരുന്നില്ലേ നിങ്ങളുടെ ജോലി?’’

‘‘അതെ.’’

‘‘കല്പനകൾ ആർക്ക് നൽകിയോ അവരിൽനിന്നു നിങ്ങൾ പണം വാങ്ങിയിരുന്നുവോ?’’

‘‘ഇല്ല.’’

‘‘കടമായിട്ട്.’’

‘‘ഇല്ല.’’

‘‘പണം തരുന്നവർക്ക് കല്പനകൾ വേഗം എഴുതിക്കൊടുക്കുകയും തരാത്തവർക്ക് അത്ര വേഗം കൊടുക്കാതിരിക്കുകയും ചെയ്തിട്ടുണ്ടോ?’’

‘‘ഇല്ല.’’

‘‘ആരിൽനിന്നെങ്കിലും പാരിതോഷികങ്ങൾ വാങ്ങിയിട്ടുണ്ടോ?’’

‘‘വാങ്ങിയിട്ടില്ല.’’

‘‘മദ്യക്കുപ്പികൾ.’’

‘‘ഇല്ല.’’

‘‘തുണിത്തരങ്ങൾ?’’

‘‘ഇല്ല.’’

‘‘വാസനദ്രവ്യങ്ങൾ?’’

‘‘ഇല്ല.’’

‘‘നിങ്ങൾ കുറ്റം പൂർണ്ണമായും നിഷേധിക്കുന്നു?’’

‘‘അതെ.’’

‘‘നിങ്ങൾ എത്ര കൊല്ലമായി ജോലി ചെയ്യുന്നു?’’

‘‘പതിനൊന്ന്.’’

‘‘മാസച്ചെലവു കഴിഞ്ഞാൽ എത്ര മിച്ചമുണ്ടാവും?’’

‘‘ഒന്നുമുണ്ടാവില്ല.’’

‘‘നിങ്ങളുടെ ഇപ്പോഴത്തെ ബാങ്കുനിക്ഷേപം എത്രയാണ്.’’

അയാൾ മുഖം കുനിച്ചു.

മറുപടി പറയാൻ പ്രേരണയായി നടുപ്പുറത്ത് രൂക്ഷമായ ഒരു വിരൽക്കുത്ത് അയാളേറ്റു.

മുഖം തിരിച്ച് ജനൽത്തിരശ്ശീലയോടെന്നപോലെ അയാൾ പറഞ്ഞു:

''അവിടെ ഓഫീസിൽ ഒരു സ്ഥിരം പതിവുണ്ട്. കല്പനകൾ വാങ്ങി സ്ഥലം വിടുന്നവർ സന്തോഷമായി തരുന്നത് ശിപായിമാർ വാങ്ങും. അത് എല്ലാവരും പങ്കിട്ട് എടുക്കുകയും ചെയ്യും. അല്ലാതെ...''

''ഒരു വൃദ്ധന്റെ വാർദ്ധക്യകാല പെൻഷൻ ഏഴുകൊല്ലം കല്പന നൽകാതെ വൈകിച്ചത് നിങ്ങളാണോ?''

''അല്ലു.''

''അല്ലെങ്കിൽ വേറെ ആര്?''

''അറിയില്ല.''

അമർത്തിയൊന്നു മൂളി ചെയർമാൻ തടിച്ച വിരലുകളമർത്തി മണിയടിച്ചു. വില്ലയിട്ട ശിപായി പിൻപുറത്തെ വാതിൽ തുറന്നു മുഖം കാണിച്ചു.

ആ പഴയ വൃദ്ധൻ വേച്ചുവേച്ച് മുറിയിലെത്തി.

പഴയ മുറിയിലെ ഇരുട്ടിൽ ആളെ ശരിയായി കണ്ടിരുന്നില്ല.

ചെയർമാൻ ചോദിച്ചു: ''ഈ വയസ്സനെ അറിയാമോ?''

അതിരറ്റ അത്ഭുതത്തോടെ അയാൾ പ്രതികരിച്ചു: ''ഇത് എന്റെ മുത്തച്ഛനാണ്.''

ചെയർമാൻ ചിരിച്ചു: ''അപ്പോൾ, ആളെ അറിയാം. അത്രയും നല്ലത്. ഇയാൾ കല്പന സ്വീകരിക്കാനായി നിങ്ങളെ കാണാൻ വന്നിട്ടില്ലേ?''

''ഇല്ല.''

''ദയയ്ക്കുവേണ്ടി കെഞ്ചിയിട്ടില്ലേ?''

''ഒരിക്കലുമില്ല.''

ചെയർമാൻ വൃദ്ധന്റെ നേരെ തിരിഞ്ഞു: ''ഇയാളെ അറിയാമോ, കാരണവരെ?''

''അറിയാമേ?''

''ആരാണ്?''

''യെശമാൻ.'''

''നിങ്ങൾ ഇയാളെ എങ്ങനെ അറിയും?''

''കല്പനയ്ക്കായി കണ്ടിട്ടുണ്ട്.''

''എത്ര തവണ?''

''എത്രയോ തവണ.''

‘‘കല്പന കിട്ടിയോ?’’

‘‘ഇല്ല.’’

‘‘ഇയാൾ എന്തു മറുപടിയാണ് തരാറ്?’’

‘‘വിധിയായില്ല എന്ന്.’’

‘‘ഇയാൾ നിങ്ങളോടു പണം ചോദിച്ചുവോ?’’

‘‘ഇല്ല. ശിപായി ചോദിച്ചു.’’

‘‘എന്നിട്ടോ?’’

‘‘എന്റെ കൈയിൽ പണമെവിടെ?’’

‘‘ആരോടും സങ്കടം പറഞ്ഞില്ലേ?’’

‘‘എല്ലാരോടും പറഞ്ഞു.’’

‘‘എന്തായിരുന്നു മറുപടി?’’

‘‘വല്ലേടത്തും പോയി ചാവാൻ.’’

‘‘എന്നിട്ടെന്തേ ചാവാതിരുന്നത്?’’

‘‘അതിനും വിധിയാവണ്ടേ.’’

‘‘ശരി. നിങ്ങൾക്കു പോകാം.’’

വൃദ്ധൻ വേച്ചുവേച്ചു പോയപ്പോൾ ചെയർമാൻ കർക്കശസ്വരത്തിൽ ചോദിച്ചു: ‘‘നിങ്ങൾക്കെന്തെങ്കിലും പറയാനുണ്ടോ?’’

‘‘ഇത് എന്റെ മുത്തച്ഛനാണ്. ഏഴു കൊല്ലം മുൻപ് വീടുവിട്ടിറങ്ങിപ്പോയ ആൾ. ഒരു കല്പനയും ഈ ആൾക്ക് കൊടുക്കാനില്ലായിരുന്നു. എനിക്കിതിന്റെ അർത്ഥം മനസ്സിലാകുന്നില്ല!’’

‘‘ഈ മുത്തച്ഛന് നിങ്ങളെ ഇഷ്ടമായിരുന്നുവോ?’’

‘‘ആയിരുന്നു.’’

‘‘നിങ്ങൾക്കു മുത്തച്ഛനെ ഇഷ്ടമായിരുന്നുവോ?’’

‘‘ഏറക്കുറെ.’’

‘‘ഈ മുത്തച്ഛൻ എന്തിനാണ് വീടു വിട്ട് ഇറങ്ങിപ്പോയത്?’’

‘‘ഒരു തന്നിഷ്ടക്കാരനാണ്.’’

‘‘സ്നേഹിക്കാൻ ആരുമില്ലാത്തതുകൊണ്ടായിരുന്നുവോ?’’

‘‘വയസ്സുകാലത്തൊരു സംബന്ധം ഉണ്ടായിരുന്നു. ആ സ്ത്രീക്ക് കൊടുക്കാൻ കൈയിൽ ഒന്നുമില്ലാതായപ്പോൾ നാടുവിട്ടതാണ്.’’

‘‘ഈ പറയുന്നത് നേരാണോ?’’

‘‘നാട്ടിൽ ആരോടു ചോദിച്ചാലും അറിയാം.’’

‘‘നിങ്ങൾക്കറിയില്ലേ?’’

“വേറൊരു കാരണവുമുണ്ട്. എന്നെ ഗുണദോഷിക്കാൻ വന്നപ്പോൾ ഒരു ദിവസം ഞാൻ ചോദിച്ചുപോയി, വല്ലേടത്തും പോയി ചാകരുതോ എന്ന്. അതുകേട്ട് തിരിഞ്ഞു നോക്കാതെ പടിയിറങ്ങി.”

“ഗുണദോഷിക്കുകയെന്നാൽ...?”

“ശമ്പളമേ സ്വീകരിക്കാവൂ. മനക്കോട്ടകൾ കെട്ടരുത്, മാലതിയെ സങ്കടപ്പെടുത്തരുത്, പുക വലിക്കരുത്, മദ്യപിക്കരുത്, കള്ളം പറയരുത്, ഈശ്വരവിശ്വാസം നല്ലതാണ് എന്നും സ്വൈരക്കേടുതന്നെ.”

“വീടുവിട്ടിറങ്ങിയതിൽപ്പിന്നെ ഈ മുത്തച്ഛനെ നിങ്ങൾ അന്വേഷിച്ചതേയില്ല?”

“ഇല്ല.”

“മരിച്ചുപോയെന്നു കരുതിയിരിക്കും അല്ലേ?”

“മാസങ്ങൾ കഴിഞ്ഞിട്ടും തിരികെ വരാതിരുന്നപ്പോൾ സ്വാഭാവികമായും ഞാൻ കരുതിയത് മരിച്ചുപോയെന്നാണ്.”

കൈ പരത്തി മേശപ്പുറത്ത് ഓങ്ങി അടിച്ച് ചെയർമാൻ ഉറക്കെച്ചിരിച്ചു, “പിണങ്ങി പടിയിറങ്ങുന്ന മുത്തച്ഛൻ ഒരിക്കലും മടങ്ങിവരികയില്ല എന്നു നിങ്ങൾ വിചാരിച്ചു! ഹഹ! അത്ഭുതം. നമ്മുടെ വിദ്യാലയങ്ങളിൽ കണക്കു പഠിപ്പിക്കുന്നത് ഇത്രയും മോശമായ രീതിയിലാണോ?”

ചെയർമാന്റെ ഇരുവശങ്ങളിലായിരിക്കുന്ന ഉന്നതോദ്യോഗസ്ഥമാർ നോട്ടുകൾ കുറിക്കുന്നതിനിടയിൽ ചെയർമാന്റെ ആ ചിരിയിൽ മാന്യമായി പങ്കുചേർന്നു.

“ശരി,” ചെയർമാൻ തന്റെ ചിരി മടുപ്പിന്റെ നെടുവീർപ്പാക്കി അടക്കി: “സമയം വെറുതെ കളയാതെ നാണയപരീക്ഷണം തുടങ്ങാം.”

തന്റെ പോക്കറ്റിൽനിന്ന് ഉന്നതാധികാരമുദ്രയുള്ള ഒരു നാണയമെടുത്തു ചെയർമാൻ അയാൾക്ക് നീട്ടി: “നിങ്ങൾ ഈ നാണയം മേലോട്ടിടുക. മുദ്ര മുകളിലായി വീണാൽ നിങ്ങൾക്കനുകൂലമാണ് വിധി. മറുവശം മുകളിലായി വീണാൽ എതിർവിധി. നാണയക്കുറ്റത്തിനുള്ള നാണയപ്പരീക്ഷണമാണെന്നറിയാമല്ലോ, ഇല്ലേ? ഏഴു തവണ.”

ഒന്നും അറിഞ്ഞുകൂടെങ്കിലും എല്ലാം അറിയാമെന്ന് അയാൾ തല കുലുക്കി നാണയം വാങ്ങി മേലോട്ടിട്ടു. മുദ്ര വീഴണേ എന്നു മനം നൊന്തു പ്രാർത്ഥിച്ചു. ആദ്യത്തെ പ്രാവശ്യം മുദ്ര വീണുകിട്ടിയപ്പോൾ രക്ഷപ്പെട്ടു എന്ന് അയാൾ വിചാരിച്ചു. പക്ഷേ, ഏഴിൽ അഞ്ചും വീണത് എതിർവിധിയായിട്ടായിപ്പോയി!

അയാളുടെ കണ്ണുകൾ നിറഞ്ഞു.

ചെയർമാൻ കൈ മലർത്തി, ''മിസ്റ്റർ എം.പി., ഞങ്ങൾ നിർവ്യാജം വ്യസനിക്കുന്നു. പക്ഷപാതം തെല്ലുമില്ലാതെയാണ് ഞങ്ങൾ വിചാരണ നടത്തിയതെന്നു നിങ്ങൾക്കു ബോദ്ധ്യമായില്ലേ? നിങ്ങൾ തന്നെയാണ് നിങ്ങൾക്കായി വിധി പറഞ്ഞത്, ഈ സ്വർണ്ണനാണയം ഒരിക്കലും തെറ്റായി ഒരു വിധിയും പറഞ്ഞിട്ടില്ല.''

വിധിവൈപരീത്യങ്ങൾ ശിരസാ വഹിച്ച് അയാൾ പിന്തിരിഞ്ഞു.

നിറഞ്ഞ കോടതിയിലേക്ക് അയാൾ കയറി.

ന്യായാധിപന്റെ കസേര മാത്രമാണ് ഒഴിഞ്ഞു കിടന്നത്.

ഈ അന്തിമവിചാരണയിൽ താൻ നിരുപാധികം വിട്ടയയ്ക്കപ്പെടുമെന്ന് അയാൾ ഉറച്ചു വിശ്വസിച്ചു. കുറ്റം ചെയ്യാത്തവർ ശിക്ഷിക്കപ്പെടാൻ ന്യായമില്ല എന്നതായിരുന്നു ഊന്നുവടിയായ ആശയം. സാമ്പത്തികക്കുറ്റങ്ങളുടെ കാര്യം ഒന്നു വേറെ എന്ന് അയാളുടെ മനസ്സ് പിറുപിറുത്തു. കുറ്റം ചെയ്തതുതന്നെയാണ്; ശിക്ഷ ന്യായവുമാണ്. കവിഞ്ഞാൽ ഒന്നോ രണ്ടോ ഇൻക്രിമെന്റുകൾ തടഞ്ഞു വെച്ചേക്കാം. ഓഫീസിൽ എല്ലാവരേയും പൊതുവേ ബാധിക്കുന്ന ശിക്ഷയുമായിരിക്കും.

അപ്പോഴൊക്കെയും അയാളുടെ കണ്ണുകൾ ന്യായാധിപന്റെ സ്ഥാനത്തായിരുന്നു. ന്യായാധിപൻ വന്നില്ല.

ന്യായാധിപൻ ഇല്ലാതെ എന്തു കോടതി എന്ന് അയാൾ പകച്ചു നിൽക്കെ ഗുമസ്തൻ കേസ് വിളിച്ചു.

ന്യായാധിപൻ അവിടെ ഉണ്ട് എന്ന അർത്ഥത്തിലായിരുന്നു ആ വിളി. ഗുമസ്തന്റെ ശബ്ദം മുഴങ്ങി: ''മരിച്ച പങ്കജാക്ഷൻ ഹാജരുണ്ടെങ്കിൽ സാക്ഷി പറയാൻ വരിക.''

സാക്ഷിക്കൂട്ടിൽ കയറി നിൽക്കുന്നത് പങ്കജാക്ഷൻതന്നെ എന്നു വിശ്വസിക്കാനാകാതെ അയാൾ പകച്ചു. ട്രക്ക് കയറി നിരത്തിൽ തന്റെ കൺമുന്നിൽവെച്ചു പിടഞ്ഞു മരിച്ച ആൾ.

''എടാ പങ്കാ,'' അയാൾ നിറഞ്ഞ കണ്ണുകളോടെ വിളിച്ചു: ''പങ്കാ, ഇത് നീയാണോ. നീ മരിച്ചില്ലേ. നീ മരിച്ചില്ല, അല്ലേ?''

പങ്കജാക്ഷൻ ഉറക്കെ ചിരിച്ചു: ''എന്നെ മനസ്സുകൊണ്ടു കൊന്നതിനു ഞാൻ നിന്നെ വെറുതെ വിടുന്നു.''

അയാൾ ചിരിച്ചു: ''അപ്പോൾ ഞാനൊരു കൊലപാതകിയല്ല?''

''നീയോ, കൊലപാതകിയോ?''

ഒരു വക്കീൽ ഇടപെട്ടു: ''കൂടുതൽ എന്തെങ്കിലും പറഞ്ഞ് ആശയക്കുഴപ്പം ഉണ്ടാക്കരുത്.''

പങ്കജാക്ഷൻ സാക്ഷിക്കൂട്ടിൽ നിന്നിറങ്ങി.

അടുത്തത് മാലതിയാണെന്നു കണ്ടപ്പോൾ അയാൾ സ്വയം മറന്നുപോയി: ‘‘എന്റെ മാലൂ.’’

മാലതിയുടെ കണ്ണുകൾ നിറഞ്ഞൊഴുകി.

അയാൾ ഗദ്ഗദത്തോടെ ചോദിച്ചു: ‘‘നീ എനിക്കെതിരെ സാക്ഷി പറയാൻ വന്നിരിക്കയാണോ? ഞാൻ ഒരുപാടു കുറ്റങ്ങൾ ചെയ്തിട്ടുണ്ട്. സങ്കല്പപുസ്തകത്തിൽ എല്ലാം കാണുന്നുമുണ്ട്. പക്ഷേ, എന്തെല്ലാമായാലും ഞാനൊരിക്കലും കരുതിയില്ല, നീ എനിക്കെതിരെ...’’

‘‘കാണാൻ മാത്രം വന്നതാണ്, ഞാൻ.’’ ശബ്ദം തൊണ്ടയിൽ കുരുങ്ങി മാലതി വിഷമിച്ചു: ‘‘ഇന്ന് അവധിദിവസമാണല്ലോ. ഇനി എന്നാണ് കാണാൻ കഴിയുക എന്നും നിശ്ചയമില്ല.’’

‘‘അങ്ങനെയാണല്ലേ.!’’ അയാൾ വളരെയേറെ സന്തോഷിച്ചു: ‘‘അത്ഭുതമായിരിക്കുന്നു! എന്റെ കുറ്റങ്ങൾ അത്ര വലുതായിരുന്നിട്ടും...!’’

പ്രോസിക്യൂഷൻ വക്കീലിന്റെ ശബ്ദം ഉയർന്നു: ‘‘ആരും കരയാതിരുന്നാൽ നന്ന്. വൈകാരികമായ സ്വാധീനം...’’

അയാൾക്കു പെട്ടെന്നു ദേഷ്യം വന്നു: ‘‘യു ഷട്ടപ്പ്.’’

താരയെ കണ്ടപ്പോഴും അയാൾ അത്ഭുതസ്തബ്ധനായി: ‘‘താര എനിക്കുവേണ്ടി വാദിക്കാൻ വന്നിരിക്കുന്നു. അങ്ങനെയാണെങ്കിൽ പക്ഷേ, സാക്ഷിക്കൂട്ടിൽ എന്തിനു കയറിനിൽക്കുന്നു? മാത്രമല്ല, എന്നെ നിരുപാധികം വിട്ടയയ്ക്കേണ്ടതാണെന്നു താര ആത്മാർത്ഥമായി വാദിക്കുന്നത് എന്നെ വേദനിപ്പിക്കും. കുറ്റവാളിയാണ് എന്ന് അറിഞ്ഞുകൊണ്ടുതന്നെ പ്രതി കുറ്റവാളിയല്ല എന്നു വക്കീലിനു വാദിക്കേണ്ടി വരുന്നു. ലോകം മോശപ്പെട്ട ഒരു സ്ഥലംതന്നെ, താരാ.’’

താര പുഞ്ചിരിക്കാൻ ശ്രമിച്ചു: ‘‘എന്തു കുറ്റം ചെയ്തുവെന്നാണ് പറയുന്നത്?’’

‘‘എന്തു കുറ്റമാണ് ചെയ്തതെന്നോ.’’ അയാൾ ഉറക്കെ ചിരിച്ചു: ‘‘എന്ത് കുറ്റമാണ് ഞാൻ ചെയ്യാത്തതെന്നു ചോദിക്കൂ. ശിക്ഷാനിയമത്തിൽ ഏതെല്ലാം കുറ്റങ്ങളുണ്ടോ അതെല്ലാം ഞാൻ ചെയ്തിരിക്കുന്നു. വിശ്വാസവഞ്ചനയും ബലാത്സംഗവും മുതൽ കൊലപാതകംവരെ. എന്നിട്ടും ഞാൻ മാപ്പർഹിക്കുന്നുവെന്നു വേണം താരയ്ക്ക് വാദിക്കാൻ. വേണോ, എന്നെ അത്രയും കടക്കാരനാക്കണോ?’’

താര താക്കീതു നൽകി: ‘‘നിറഞ്ഞ കോടതിയിൽ പ്രതിതന്നെ കുറ്റസമ്മതം തുടങ്ങിയാൽപ്പിന്നെ പ്രതിഭാഗം വക്കീലിന് ഒരു രക്ഷയുമില്ല.’’

''ശരിയാണ്,'' പങ്കജാക്ഷൻ പറയുകയായി, താഴെനിന്ന്: ''ഒരു വക്കീലും ഒരു കക്ഷിക്കും പൊള്ളയായ പ്രതീക്ഷകൾ നൽകരുത്.''

താരയുടെ മുഖം കടുത്തു: ''ഇപ്പോൾ കുറ്റവാളി ഞാനായോ?''

മാലതിയുടെ പരിഭവസ്വരവും അയാൾ കേട്ടു: ''കുറ്റവാളി ആരുമാകട്ടെ. വെണ്ണപോലത്തെ മനസ്സുള്ള ഒരാൾ അനുഭവിക്കുന്ന ശിക്ഷ കണ്ടില്ലേ? പോരെ, എല്ലാവർക്കും?''

''എന്താണിവിടെയൊരു തർക്കം?'' മുത്തച്ഛൻ കൂന്നുകൂന്ന് വന്നു.

മുത്തച്ഛൻ നിറഞ്ഞ കണ്ണുകളോടെ പറഞ്ഞു: ''മേൽക്കോടതിയിൽ നമുക്കു കാര്യങ്ങൾ ശരിയാക്കാം. നിനക്കനുകൂലമായ തെളിവുകൾ എന്റെ കൈയിൽ ധാരാളമുണ്ട്. നിഷേധിക്കാനാവാത്ത തെളിവുകളാണ് അവ എല്ലാം. എത്രയോ കോടതികൾ കയറിയിറങ്ങിയ ഒരാളാണ് ഞാൻ. നീ കണ്ടോ, നിന്നെ ഞാൻ നിരുപാധികം വിടുവിക്കും. എല്ലാറ്റിനും മേലേയാണ് ദൈവം. അതിനു മീതെ ഒരു കോടതിയുമില്ല. മനസ്സിലായോ?''

മനസ്സിലായില്ലെങ്കിലും മനസ്സിലായി എന്ന് അയാൾ തല കുലുക്കി.

''അമ്മാവൻ സമാധാനിക്കൂ.'' പങ്കജാക്ഷൻ പറഞ്ഞു: ''എല്ലാം ശരിപ്പെടും. വേണ്ടതൊക്കെ നമുക്ക് ചെയ്യാം.''

''മക്കളെ, നിങ്ങൾക്കറിയില്ല.'' മുത്തച്ഛൻ കാഴ്ച കുറഞ്ഞ കണ്ണിനു മറവു പിടിച്ച് അയാളെ നോക്കുന്നത്, ചറുപിറുന്നനെ കണ്ണീരുതിർക്കുന്നതും, അയാൾ കണ്ടു: ''പ്രസവിച്ച് പതിനാറു തികയുന്നതിന്റെ മുമ്പേ എന്നെ ഏല്പിച്ച് അവൾ പോയി. പിന്നെ, ഇക്കാലം മുഴുവനും യാതൊരു അല്ലലും അറിയാതെ...''

ബന്ധപ്പെട്ട ഉദ്യോഗസ്ഥന്മാർ കോടതിമുറിയിൽനിന്ന് എല്ലാവരെയും നീക്കം ചെയ്യാൻ എത്തി.

അവസാനം, അയാൾ വീണ്ടും കാവൽക്കാരുടെകൂടെ തനിച്ചായി.

ഗുമുഗുമു എന്നു പുക പറത്തുന്ന പൈപ്പു കടിച്ചുപിടിച്ചാണ് ന്യായാധിപൻ മുറിയിൽ കടന്നുവന്നത്. ഒരു ന്യായാധിപന് ഉണ്ടായിരിക്കേണ്ട ഗൗരവമൊന്നും ഈ മനുഷ്യന് ഇല്ല എന്ന് അയാൾക്കു തോന്നി. വേഷവും ശരിയല്ല. പക്ഷേ, ന്യായാധിപന്റെ കസേരയിൽ കയറിയാണ് ആഗതൻ ഇരിക്കുന്നത്.

ന്യായാധിപൻ പറഞ്ഞു: ''ഒട്ടും പേടിക്കേണ്ട. ഞാൻ നിങ്ങളുടെ ഭാഗത്താണ്.''

അതു കേട്ടപ്പോൾ അയാൾക്കു സംശയമായി. ഇതു ന്യായാധിപൻതന്നെയോ അതോ തെളിവെടുക്കാൻ വന്ന രഹസ്യപ്പോലീസുകാരനോ?

ചോദ്യങ്ങൾ തുടങ്ങിയപ്പോൾ കൂടുതൽ സംശയമായി: ''നിങ്ങൾ തെറ്റു ചെയ്തു എന്നു നിങ്ങൾക്കു തോന്നുന്നുണ്ടോ?''

നുണയന്ത്രം എന്തും കാണിക്കട്ടെ എന്ന തീരുമാനത്തോടെ അയാൾ പറഞ്ഞു: ''ഇല്ല.''

''നല്ലത്.'' ന്യായാധിപൻ ചിരിച്ചു: ''അപ്പോൾ, നമ്മുടെ പണി എളുപ്പമാണ്. ഉള്ള കാര്യം ഞാൻ തുറന്ന് പറയാം. ആണുങ്ങളെല്ലാം പെൺകമ്പക്കാരാണ്. മനുഷ്യൻ ജന്മനാ ബഹുഭാര്യാസമ്പ്രദായക്കാരനാണ്. ശീലംകൊണ്ടു മാത്രമാണ് ആത്മനിയന്ത്രണം വരുന്നത്. മനസ്സുകൊണ്ട് എല്ലാവരും പലതും ചെയ്യും. സാരമുള്ളതല്ല, മനസ്സിലായോ?''

മനസ്സിലായെന്ന് അയാൾ തലകുലുക്കി. സൂത്രം കൈയിലിരിക്കട്ടെ എന്ന് ഉള്ളിൽ പറയുകയും ചെയ്തു.

പിന്നെ ചോദ്യങ്ങൾ തുടങ്ങി.

''പേരെന്താണ്?''

പറഞ്ഞുകൊടുത്തു.

''അച്ഛന്റെ പേര്?''

അതും പറഞ്ഞു.

''അമ്മയുടെ പേര്?''

''അതെന്തിനാണ്?''

''അറിയാൻ മാത്രം.''

''നിങ്ങളത് അറിയേണ്ട!''

''വേണ്ടെങ്കിൽ വേണ്ട.''

''വേണ്ടെന്ന് പറഞ്ഞില്ലേ.''

''ശരി, വേണ്ട.''

''നിങ്ങളുടെ അച്ഛൻ...''

''എന്റെ അച്ഛനെപ്പറ്റി ഒരക്ഷരം പറയരുത്.''

''അത്ര മോശക്കാരനായിരുന്നോ?''

''എന്റെ അച്ഛൻ ഒരു തെണ്ടിയാണ്.'' അയാൾ ശ്വാസം മുട്ടി കിതച്ചു:

''ശുദ്ധ തെണ്ടി.''

''നിങ്ങൾക്കു വെറുതെ തോന്നുന്നതായിക്കൂടെ?''

''നാടുനീളെ ഭാര്യമാരുള്ള ഒരു എമ്പോക്കിയെക്കുറിച്ചു നിങ്ങൾക്കെന്തു തോന്നുന്നു?''

''കരുത്തനായിരിക്കണം.''

''എന്തു പറഞ്ഞു?''

''കരുത്തനായിരിക്കണമെന്ന്.''

''പെണ്ണുങ്ങളെ തല്ലിക്കൊല്ലലാണോ കരുത്തിന്റെ ലക്ഷണം?''

''ആരെയാണ് കൊന്നത്?''

''എന്റെ അമ്മയെ... വേറെ ആരെയെല്ലാം എന്ന് അറിഞ്ഞുകൂടാ.''

''നിങ്ങളോടാരോ ഏതോ കെട്ടുകഥ പറഞ്ഞതായിരിക്കും.''

''നിങ്ങൾ ആ മനുഷ്യനുവേണ്ടി ഇനിയൊരക്ഷരം പറഞ്ഞാൽ...''

''ഞാനൊന്നും പറയുന്നില്ല. നിങ്ങൾ കണ്ട കാര്യമാണോ അതോ...?''

''എന്റെ കണ്ണിൽപ്പെട്ടിരുന്നെങ്കിൽ ഞാൻ...''

''മദ്യപാനിയായിരുന്നോ?''

''ആയിരുന്നു.''

''ചൂതുകളിയുണ്ടായിരുന്നോ?''

''ചൂതുകളിയല്ല, മിസ്റ്റർ, ചീട്ടുകളി.''

''എത്ര ഭാര്യമാരുണ്ടായിരുന്നു?''

''അയാൾക്കല്ലേ അറിയാവൂ.''

''ഏകദേശം?''

''എനിക്കറിയില്ല.''

''സ്വന്തം അച്ഛനെക്കുറിച്ച് 'അയാൾ' എന്നു പറയുന്നത് ശരിയാണോ?''

''അദ്ദേഹമെന്നു പറയണോ?''

''ജന്മം നൽകിയ ആളല്ലേ?''

''ക്ഷയരോഗം വരുംവരെ സ്വന്തം അമ്മയെ തല്ലിയ ആളുമാണ്, ആ മാന്യ ദേഹം. അപ്പോൾ എന്തു പറയണം?''

''ഓ, അങ്ങനെയാണോ, ഞാൻ വ്യസനിക്കുന്നു.''

''നിങ്ങളെന്തിനു വ്യസനിക്കുന്നു?''

''അമ്മമാരുടെ കാര്യം വരുമ്പോൾ എന്റെ മനസ്സും പതറുന്നു.''

''എങ്കിൽ നിങ്ങളൊരു നല്ല മനുഷ്യനായിരിക്കണം.''

''അങ്ങനെയൊന്നുമല്ല. ഞാനും മനസ്സുകൊണ്ട് ഒരുപാട് തെറ്റുകളും കുറ്റങ്ങളും ചെയ്യാറുണ്ട്. അതൊരു നല്ല മനുഷ്യന്റെ ലക്ഷണമായി നിങ്ങൾ കരുതുകയില്ലല്ലോ.''

“ഒരിക്കലുമില്ല.”

“മാത്രമല്ല, ഞാൻ എന്റെ അച്ഛനെ സ്നേഹിക്കുകയും ചെയ്യുന്നു.”

“അച്ഛന്മാരെ ആർക്കാണ് സ്നേഹമില്ലാതിരിക്കുക?”

“നിങ്ങൾ കുറച്ചു മുൻപു പറഞ്ഞത്...”

“എന്റെ അച്ഛനെ എനിക്കു സ്നേഹമില്ലെന്നു ഞാൻ പറഞ്ഞി ല്ലല്ലോ.”

“തെണ്ടിയാണെന്ന്...”

“ആ വ്യക്തി ഒരു തെണ്ടിയായിരുന്നു. അച്ഛനെന്ന ആ ആശയം...”

“അതു രണ്ടും രണ്ടാകുന്നതെങ്ങനെ?”

“ഒന്നാകുന്നതെങ്ങനെ?”

ആലോചന നടിച്ചു ന്യായാധിപൻ തെല്ലിട നെറ്റി ചൊറിഞ്ഞു: “ശരിയാണ്. അതൊരു പ്രശ്നംതന്നെ. അച്ഛനാകാതെ പറ്റില്ല, അച്ഛ നാകാൻ പറ്റുകയുമില്ല എന്നു വരുമ്പോൾ കുഴഞ്ഞുപോകും, ഞാനായാലും!”

“നിങ്ങൾ എന്നെ വെറുതെ അലട്ടുകയാണ്.”

“അല്ല. അങ്ങനെയൊരു ഉദ്ദേശ്യം എനിക്കില്ല.”

“നിങ്ങൾ വിധി പറയാൻ വന്നതല്ലേ?”

“ആണെന്നു കരുതൂ.”

“തെളിവില്ലല്ലോ, വേണ്ടത്ര.”

“അതെങ്ങനെയുണ്ടാവും? ഇവിടെ സാക്ഷികളുണ്ടായിരുന്ന പ്പോൾ ന്യായാധിപനില്ലായിരുന്നു. ഇത് എന്തൊരു കോടതി... ആട്ടെ. സാക്ഷിമൊഴികളുടെ രത്നച്ചുരുക്കമെന്തായിരുന്നു?”

“എന്നെ വെറുതെ വിടണമെന്ന്?”

“എങ്കിൽ തീർച്ചയായും നമുക്ക് അതുതന്നെ ചെയ്യാം.”

“എന്റെ വാക്ക് വിശ്വസിച്ചോ?”

“പോരേ?”

“അതാണോ നീതി?”

“നിങ്ങൾ കള്ളം പറയുകയല്ലല്ലോ?”

“അല്ല.”

“പിന്നെ, ഒരേയൊരു ചോദ്യംകൂടിയേ ഉള്ളൂ.”

“ചോദിക്കൂ.”

“നിങ്ങൾ നിരപരാധിയാണെന്നു നിങ്ങൾക്കുതന്നെ വിശ്വാസ മുണ്ടോ? അതാണ് പ്രധാനപ്പെട്ട കാര്യം. ആ വിശ്വാസമില്ലെങ്കിൽ

ആരുതന്നെ വെറുതെ വിട്ടാലും നിങ്ങളുടെ മനസ്സ് നിങ്ങളെ എപ്പോഴും ശിക്ഷിച്ചുകൊണ്ടിരിക്കും.''

''അത് എന്റെ മാത്രം പ്രശ്നമല്ല?''

''അല്ല.''

''അതെങ്ങനെ?''

''മനസ്സിന് സുഖമില്ലാത്തവർ മറ്റുള്ളവർക്കും പ്രശ്നമായി ത്തീർന്നേക്കാമല്ലോ.''

''എനിക്ക് ഭ്രാന്തു പിടിക്കുമെന്നോ?''

''അങ്ങനെ സംഭവിക്കാതിരിക്കട്ടെ.''

''നിങ്ങളുടെ ആശീർവാദങ്ങളൊന്നും എനിക്കു വേണ്ട. ഒന്നു കിൽ എന്നെ ശിക്ഷിക്കൂ, അല്ലെങ്കിൽ വെറുതെ വിടൂ.''

''നിങ്ങൾ നിരപരാധിയാണോ?''

''അല്ല.''

''അല്ലെന്നോ?'' ന്യായാധിപൻ നെറ്റി ചുളിച്ചു: ''നിരപരാധി യാണെന്നു പറയുന്നവരെപ്പോലും ആ അവകാശവാദം തെളിയു ന്നതുവരെ വെറുതെ വിടാൻ ഒക്കുകയില്ലെന്നിരിക്കെ, അപരാധിയാ ണെന്നു സമ്മതിക്കുന്ന ആരെയാണെനിക്കു വെറുതെ വിടാൻ കഴി യുക?''

''എങ്കിൽ ശിക്ഷിക്കൂ.''

''അതിനു തെളിവില്ലല്ലോ.''

''ഞാൻ എന്തു ചെയ്യണമെന്നാണ് പറയുന്നത്?''

''അതു സ്വയം തീരുമാനിക്കണം.''

''ഇതെന്തൊരു കോടതി?''

''ഇതൊരു കോടതിയാണെന്ന് ആർ പറഞ്ഞു?''

''അല്ലേ?''

''ആണോ?''

''അല്ലെങ്കിൽപ്പിന്നെ...''

''ആലോചിച്ചുനോക്കൂ.''

അയാൾ ചുറ്റും നോക്കി, വിശ്വാസം വരാതെ ഒരു വട്ടം കൂടി ചുറ്റും നോക്കി. നോട്ടം കസേരയിലിരിക്കുന്ന ശാന്തപ്രകൃതക്കാ രനായ മദ്ധ്യവയസ്കനിൽ തങ്ങിനിന്നു: ''നിങ്ങൾ ആരാണ്?''

''ഞാനൊരു ന്യായാധിപനല്ല.''

''അല്ലാതെ?''

''ഞാൻ മുഖ്യസാക്ഷിമാത്രം.''

''എന്ത്?''

''എന്നെ വിശ്വസിക്കൂ.''

''വിധി പറയേണ്ടത് ആരാണ്?''

''നിങ്ങൾതന്നെ. വരൂ, ഇവിടെ ഇരിക്കൂ. നല്ലപോലെ ചിന്തിച്ചു വിധി പറയൂ.''

അയാൾ ന്യായാധിപന്റെ കസേരയിൽ ഇരുത്തപ്പെട്ടു.

അയാൾ നല്ലപോലെ ചിന്തിച്ചു.

അയാൾ ജയിച്ചു എന്ന് അയാൾക്കു തോന്നി.

അയാൾ വിധി പറഞ്ഞു: ''ജീവപര്യന്തം കഠിനതടവിനു ശിക്ഷിച്ചിരിക്കുന്നു.''

പൊാട്ടക്കിണറിന്റെ ആഴത്തിൽനിന്ന് ചോർച്ചയുള്ള ബക്കറ്റിൽ വെള്ളം കോരുന്നത് അസ്തമയമടുത്തിട്ടും അയാൾ തുടർന്നു. രാവിലെ മുതൽ കോരിയിട്ടും ഒരു കുടം വെള്ളം കിട്ടിയിട്ടില്ല. കുടത്തിനു ചോർച്ചയുണ്ടെന്നോർത്ത് അയാൾ വിരസമായി ചിരിച്ചു.

കോടിക്കണക്കിനു കിണറുകളിൽനിന്നു കോടിക്കണക്കിനു തടവുകാർ വെള്ളം ഓട്ടബക്കറ്റുകളിൽ കോരി ഓട്ടക്കുടങ്ങളിൽ നിറയ്ക്കുന്നത് അയാൾ കണ്ടു.

ജയിലിന്റെ മതിൽ എവിടെയെന്നറിയില്ല. അത്രയും വലിയതാണ് ഈ ജയിൽ. അയാൾ പിറുപിറുത്തു. മൺകുടം തല്ലിപ്പൊട്ടിച്ച് ഓട്ടബക്കറ്റ് കിണറ്റിലുമിട്ട് ആർക്കും എപ്പോൾ വേണമെങ്കിലും പോകാം എന്ന് അയാൾ ആയിരാമത്തെ തവണ ഓർത്തു. പക്ഷേ, എവിടേക്ക്? നോക്കെത്തുവോളം ഇതേ കിണറുകൾ, ഇതേ കുടങ്ങൾ, ഇതേ ബക്കറ്റുകൾ...

''ഒന്നും വേണ്ട.'' അയാൾ ബക്കറ്റു വീണ്ടും കിണറ്റിലേക്കു താഴ്ത്തുമ്പോൾ തന്നോടുതന്നെ ഉറക്കെപ്പറഞ്ഞു: ''ഏറിയാൽ നേരം പുലർന്നു കിട്ടുന്നതുവരെയല്ലേ വേണ്ടൂ? ഉറക്കമുണരുംവരെ മാത്രം.''

■

ഉത്തരാർദ്ധസമസ്യകൾ

"**കു**ട്ടിക്ക് കഥ കേട്ടാലേ ഉറക്കം വരൂ," രാധിക മനസ്സുകൊണ്ട് ആരോടെന്നില്ലാതെ പരാതി പറഞ്ഞു. വൈകുന്നേരം വരെ ജോലി ചെയ്താണു വരുന്നതെന്നോ മനസ്സിന് അയവിറക്കാൻ തന്നെ ഒരുപാടുണ്ട് കാര്യങ്ങളെന്നോ ഇത്തിരി സ്വസ്ഥതയും വിശ്രമവും അമ്മയ്ക്കു വേണമെന്നോ അവന് അറിഞ്ഞുകൂടാ. അത് അറിയാൻ പ്രായമായിട്ടില്ലെന്നതു ശരി. എല്ലാം അറിയാൻ വേണ്ടത്ര പ്രായമായ ഒരാൾ ഉണ്ടല്ലോ. ക്ലബ്ബിൽ പോയി ചീട്ടുകളിക്കുന്ന സമയത്തിന്റെ ഒരു പങ്ക് മോന് രണ്ടു കഥ പറഞ്ഞുകൊടുക്കാൻ ചെലവഴിക്കരുതോ? അതുമില്ല. മോൻ കഥ പറഞ്ഞു കിട്ടാൻ ശാഠ്യം പിടിക്കുന്നെന്നറിയിച്ചപ്പോഴുണ്ടായ പ്രതികരണമോ? നിനക്കല്ലേ എല്ലാ കഥകളും അറിയാവുന്നത്, എന്നും.

ഒരു കഥയും മുഴുവനായി തനിക്ക് അറിഞ്ഞുകൂടെന്നു മറുപടി പറഞ്ഞില്ല. പറഞ്ഞിട്ടും കാര്യമില്ലെന്നറിയാം.

രാധിക കുട്ടിയെ പുതപ്പിച്ചു, കട്ടിലിൽ പതുക്കെ എഴുന്നേറ്റിരുന്നു. മുടിവാരിയൊതുക്കി സ്വന്തം ജീവിതത്തെക്കുറിച്ചാലോചിച്ചു. "ഈ ജീവിതത്തിൽ..." എന്നു തുടങ്ങുന്ന ഒരു വാചകം എപ്പോഴും മനസ്സിൽ മുളയ്ക്കുന്നത് മുഴുമിപ്പിക്കാൻ കഴിയാറില്ല. അതുമൊരു ബാക്കി പകുതിയറിയാത്ത കഥതന്നെ.

ഒരുപാടു കഥകൾ മുത്തശ്ശി പറഞ്ഞറിഞ്ഞു. പക്ഷേ, ഒരു കഥ പോലും മുഴുവനായി കേൾക്കാൻ സാധിച്ചില്ല, അതിനിടയിൽ ഉറങ്ങിപ്പോയതുകൊണ്ട്. ആ കഥകളിൽ ഒന്നുംതന്നെ കുട്ടിക്ക് പറഞ്ഞുകൊടുക്കാൻ നിവൃത്തിയില്ലാതായത് അതുകൊണ്ടുതന്നെയാണ്. അവൻ എപ്പോൾ ഉറങ്ങിക്കിട്ടുമെന്നറിയില്ല. അവന്ന് ഉറക്കം വരും മുൻപ് തനിക്ക് അറിയാവുന്ന കഥയുടെ പൂർവ്വാർദ്ധം തീർന്നുപോകുന്നു. എന്തു ചെയ്യും?

കഥകൾ സ്വന്തം നിലയിൽ മുഴുമിപ്പിക്കാൻ ശ്രമിച്ചിട്ടു പറ്റുന്നുമില്ല. വല്ല വിധവും ഒപ്പിച്ചാലും ഏച്ചുകൂട്ടിയേടം മുഴച്ചുനിൽക്കുന്നു.

അതുകൊണ്ടിപ്പോൾ പുതിയ കഥകളാണ് പറഞ്ഞുകൊടുക്കുന്നത്. അതിനായി കഥകൾ വായിക്കണം. ആ കഥകളും ഒന്നു പോലും കുട്ടി മുഴുവനായി കേട്ടിട്ടില്ല എന്ന് ഓർത്തപ്പോൾ രാധികയ്ക്ക് ഉള്ളിൽ ചിരി വന്നു.

ഉറങ്ങുന്നതിനു മുൻപ് ഒരു കഥയും ആരും ഒരുവേള മുഴുവനായി കേട്ടിരിക്കില്ല. ഉണർന്നാൽ കഥയെക്കുറിച്ച് കാര്യമായി ഓർമ്മയുണ്ടാവില്ല. പിന്നെ, കുട്ടികൾക്കാർക്കെങ്കിലും കഥ പറഞ്ഞുകൊടുക്കേണ്ടി വരുമ്പോഴാണ് ഓർക്കുന്നത്. മുജ്ജന്മം ഓർക്കാൻ ശ്രമിക്കുന്നതു പോലെ.

പരമ്പരാഗതമായി പറഞ്ഞുകേട്ട കഥകൾ തന്നെയാകണം മുത്തശ്ശി പറഞ്ഞുതന്നിരുന്നത്. അതോ, സ്വന്തം കൃതികളോ? പറഞ്ഞു കേട്ട കഥകൾ മുത്തശ്ശി മുഴുവനായും കേട്ടിരുന്നുവോ? അല്ല, ഉത്തരാർദ്ധങ്ങൾ സ്വയം ഉണ്ടാക്കുകയായിരുന്നുവോ? അനുഭവപരിചയം വെച്ചും ഊഹിച്ചും മുഴുമിപ്പിക്കാവുന്ന കഥകളുണ്ടല്ലോ. ഒഴുകിപ്പോകുന്ന പുഴ കടലിലേക്കാണെന്ന് ഊഹിച്ചുകൂടേ? വല്ലപ്പോഴുമൊരിക്കൽ അത് ഒരു മരുഭൂമിയിലേക്കുമായേക്കാമെന്നതു നിയമത്തെ സാധൂകരിക്കുന്ന അപവാദം മാത്രമാണല്ലോ.

കുട്ടി ഉറക്കത്തിൽ നെടുവീർപ്പിടുന്നു.

കേട്ട കഥയുടെ കേട്ട പാതിയോ കേൾക്കാത്ത പാതിയോ സ്വപ്നം കാണുന്നത്? ഏതുമാകാം, മറ്റെന്തുമാകാം എന്ന ചിന്തയുടെ പിന്നാലെ വേറൊരു ചോദ്യം മനസ്സിൽ വന്നു: ക്ലബ്ബിലേക്കു വിളിക്കണോ? മണി പത്തരയായെന്നു പറയണോ?

വേണ്ടെന്നു നിശ്ചയിച്ചു. കൈയിൽ വാച്ചുള്ളതാണ്, വീട്ടിലല്ല, ക്ലബ്ബിലാണിരിപ്പെന്ന് അറിയാവുന്നതുമാണ്. വീട്ടിൽ തനിക്കും കുട്ടിക്കും കൂട്ടിനാരുമില്ലെന്ന നിശ്ചയവുമുണ്ട്.

തുടക്കം ഇങ്ങനെയായിരുന്നില്ലെന്നോർത്തപ്പോൾ രാധിക നെടുവീർപ്പിട്ടു. ഇപ്പോൾ ഇങ്ങനെയായി. താൽപര്യങ്ങൾ മറ്റു പലതിലുമായി. വീട്ടിലിരിക്കുന്നത് ബോറായി. വീട്ടിലിരുന്നാൽ ചിരി വരാതെയായി. ചിരിക്കാൻ വീട്ടിൽനിന്നു പുറത്തു കടക്കണം എന്നായി.

ഓണം കഴിഞ്ഞാലുള്ള മടുപ്പും മ്ലാനതയും.

ഇതിന്റെയൊക്കെ അവസാനം... കഥ അവസാനിക്കുന്നതിനു മുൻപ് ഉറങ്ങിക്കിട്ടിയാൽ ഭാഗ്യം. രാധിക കട്ടിലിലേക്കു ചാഞ്ഞു.

'മോചന'ത്തെക്കുറിച്ചുപോലും സൂചിപ്പിച്ചുകഴിഞ്ഞു. നീട്ടിക്കൊണ്ടുപോകുന്നതെന്തിന് എന്ന്. തമാശയായാണ് പറഞ്ഞതെങ്കിലും പറഞ്ഞതെന്താണ്? ''നിനക്ക് നിന്റെ ജോലിയിലല്ലേ താൽപര്യമുള്ളൂ; ഇപ്പോൾ ഒരു കുട്ടിയുമായി, ഇനി ഞാനെന്തിന്, അല്ലേ?''

ദാസേട്ടനു പണമുണ്ടാക്കുന്നതിലല്ലേ താൽപര്യമുള്ളൂ? സുഖിപ്പിക്കാൻ മറ്റു പലരും ഉണ്ടുതാനും. പിന്നെ ഞാനെന്തിന്, അല്ലേ, എന്നു ചോദിച്ചില്ല. ചോദിക്കാമായിരുന്നു. ചോദിച്ചുകഴിഞ്ഞാൽപ്പിന്നെ 'മോചന'ത്തിലെത്തിയേ നിൽക്കൂ എന്ന് അറിയാമായിരുന്നതുകൊണ്ട് ചോദിക്കാതിരുന്നതല്ലേ?

എപ്പോഴും ചിരിക്കുന്ന എമിലിയുമായുള്ള തിരിഞ്ഞുകളി ആരും അറിഞ്ഞിട്ടില്ലെന്നാണോ ഇപ്പോഴും വിചാരിക്കുന്നതാവോ?

പണ്ട് ആരോ ഒരു കഥ പറഞ്ഞപോലെതന്നെയായില്ലേ ഇതും? അത് മുത്തശ്ശി പറഞ്ഞ ഒരു കഥതന്നെ ആയിരുന്നുവോ?

നിധി അന്വേഷിച്ചുപോയ രാജകുമാരന്റെ കഥ. ആ നിധി, പക്ഷേ, സമ്പത്തു മാത്രമായിരുന്നില്ല. നിത്യയൗവനം കൈവരുത്തുന്ന ഔഷധവും സർവ്വവിജ്ഞാനവും അതിലുണ്ടായിരുന്നു. സുന്ദരനായ രാജകുമാരനായിരുന്നു, സുന്ദരിയായ രാജകുമാരിയും. അവരുടെ വിവാഹത്തിന് ഈരേഴുപതിന്നാലു ലോകങ്ങളിലെ എല്ലാ രാജാക്കന്മാരും എത്തിയിരുന്നു. സ്വർണ്ണത്തിൽ തീർത്ത വരണമണ്ഡപമായിരുന്നു. മുഹൂർത്തമായപ്പോൾ ദേവദുന്ദുഭി മുഴങ്ങുകയും പുഷ്പവൃഷ്ടിയുണ്ടാവുകയും ചെയ്തു. (ച്ചാലേയ്, മഴ പെയ്യുന്നപോലെ, വെള്ളത്തിനു പകരം പൂവാണെന്നേള്ളൂ! പെയ്തു പെയ്തു പൂക്കളുടെ പ്രളയം.) ഉമാമഹേശ്വരന്മാരെപ്പോലെയായിരുന്നു ആ ദമ്പതികൾ. വിവാഹം കഴിഞ്ഞ് ഏഴു തിരുവോണം കഴിഞ്ഞപ്പോഴാണ് ആ നിയോഗമുണ്ടായത് – നിധി കൊണ്ടുവരണം.

ദൈവവിധിയാണ്. ഭാര്യ തടയാൻ നോക്കി. ഫലിച്ചില്ല. (പെൺവാക്ക് കേട്ട് പടയൊരുക്കത്തിൽനിന്നു പിൻവാങ്ങിയാൽ പത്തു ജന്മം നരകം.) രാജകുമാരൻ പുറപ്പെട്ടു. ഭാര്യ കൂടെയിറങ്ങി. രാജകുമാരൻ വിലക്കി നോക്കി, ഫലിച്ചില്ല. എങ്കിൽ അങ്ങനെ എന്നു സമ്മതിച്ചു. കടലേഴും കടന്നു, കരയേഴും കടന്നു, ഏണി കയറി, കോണി കയറി, കാണാപ്പാലം കടന്നു, കണ്ണാന്തളി കടന്നു, കസ്തൂരി കടന്നു, കരിമ്പും കയ്പും തിന്നു, കാരാഗൃഹവും കരിങ്കൂവളവും കണ്ടു, കവാടത്തിലെത്തി (ച്ചാൽ, വാതിലന്നെ), അതിലൂടെ ഒരാൾക്കേ കടക്കാവൂ. അടഞ്ഞുകിടക്കുന്ന വാതിൽ ഒരാൾക്കു കടക്കാനേ തുറക്കൂ. ഒരാൾ കടന്നാൽ അടയും. ഭാര്യ പുറത്തു നിന്നു, ഭർത്താവ് അകത്തു കടന്നു. (കാത്തങ്ങനെ നിന്നു, കാത്തു കാത്തങ്ങനെ നിന്നു... കാണാഞ്ഞും കാണാഞ്ഞും കേണു നിന്നു, കേഴാതെ വീഴാതെ തങ്ങിനിന്നു, വീണിട്ടുരുളാതെ തങ്ങീം നിന്നു...)

നിന്നിട്ടോ?

ഉറങ്ങിപ്പോയി.

രാജകുമാരൻ വന്നുവോ?

അതു ചോദിക്കാൻപോലും ഇനി നിവൃത്തിയില്ല.

മുത്തശ്ശി എന്നേക്കുമായി ഉറങ്ങിപ്പോയില്ലേ?

ചന്ദ്രനിൽനിന്നു ശുക്രനിലേക്കു പോയ സ്പെയിസ്ഷിപ്പിന്റെ കഥയാണ് കുട്ടിക്ക് ഇന്നു പറഞ്ഞുകൊടുത്തത്. പ്രകാശവേഗമുള്ള ഷിപ്പ്. അതിൽ ഡണ്ടു എന്ന കുറുക്കനും വിക്കി, ഡിക്കി എന്ന രണ്ടു താറാവുകളുമാണല്ലോ യാത്രക്കാർ. അവർ അവിടെ എത്തിയോ അതിനു മുമ്പ് കുറുക്കൻ താറാവുകളെ തിന്നുവോ എന്ന് അറിയുന്നതിനു മുൻപ് കുട്ടി ഉറങ്ങി. വായിച്ചുവെച്ച കഥയാണ്. മുഴുവൻ പറയാൻ അറിയാമായിരുന്നു. ഒരുപക്ഷേ, കുറെക്കാലം കഴിയുമ്പോൾ കഥയ്ക്ക് മറ്റൊരു അന്ത്യമുണ്ടായിക്കൂടായ്കയില്ല. പ്രപഞ്ചത്തിൽ സ്ഥലമേറെ കിടക്കുന്നുവല്ലോ ഇനിയും പറന്നുചെല്ലാൻ, പ്രകാശത്തേക്കാൾ വേഗത്തിൽ.

സ്നേഹത്തിന്റെ ദിശ ഒന്നു മാറിയാൽ? മുത്തശ്ശി പറഞ്ഞ മറ്റൊരു പാതിക്കഥ ഉദാഹരണം. മുക്കാരത്തിക്കാവിലെ ഭഗവതിയുടെ കഥ. തൃക്കണാപുരത്തെ ഭഗവതിയും തൃപ്രങ്ങോട്ടെ ശിവനും രാത്രിയുടെ മൂന്നാംയാമങ്ങളിൽ തേർവാഴ്ചയിലൂടെ ബന്ധപ്പെട്ടിരുന്ന കാലത്താണ് തേവര് മുക്കാരത്തിക്കാവിലെ ഭഗവതിയെ കാണാനിടയായത്. പൂർണ ചന്ദ്രന്മാർ ആയിരം ഒന്നിച്ചുദിച്ചപോലെ കണിക്കൊന്നക്കാടുപോലെ, പൂക്കാലം പോലെ മുക്കാരത്തിയമ്മ. തേരിൽ പോകുന്ന തേവര് ആ പ്രകാശത്തിന്റെ പിന്നാലെ തിരിഞ്ഞു. തൃക്കണാപുരത്തെ ദേവി തേവരെ കാത്തിന്നു മുഷിഞ്ഞു. (ഇലയിട്ടുനോക്കി വരില്ലെന്നറിഞ്ഞു. തല നീട്ടി നോക്കി തീർത്തറിഞ്ഞു. തലയിളക്കി, മുലയിളക്കി ഉറഞ്ഞുതുള്ളി നീട്ടിക്കരഞ്ഞു.)

തെക്കോട്ടു നോക്കിയപ്പോൾ മുക്കാരത്തിക്കാവിന്റെ മുറ്റത്തു തേരു കണ്ടു, ഓടക്കതിരുപോലെ കുതിരവാലും കണ്ടു. പിന്നെ സംശയിച്ചില്ല. പുഴയിൽനിന്നു വെള്ളാരങ്കല്ലു പെറുക്കി വയലിൽ ഇട്ടുതുടങ്ങി. എട്ടു നാഴികപ്പൊട്ടൻ ഉദിക്കും മുൻപ് വയലൊരു കുന്നായി. തൃക്കണാപുരത്ത് നടയിൽനിന്നു നോക്കിയാൽ മുക്കാരത്തിക്കാവിലെ ആൽമരംപോലും കാണാതായി. തെക്കേ നട ദേവി വലിച്ചടച്ചു. പിന്നെ ഒരിക്കലും അത് തുറന്നിട്ടില്ല.

തേവര് മുക്കാരത്തിക്കാവിൽ സ്ഥിരക്കാരനായോ?

തൃക്കണാപുരത്തേക്കു മടങ്ങിയോ? .

അറിഞ്ഞുകൂടാ.

ഇനി ചോദിക്കാൻ നിവൃത്തിയില്ല.

മുത്തശ്ശി പറഞ്ഞ കഥയിലെ കലികാലം വന്നുവോ? പണ്ട് പറങ്കിമാങ്ങയ്ക്കും അതിന്റെ അണ്ടി അകത്തായിരുന്നു. ചവർപ്പുണ്ടായിരുന്നില്ല. നെല്ലിക്കയുടെ കുരു പുറത്തായിരുന്നു. ചവർപ്പുണ്ടായിരുന്നില്ല. (കലികാലം വന്നപ്പൊ ഒക്കെ നേരെ വിപരീതായി.) ദേവി ശപിച്ചതാണ്, ശ്രീപാർവ്വതി. ('ശീവോതി'ക്ക് വെക്കുന്ന കാലത്തു പറഞ്ഞ കഥയാണ്.)

ദേവ്യേം കൂടെ കൂട്ടി നമ്മടെ ഉടുക്കുകൊട്ടുകാരൻ തേവര് ലോക സ്ഥിതി നോക്കാൻ ഇറങ്ങിയതായിരുന്നു. പറങ്കിമാങ്ങയോടു ചോദിച്ചു: "നെനക്ക് സുഖാണോ?" "എന്തു സുഖം?" എന്ന് പറങ്ക്യാങ്ങ. "എന്താ സൂക്കെട്" എന്ന് തേവര് ചോദിച്ചു. "എന്നെ ഭക്ഷിക്കണോര് എന്റെ ഈ അണ്ടികടിക്കുമ്പോ എന്നെ ഇറക്കാതെ തുപ്പുന്നു" എന്ന് പറങ്ക്യാങ്ങ... "എന്നാൽ അണ്ടി പൊറത്തായിക്കോട്ടേ" എന്ന് തേവര്. "മധുരം അധികണ്ടെങ്കിൽ ചവർപ്പും കുറച്ച് ഇരുന്നോട്ടേ" എന്ന് തേവരുടെ പിന്നിൽ നിൽക്കുന്ന ദേവി. നെല്ലിക്കേടെ കാര്യം നേരെ വിപരീതം. അവടേം ദേവീടെ ശാപം. തേവരുടെ ഭൂമീല് തൃപ്തീല്യായ പറയാമ്പാടുണ്ടോ? അതിനാണ് ദേവി ശപിച്ചത്. അവർക്കൊക്കെ വിചാരിച്ചതങ്ങട്ട് നടത്താൻ കഴിവുണ്ടേയ്! എന്താ ശക്തി."

പിന്നീട്, പറങ്കിമാവും നെല്ലിയുംകൂടി സങ്കടം പറയാൻ ചെന്നു. 'കലികാലം' കഴിഞ്ഞാൽ ഒക്കെ നേരെയാവും എന്ന് തേവര് ശാപമോക്ഷം കൊടുത്തു.

കലികാലം എന്നു കഴിയും?

രാധികയെണീറ്റ് ഫാനിന്റെ സ്പീഡ് അല്പം കുറച്ചു, ഒരു ജനൽപ്പാളി കൂടി അടച്ചു.

ക്ലബ്ബിൽ എമിലിയുമുണ്ടായിക്കൂടെന്നില്ല, കൂടെ.

ദാസേട്ടൻ തന്നെ ഒരിക്കൽ പറഞ്ഞു: "നീ വളരെയേറെ അസൂയക്കാരിയായിപ്പോകുന്നു, രാധീ."

ഇംഗ്ലീഷിലാണു പറഞ്ഞതെങ്കിലും പറഞ്ഞതു പറഞ്ഞതുതന്നെ.

ഒരു ഫലിതവും പറയാതെ വെറുതെ പരസ്പരം മുഖത്തു നോക്കി ഇരുന്നാൽ ഇരുവർക്കും ധാരാളമായി ചിരിക്കാൻ കഴിയുമായിരുന്നതല്ലേ? ദാസേട്ടൻ ഈ പറഞ്ഞത് ഒരു വെറും ഫലിതമായി കണക്കാക്കിയിട്ടും ചിരി വന്നില്ല.

ദാസേട്ടൻ ചിരിക്കുകയും ചെയ്തു, ചിരി വരാതെ.

അപ്പോഴാണ് കരയണമെന്നു തോന്നിയത്.

"എപ്പോഴും ചിരിച്ചുചിരിച്ചുകൊണ്ട് എന്താ?"

കടങ്കഥ.

ഉത്തരം അറിയില്ലായിരുന്നു. മുത്തശ്ശി പറഞ്ഞുതന്നു, എരിക്ക്.

പിന്നെ, താൻ ആ കടങ്കഥകൊണ്ട് പലരേയും തോൽപിച്ചു. എന്നിട്ട് ഉത്തരം അവർക്കും പറഞ്ഞുകൊടുത്തു രസിച്ചു.

എരിക്ക് എന്നൊരു ചെടി പണ്ട് ഭൂമിയിൽ ഇല്ലായിരുന്നു. ഒരു ബ്രാഹ്മണപത്നിയാണ് എരിക്കായത്. അവൾ ഒരു പൊട്ടിപ്പെണ്ണായിരുന്നു. ഒരു ദിവസം അവളുടെ ഭർത്താവിനെ പാമ്പു കടിച്ചു. ആ വാർത്തയറിഞ്ഞ് അവൾ ചിരിക്കുകയാണു ചെയ്തത്.

മരണവേദനകൊണ്ട് അയാൾ പാമ്പ് എഴേണപോലെ എഴയുമ്പോളും പൊട്ടിപ്പെണ്ണ് ചിരിക്ക്യായിരുന്നൂത്രെ. നോക്കണേ ഒരു അന്തല്യായ. നല്ലതു പറഞ്ഞുകൊടുക്കാൻ ആരുണ്ടായില്യാന്നും വെച്ചോളൂ.

''താലി കെട്ട്യേ ആള് ദൈവല്ലേ? ഇങ്ങനെ ചിരിക്ക്യാവ്വോ?'' എന്ന് ആരും ചോദിച്ച്ല്യ.

കൈലാസത്തിലെ ദേവിക്ക് ഇതു കണ്ട് കഷ്ടം തോന്നി. മുക്കണ്ണനോട് ദേവി അരിശപ്പെട്ടു.

''ഇത് കണ്ട്ല്യേ?'' എന്ന് ചൂണ്ടിക്കാട്ടി ചോദിച്ചു.

അപ്പഴയ്ക്കും ബ്രാഹ്മണന്റെ ശവം ചൊടലേലെത്തീരുന്നു. പൊട്ടിപ്പെണ്ണ് ചിരിയോടു ചിരിയായി പിന്നാലെ.

''വിശേഷബുദ്ധില്യാഞ്ഞിട്ടാണ്'' എന്ന് തേവര് പറഞ്ഞിട്ടൊന്നും ദേവി ക്ഷമിച്ച്ല്യ. ശപിച്ചു,

''നീയ് എന്നും ആ ചൊടലേല് ചിരിച്ചുകൊണ്ട് നിന്നോ'' എന്ന്.

ഇതു കേട്ട് മുക്കണ്ണും തുറന്ന് ദേവൻ ഇരിക്ക്ണു.

ചോദ്യോം ഉത്തരും ആയി:

''ശിക്ഷ കൊറെ കൂടീല്യേ?'' എന്ന് തേവര്.

''മതിയായില്യ?'' എന്ന് ദേവി.

പട്ടരെക്കടിച്ച പാമ്പോ, എരിക്കായി മാറ്യേ പൊട്ടീടെ കാൽക്കൽ കെടപ്പും ആയി. മുക്കോടി ദേവവർഷം കഴിഞ്ഞാൽ...

എരിക്കിനു ശാപമോക്ഷം കിട്ടുമോ?

രാധിക കിടപ്പറയിൽനിന്നു പുറത്തു കടന്നു. വരുന്നെങ്കിൽ വരട്ടെ. ഊണെടുത്തു വെച്ചേക്കാം.

ചുറ്റുവട്ടത്തെ വീടുകൾ ഉറങ്ങിത്തുടങ്ങി. പട്ടികളുടെ കുരയ്ക്കു മറ്റു ശബ്ദങ്ങളുടെ മീതെ പൊങ്ങാരം കിട്ടിയിരിക്കുന്നു, മാറ്റൊലികളോടെ.

കാക്ക കരയുന്നതുകൂടി കേട്ടപ്പോഴാണ് ക്ഷീണം വർദ്ധിച്ചത്. ക്ലോക്കിൽ സമയം വെറും പന്ത്രണ്ടര. പട്ടണത്തിലെ കോഴിക്കും കാക്കയ്ക്കു പോലും കണക്കു തെറ്റുന്നു.

ചുറുചുറുക്കുള്ള കുട്ടിയായിരുന്നു, പ്രസരിപ്പുള്ള പെൺകിടാവായിരുന്നു, ശുഷ്കാന്തിയുള്ള ഭാര്യയായിരുന്നു.

കാരണം, ജീവിക്കണമെന്ന അടങ്ങാത്ത ആവേശം സ്വയമറിയാതെ ഉറവെടുത്തിരുന്നു.

ഇന്നലെ ക്ലബ്ബിൽനിന്ന് രാത്രി ഒന്നര മണിക്ക് വന്നപ്പോൾ മുഖമല്പം കറുപ്പിച്ചതിന് ദാസേട്ടന്റെ ലഹരി കലർന്ന പ്രതികരണം: ''നിനക്ക് നിന്റെ മുറച്ചെറുക്കൻതന്നെ മതിയായിരുന്നില്ലേ, രാധമ്മേ?''

പറഞ്ഞുപോയി: ''ഇക്കണക്കിന് ഭേദം അതായിരുന്നു.''

മരിച്ചുപോയവർക്ക് ഇതിലേറെയുണ്ടാവും തന്നോടു പരിഗണന എന്ന അർത്ഥത്തിൽ മാത്രമാണ് അങ്ങനെ പറഞ്ഞത്.

നന്ദേട്ടൻ ജീവനോടെ ഉണ്ടായിരുന്നെങ്കിൽ... ആർക്കും അക്കാര്യത്തിൽ സംശയമേ വേണ്ട.

ഫ്രിഡ്ജിൽനിന്നു തണുത്ത കറികളെടുത്ത് മേശപ്പുറത്തു നിരത്തി.

മനസ്സിൽ പറഞ്ഞു: ''അതും വെറുതെ.''

വിട്ടുപോയ ഭാഗങ്ങൾ മനസ്സുകൊണ്ടു മാത്രമേ പൂരിപ്പിക്കാൻ കഴിയൂ. കണ്ണുകൾ മൂടിക്കെട്ടിക്കൊണ്ടുള്ള ചുവടുവെപ്പ്, ഇടയിലോ അവസാനമോ വിട്ടുപോയ ഭാഗങ്ങൾ അങ്ങനെതന്നെ എക്കാലവും കിടക്കും.

''നീ എത്രയോ കുട്ടികളെ പഠിപ്പിക്കുന്നില്ലേ?'' ദാസേട്ടൻ ചോദിക്കുന്നു: ''എന്നെയെന്താണ് ഒന്നും പഠിപ്പിക്കാത്തത്?''

''കളി കാശുകൊണ്ടു മാത്രമായാൽ പഠിപ്പിൽ ശ്രദ്ധയില്ലാതെ വരും'' എന്നു പറഞ്ഞു.

''ആരുമില്ലാത്തവർക്ക് കാശല്ലേ തുണ, ലെക്ചററേ?''

ആരുമില്ലാത്തവർ?

അപ്പോൾ, ഏതു കഥയുടെയും ഉത്തരാർദ്ധം എളുപ്പത്തിൽ പൂരിപ്പിക്കാം? ദാസേട്ടൻ മനസ്സുകൊണ്ടു പൂരിപ്പിച്ചിരിക്കണം.

പിരിയാമെന്നുതന്നെ ആയിരിക്കും.

കളമൊരുക്കുകയാണോ?

ഒറ്റയ്ക്കായാൽ?

ആയാലെന്ന് എന്തിനാലോചിക്കണം, ഇപ്പോൾത്തന്നെ ആണല്ലോ.

ഊൺമേശയുടെ മിനുത്ത മുകൾത്തട്ടിൽ രണ്ടു തുള്ളി കണ്ണീർ വീണു ചിതറി. ഓരോ കണത്തിലും വെളിച്ചം വെവ്വേറെ പ്രതിഫലിച്ചു.

കഥകളിൽ ഒന്നിന്റേയും ഉത്തരാർത്ഥം അറിയില്ലെന്നു തുറന്നു സമ്മതിക്കാൻ രാധികയ്ക്കു മനസ്സു വന്നില്ല. അറിയാത്ത അവസാനങ്ങൾ എന്തെന്നു തീരുമാനിക്കാനുള്ള ശ്രമം തുടരാതിരിക്കാനും കഴിഞ്ഞില്ല.

■

ആയിരം തിര തിരച്ച് അകത്തിരിക്കുന്നത്

ആയിരം തിര തിരച്ച് അകത്തിരിക്കുന്ന സുന്ദരിക്കുട്ടിയുടെ പേർ പറയാത്തവർക്ക് പന്തീരായിരം പട്ട എന്നൊരു കടംകഥ ഞാൻ കുട്ടിക്കാലത്ത് കേട്ടിരുന്നു. തോറ്റ് സുല്ല് പറഞ്ഞാണ് എനിക്ക് അതിന്റെ ശരിയുത്തരം സമ്പാദിക്കാനായത്: വാഴയുടെ ഉണ്ണിപ്പിണ്ടി.

വിഷമം പിടിച്ച എഴുത്തുപരീക്ഷയും അഭിമുഖവും പരിശീലന കാലവും എല്ലാം കഴിഞ്ഞ് പൊലീസുദ്യോഗസ്ഥനായി ചുമതലയേറ്റ് ആദ്യം കിട്ടിയ അന്വേഷണദൗത്യവും ഈ കടംകഥപോലെ ആയിപ്പോയി. മുഖം സ്വർണ്ണപ്പാത്രംകൊണ്ടു മൂടിയ നിലയിൽ മാത്രമല്ല, മറകളുടെ ആയിരം അടരുകൾക്കകത്തും സത്യം ഒളിച്ചിരിക്കുന്നു.

വലിയ ഒരു ആഭരണക്കടയിൽ പത്തു കൊല്ലം മുമ്പ് നടന്ന മുപ്പതു ലക്ഷത്തിന്റെ തട്ടിപ്പുകേസാണ് അന്വേഷിക്കാൻ കിട്ടിയത്. തെളിയിക്കാൻ പലരും നോക്കിയതാണ്, കഴിഞ്ഞില്ല.

കാഴ്ചയിൽ സുമുഖനും മാന്യനുമായ ഒരു ചെറുപ്പക്കാരൻ ഒരു ദിവസം രാവിലെ പതിനൊന്നോടെ ആ കടയിൽ കയറിച്ചെല്ലുന്നു. വിവാഹാവശ്യത്തിന് സ്വർണ്ണം വാങ്ങാനാണെന്നു പറയുന്നു. വളരെ ശ്രദ്ധയോടെ ആഭരണങ്ങൾ തെരഞ്ഞെടുക്കുന്നു. നോട്ടുകെട്ടുകൾ അടുക്കിവെച്ച വലിയ സൂട്ട്കേസ് തുറന്ന് പണമെടുക്കാൻ ഭാവിക്കുന്നു. പെട്ടെന്ന് എന്തോ ഓർത്തെന്നപോലെ ആ പെട്ടി അടച്ച് പറയുന്നു, ''പെങ്ങളുണ്ട് കാറിൽ പുറത്തിരിക്കുന്നു, നടക്കാൻ ശേഷിയില്ലാത്ത ആളാണ്, എന്റെ സിലക്ഷൻ ഒന്നു കാണിച്ചിട്ടു വരാം, പണമൊക്കെ ഇവിടെ ഇരിക്കട്ടെ.''

പണപ്പെട്ടി കടയിലിരിക്കെ എന്തു സംശയിക്കാൻ. ബില്ലെഴുതിക്കഴിഞ്ഞ ആഭരണങ്ങൾ തൂവാലയിൽ പൊതിഞ്ഞെടുത്ത് അയാൾ പോകുന്നു. അരമണിക്കൂർ കഴിഞ്ഞിട്ടും തിരികെ കാണാതായപ്പോൾ സംശയം തോന്നി കടക്കാർ തിരക്കിച്ചെല്ലുന്നു. ആളുടെ പൊടിപോലും എങ്ങുമില്ല. പെട്ടിയിലെ നോട്ടുകെട്ടുകളുടെ ഓരോന്നിന്റെയും

മീതെ ആയിരത്തിന്റെ ഓരോ നോട്ടുണ്ട്, ബാക്കി വെറും വെള്ളക്കട ലാസ്സും.

ആറേഴായിരം ഉറപ്പിക വിലമതിപ്പുള്ള ആ പത്രാസുപെട്ടിയിൽ അതിന്റെ ഉടമയെ സംബന്ധിക്കുന്ന ഒരു വിവരവും ഇല്ല. കൈ വെറുതെ വിയർക്കുന്ന ചിലർ പതിവുപോലെ വലിയൊരു തൂവാല കൂട്ടിപ്പിടിച്ചാണ് ആ പെട്ടി അയാൾ കൈകാര്യം ചെയ്തത്. അതിന്റെ ഹാന്റിലിൽ അയാളുടെ വിരലടയാളം പോലും ഇല്ല.

ക്ലോസ് സർക്യൂട്ട് ക്യാമറകൾ സാർവത്രികമായിട്ടില്ലാത്ത കാലം. പക്ഷേ, പത്തു ലക്ഷത്തിൽ കൂടുതൽ തുകയ്ക്കു സ്വർണ്ണം വാങ്ങി യാൽ ആ കടക്കാർ അതു വാങ്ങുന്ന ആളുടെ ഫോട്ടോ എടുത്തു വെക്കാറുണ്ടായിരുന്നു. ചിത്രം ഷോപ്പിലെ ഡിസ്പ്ലേ ബോർഡിൽ പ്രദർശിപ്പിക്കും. ഈ കസ്റ്റമർ പിന്നീടെപ്പോഴെങ്കിലും വന്നാൽ കാണി ക്കാൻകൂടി ആയിരുന്നു ഇത്. ഇങ്ങനെ ആദരിക്കപ്പെടുന്നു എന്നത് പതിവുകാരിൽ സ്ഥാപനത്തോട് അധികസൗഹൃദം ജനിപ്പിക്കുമല്ലോ.

ഇയാൾ കടയിൽ പറഞ്ഞത് ശരിയായ പേർ ആവാനിടയില്ലാത്തതി നാൽ ആ ഫോട്ടോ മാത്രമാണ് അന്വേഷണത്തിന് ആകെയുള്ള പിടിവള്ളി. അതും വിദഗ്ദ്ധമായ മേക്കപ്പിന്റെ ഫലമോ എന്നു സംശയം തോന്നി. സ്റ്റേഷനിലുള്ള കുറ്റാന്വേഷണ ഉപകരണങ്ങളിൽ ഏറ്റവും പ്രധാനപ്പെട്ടത് ഒരു വലിയ ലെൻസായിരുന്നു. അതുവെച്ച് പരി ശോധിച്ചു. അതികണിശമായി വെട്ടിനിർത്തിയ മീശ കൃത്രിമമാണ് എന്നു മനസ്സിലായി. ചിത്രം സ്വന്തം ലാപ്ടോപ്പിലെ ഫോട്ടോ ഷോപ്പിൽ കയറ്റി മീശയില്ലാതെ കണ്ടപ്പോൾ തോന്നിയ മറ്റൊരു സംശയമാണ് കേസ്സിൽ വഴിത്തിരിവായത്. കേസ്സിലെ പ്രതി യഥാർത്ഥ ത്തിൽ പെണ്ണാകാനുള്ള സാദ്ധ്യത. പക്ഷേ, ശബ്ദം പുരുഷന്റേതാ യിരുന്നു എന്ന് കടയുടമ ഉറപ്പു പറഞ്ഞു. അവിടെ വെച്ച് അന്വേഷണം ഉപേക്ഷിക്കേണ്ടിവരുമെന്നു വിചാരിച്ചു. തോൽവി സമ്മതിച്ചാൽ ഫയൽ വീണ്ടും അടയും. അല്പം സാഡിസമുള്ള ഏതു മേലധി കാരിക്കും അടുത്ത സത്യാന്വേഷിയുടെ തോൽവി കണ്ട് വേണ്ടത്ര സന്തോഷിക്കാൻ വഴി തെളിയിച്ച് ആ കീറാമുട്ടി കോട്ടം തട്ടാതെ അവശേഷിക്കും.

രഹസ്യമായാണെങ്കിലും സ്റ്റേഷനിലെ ഒരംഗം, ദയ തോന്നി യിട്ടാവാം, എന്നോട് തുറന്നുതന്നെ പറഞ്ഞു, ‘‘ഉശിരോടെ വരുന്ന വരുടെ പത്തി താഴ്ത്താനുള്ള കുടുക്കുമസാലയാണ് ഇത്. എന്റെ അറിവിൽത്തന്നെ രണ്ടാണ്ടിനകം നാലുപേരെ നാണംകെടുത്തിയ ഉരുപ്പടി, വിട്ടുകള.’’

എന്നിട്ടും മനസ്സ് അതിൽത്തന്നെ ഉടക്കി നിന്നു. ആദ്യമായി കിട്ടിയ കേസ് കയ്യൊഴിയാൻ തോന്നിയില്ല. അടുത്ത ഞായറാഴ്ച

അവധിയിൽ പോയി വീട്ടിലെ കുളത്തിൽ ഒന്നു മുങ്ങി നിവർന്ന മുഹൂർത്തത്തിൽ ഒരു ആശയം ഉദിച്ചു, കേസ്സിലെ പ്രതി ആണായി വേഷമിട്ട ആരോ ആണെങ്കിലോ? അപ്പോൾ ശബ്ദം? അതു മിമിക്രി യുടെ ഫലമായിക്കൂടെ?

ഈ ചിന്തയോടൊപ്പം പത്തുപതിനഞ്ചു വയസ്സിൽ കണ്ട ഒരു മിമിക്രിപ്പരിപാടി ഓർത്തു. അത് അവതരിപ്പിച്ച ഗ്രൂപ്പിന്റെ കൂടെ വന്ന ഒരാൾക്ക് ഈ മുഖച്ഛായ ഉണ്ടായിരുന്നെന്നുകൂടി ഉൾവെളിവു ണ്ടായി.

അങ്ങനെ, മീശ മായ്ച്ചുകളഞ്ഞ ചിത്രവുമായിട്ടായീ, പിന്നെ അന്വേഷണം. നാട്ടിലെ വായനശാലയുടെ വാർഷികത്തിനായിരുന്നു ആ മിമിക്രി. അക്കാലത്തെന്നല്ല ആകെ നേരിൽ കണ്ട ഒരേ ഒരു മിമിക്രി പരിപാടി അതാണ്. പരീക്ഷയ്ക്കു പഠിക്കാനുള്ളതു നോക്കാതെ മിമിക്രി കാണാൻ പോയതിന് അച്ഛൻ വഴക്കു പറഞ്ഞു. ഒമ്പതാം ക്ലാസ്സിലെ പരീക്ഷയായിരുന്നു. സ്വർണ്ണം തട്ടിയ കേസ്സു നടന്നതോ അടുത്ത കൊല്ലംതന്നെ.

ആ വായനശാല പക്ഷേ, എന്നോ അടഞ്ഞു. ആ കെട്ടിടമേ പൊളിച്ചു പോയി. അവിടെ ഇപ്പോൾ പഞ്ചായത്തു വക മീൻമാർ ക്കറ്റാണ്. അന്ന് വായനശാലയുടെ സെക്രട്ടറി എന്റെ സ്കൂളിൽ നാലാംക്ലാസ്സിലെ സുകുമാരൻമാഷായിരുന്നു. സാറ് റിട്ടയർ ചെയ്ത് ആറാട്ടുപുഴ ഗ്രാമത്തിൽ കുടിയേറിയെന്നു കണ്ടുപിടിച്ച് ഞാൻ അവിടെ ചെന്നു. പഴയ ശിഷ്യനെ കണ്ട് സന്തോഷംകൊണ്ട് മതി മറന്ന മാഷ് പക്ഷേ, ആ വാർഷികം ഓർത്തെടുക്കാൻ വിഷമിച്ചു. മിമിക്രിക്കാർക്കു കൊടുക്കാൻ പണം തികയാഞ്ഞ് വട്ടംതിരിഞ്ഞത് പക്ഷേ മറന്നിട്ടില്ലായിരുന്നു. അവർ കൊടുങ്ങല്ലൂർക്കാരായിരുന്നു എന്നും സ്കൂളിലെ മറ്റൊരദ്ധ്യാപകനായ ലാസറാണ് അവരെ പരി ചയപ്പെടുത്തിയതെന്നും കൂടി സാർ മറവിക്കൂമ്പാരത്തിൽനിന്നു ചികഞ്ഞെടുത്തു തന്നു. എന്തിനിപ്പോൾ ഇതൊക്കെ അന്വേഷിക്കുന്നു എന്ന ചോദ്യത്തിന് വെറുതെ എന്നു ഭാവിച്ചു.

പ്രതിയുടെ മീശയില്ലാമുഖം കാണിച്ചപ്പോൾ കോട്ടപ്പടിയിൽ ഒതുങ്ങിക്കൂടിയ ലാസർസാർ ചിന്തയിലാണ്ട് നെറ്റി ചുളിച്ചു, ആശയ ക്കുഴപ്പത്തിലുമായി. ആ ഗ്രൂപ്പ് കുറച്ചു കുട്ടികൾ തട്ടിക്കൂട്ടിയതായിരുന്നു. ഈ പെൺകുട്ടിയായിരുന്നു അതിന്റെ നേതാവ് എന്നു തോന്നുന്നു. കൊടുങ്ങല്ലൂരമ്പലപരിസരത്തെ ഒരു ശങ്കരൻകോമരത്തിന്റെ മകൾ. പേര് കുമാരി. അസാമാന്യ കഴിവും പ്രസരിപ്പുമുള്ള കാന്താരിപ്പെണ്ണ്. പ്രായത്തിൽ കവിഞ്ഞ പോരിമയും പക്വതയും വേറെ.

തന്റെ സുഹൃത്തും കവിയുമായ സുഗുണൻസാറാണ് ആ ഗ്രൂപ്പിനെ പ്പറ്റി തന്നെ അറിയിച്ചത് എന്നുകൂടി പറഞ്ഞ് സാർ അദ്ദേഹത്തിന്റെ മേൽവിലാസം തന്നു.

അസ്തമയത്തോടടുത്ത് നേരത്താണ് കൊടുങ്ങല്ലൂരിലെത്തിയത്. മേൽവിലാസക്കാരനെ കണ്ടെത്താൻ ലോക്കൽ പൊലീസിന്റെ സഹായം തേടി. സുഗുണൻസാറിനോട് നേരു പറയാതിരിക്കാൻ കൂടുതൽ എളുപ്പമായി. ഔദ്യോഗികവാഹനവും വേഷവും ഒന്നും ഇല്ലാത്തതിനു പുറമേ സ്വന്തം ഗുരുനാഥനല്ലാത്തതിനാൽ കുറ്റ ബോധവും വേണ്ട.

പ്രായം അത്ര ഏറെയായില്ലെന്നാലും സുഗുണൻസാർ രോഗിയും അവശനുമായിരുന്നു. സിനിമയുമായി ബന്ധപ്പെട്ട ഒരാളെന്ന് പറ യാതെ പറഞ്ഞ് മിമിക്രി ട്രൂപ്പിന്റെ കാര്യം തിരിക്കി. എന്റെ നാട്ടിലെ തന്റെ പഴയ സുഹൃത്തുക്കളുടെ വിവരമൊക്കെ അന്വേഷിച്ചു കഴിഞ്ഞ് മാഷ് ചോദിച്ചു. ‘‘ബുക്കിങ്ങിനാണോ?’’

ഞാൻ ചിരിച്ചു കഴിച്ചുകൂട്ടി.

‘‘ആ ഗ്രൂപ്പ് ഇപ്പൊ ഒരു നാടകട്രൂപ്പാണ്. അവര് അവതരിപ്പിക്കണെ ഒരു നാടകം എന്റെയാ.’’

കഥാനായികയുടെ ചിത്രം മാഷെ കാണിച്ചു.

‘‘ഈ പെൺകുട്ടിയെ അറിയാമോ?’’

മങ്ങുന്ന കാഴ്ച കൂർപ്പിച്ച് സാർ ചിത്രത്തിൽ നോക്കി.

‘‘ഇവളോ, ഇവൾ പോയി.’’

‘‘എവിടേക്ക്?’’

‘‘ലോകം വിട്ടേ പോയ ചേച്ചിയെ തിരക്കിയാണ് യാത്രയായത്. പിന്നെ വിവരമൊന്നും ഇല്ല.’’ ഒരു നെടുവീർപ്പോടെ മാഷ് തുടർന്നു, ‘‘മിടുമിടുക്ക്യാർന്നു. പാട്ട്, ഡാൻസ്, അഭിനയം, പ്രസംഗം, പഠിത്തം എല്ലാറ്റിനും മുന്നിൽ. എന്തു ചെയ്യാൻ.’’

എണ്ണക്കറുപ്പുവീണ ചാരുകസേരത്തുണിയിലേക്കു മലർന്ന് മാഷ് ഉറക്കെ വിചാരം തുടർന്നു. ‘‘മിടുക്കികളായ രണ്ട് പെൺകുട്ടികൾ. കണ്ടാൽ രണ്ടും ഒരുപോലിരുന്നു. പ്രായവ്യത്യാസം ഒരാണ്ടു മാത്ര മായതിനാൽ ഇരട്ടകളാണെന്നേ തോന്നൂ. ഇരുവരും കഴിവുകളുടെ കലവറകൾ. ഡാൻസിൽ കൂടുതൽ ശോഭിച്ച മൂത്തവൾ. പക്ഷേ ആളൊരു പച്ചപ്പാവമായിരുന്നു. ഇവളോ, ഒരു തികഞ്ഞ ജഗദില്ലിയും. ചെറിയ പ്രായമല്ലേ, മൂത്തവൾ അവളെ നല്ല വാക്കു പറഞ്ഞ് ആകർ ഷിച്ച ഒരു ഡാൻസുകാരന്റ കൂടെ പോയി. എങ്ങോട്ടെന്നൊ എവിടെ ഉണ്ടെന്നോ ഒരു വിവരവും ഇല്ലാണ്ടും ആയി. പിന്നെയും അഞ്ചാറു മാസം അവൾ മരിച്ചെന്ന വിവരത്തിന് ഒരു കമ്പിയും അതിന്റെ പിന്നാലെ കുറച്ച് കാശും ഉടുപ്പുകളും ഒക്കെ വന്നു. കുറച്ചു ദിവസ ത്തിനകം ഇവളും നാടുവിട്ടു. ഒരു മിമിക്രിക്കളി കഴിഞ്ഞു കിട്ടിയ മൊത്തം തുകയുമായാണ് പോയത്. ഇവൾ പോയതും എങ്ങോട്ടെന്ന് ആർക്കും അറിയില്ല. അത്രന്നെ.’’

''പൊലീസിനെക്കൊണ്ട് അന്വേഷിപ്പിച്ചില്ലേ?''

''പരാതി കൊടുത്തിരുന്നു. ഒരു തുമ്പുണ്ടായില്ല്യ.''

''ഇവരുടെ അച്ഛൻ ജീവിച്ചിരിപ്പുണ്ടോ മാഷേ?''

''ഉവ്വല്ലോ. പക്ഷേ, കഷ്ടാണ് കാര്യം.''

നാടകട്രൂപ്പിന്റെയും വെളിച്ചപ്പാടിന്റെയും വിലാസങ്ങൾ കുറിച്ചു വാങ്ങി ഇറങ്ങി. ഏതു വാതിലിൽ ആദ്യം മുട്ടണം? നാടകട്രൂപ്പിന്റേയോ വെളിച്ചപ്പാടിന്റേയോ? മനസ്സുതന്ന ഉത്തരം വെളിച്ചപ്പാട് എന്നായിരുന്നു.

പാതി ഇടിഞ്ഞുവീണ് നാലുകെട്ടിൽ സങ്കടം ഉടലെടുത്ത പോലെ കഴിയുന്ന ഒരു അകാലവൃദ്ധനെയാണ് കണ്ടത്. രണ്ടു മക്കളും പോയ സങ്കടത്തിലെരിഞ്ഞ് വീട്ടുകാരി ഒരാണ്ടിനകം മരിച്ചുപോയി. വെളിച്ചപ്പെടാൻ പോകാറില്ല. ഉച്ചയ്ക്കൊരു പട അവകാശച്ചോറുണ്ട്. ആ വെള്ളരി നിവേദ്യം വാങ്ങി കൊണ്ടുവന്ന് ഒരിറ്റു വെളിച്ചെണ്ണയും ഒരു കല്ല് ഉപ്പും ചേർത്തു കഴിക്കും. ചെറിയ കുട്ടികളെ ജപിച്ചൂതാനോ ചരടു കെട്ടിക്കാനോ കൊണ്ടുവരുന്ന ആരെങ്കിലും നൽകുന്ന ചില്ലറ ദക്ഷിണകൊണ്ട് നുള്ളുനുറുങ്ങു ചെലവുകൾ നടക്കും. ആരോടും മിണ്ടാട്ടമില്ല. സ്വയം വെട്ടി ചോര വാർത്ത മുറിവുകൾ നടുനെറുകയിൽ കുറെ തരിശിടം സൃഷ്ടിച്ചിരിക്കുന്നു. ശേഷം സ്ഥലത്തെ മുടി പിന്നിൽ അലസം കെട്ടിവെച്ചത് നീണ്ട താടിയോളം നരച്ചിട്ടില്ല.

എന്നോടിരിക്കാൻ പറഞ്ഞ് ഉമ്മറത്തിണ്ണ ചൂണ്ടിക്കാണിച്ച് അദ്ദേഹം ഞാൻ ആരെന്നോ എന്തു വേണമെന്നൊ ചോദിക്കാതെ എനിക്കെതിരെ ഇരുന്നു, ലോകാവസാനം വരെ കാക്കാൻ തയ്യാർ എന്നൊരു മട്ടിൽ. ഒന്നിലും ഒരു താല്പര്യവും ഇല്ല എന്നു മുഖത്തെഴുത്ത്, കുഴിഞ്ഞ കണ്ണുകളുടെ ആഴങ്ങളിൽ മഹാസഹനത്തിന്റെ നിസ്സംഗതയുടെ ചാരത്തിനടിയിലും തീക്ഷ്ണതയുടെ തീമുന. നഗ്നമായ ഇടതു മാറിൽ ഹൃദയതാളം വാരിയെല്ലുതുടിപ്പുകളിൽ എണ്ണിയെടുക്കാവുന്നത് വ്യക്തം. വലത്തെ തോളത്തെ തോർത്തിൽ നെറുകയിൽ നിന്നുതിർന്ന ഒറ്റത്തെച്ചിപ്പൂ യാത്ര പറയാൻ മടിച്ചു പിടിച്ചുനിൽക്കുന്നു. നെറ്റിയിൽ ദേവിയുടെ പ്രസാദം.

ഏതു മുറ വേണം എന്നു ചിന്തിക്കെ പണ്ട് അമ്മ പറഞ്ഞ ഒരു കാര്യം വഴി കാണിച്ചു. സ്നേഹിക്കുന്നവരോട് കളവു പറയരുത് എന്ന്. അമ്മയുടെ മുണ്ടുപെട്ടിയുടെ കള്ളറയിൽ ഇരുന്ന രണ്ടുറുപ്പിക എടുത്ത് ഞാൻ മാറ്റിനി സിനിമ കണ്ടു. ഞാനെടുത്തില്ല എന്നു നുണ പറയാൻ ഭാവിക്കെയാണ് അമ്മ ഇതുപദേശിച്ചത്. നേരു സമ്മതിച്ച് എന്നെ കെട്ടിപ്പിടിച്ചു കരഞ്ഞ് അമ്മ ഇത്രകൂടി അറിയിച്ചു.

''ഓർത്തോളൊണ്ടു, സ്നേഹള്ളവര് ശപിച്ചാൽ ഏൽക്കാതെ പോവ്ല്ല്യ.''

പോക്കറ്റിൽനിന്ന് കേസിലെ ഏകപിടിവള്ളിയായ ഫോട്ടോയുടെ മീശയില്ലാപ്പതിപ്പെടുത്ത് ഒരു മുഖവുരയും കൂടാതെ ഞാൻ വെളിച്ചപ്പാടിനെ കാണിച്ചു. അനന്തകാലം ആ ഇരിപ്പിരിക്കും എന്ന പ്രതീതി ജനിപ്പിക്കുന്ന മട്ടിൽ ആ ചിത്രം നോക്കി അദ്ദേഹം തപസ്സിലാണ്ടു. അനങ്ങാതെ, ഭാവഭേദം കൂടാതെ, ഒന്നുമുരിയാടാതെ.

പിന്നെ പതുക്കെ ഫോട്ടോ എനിക്കു തിരികെ തന്ന് കണ്ണടച്ചും ഏറെ നേരം ഇരുന്നു. തുറന്നപ്പോഴും ആ കണ്ണുകളിൽ ഒട്ടും നീരുറവയില്ലായിരുന്നു. പ്രതികരണം ഒറ്റവാക്കിൽ ഒതുങ്ങി, ''ഇളയവൾ.''

''കുട്ടികളെ കാണണമെന്ന് ആഗ്രഹമില്ലേ?''

നെടുനിശ്വാസം മറുപടി.

''ഞാൻ പൊലീസിൽനിന്നാണ്, അവരെ അന്വേഷിക്കുകയാണ്. എന്നെ സഹായിക്കണം.''

ഈ നിസ്സഹായനോടാണോ സഹായം ചോദിക്കുന്നത് എന്ന മട്ടിൽ അദ്ദേഹം കൈകൾ നീട്ടി മലർത്തി നിവർത്തി മേലോട്ടു ദൃഷ്ടി പായിച്ചു.

ഞങ്ങൾക്ക് എല്ലാം അറിയാം, ആ സ്വർണ്ണക്കടയിലെ തട്ടിപ്പുകേസ്സടക്കം എല്ലാം, എന്ന പതിവുമുറ സ്വീകരിക്കണോ എന്ന ആലോചനയ്ക്ക് അതല്പം ക്രൂരമാവില്ല എന്ന ശങ്ക തടയിട്ടു. ഈ പ്രകടിപ്പിക്കുന്ന നിസ്സഹായത യാഥാർത്ഥ്യമാണെങ്കിൽ ആ ക്രൂരത മാപ്പില്ലാത്ത തെറ്റുതന്നെ ആവും. തപ്പിത്തടയാൻ തീരുമാനിച്ചു.

''അവസാനമായി കിട്ടിയ പണവും സാധനങ്ങളും എവിടന്നാണ് വന്നത്, അയച്ച ആളുടെ മേൽവിലാസമുണ്ടോ?''

''വരൂ''എന്ന് എന്നെ കൂടെ കൂട്ടി വെളിച്ചപ്പാട് അകത്തേക്കു നടന്നു. രണ്ടു നൂറ്റാണ്ടു മുൻപുള്ള ഏതോ അകത്തളത്തിലേക്കു കടന്നപോലെ. പൂപ്പലണിഞ്ഞ മരത്തിന്റെയും ഈർപ്പം പിടിച്ച മൺചുവരിന്റെയും പഴകിക്കെട്ടിക്കിടക്കുന്ന വായുവിന്റെയും ഗന്ധം. പാതിയിരുട്ട്. ആൾപ്പാർപ്പില്ലാത്ത അറകളും ഒഴിഞ്ഞ നിറകളും പത്തായങ്ങളും. മേലെ ഒറ്റയാൾക്കോസടി ചുരുട്ടി വെച്ചിരിക്കുന്ന, അഴികളുള്ള, ഇരട്ടക്കട്ടിലിന്നടിയിൽനിന്ന് ചെറിയ ഒരു എഴുത്തുപെട്ടി വലിച്ചിറക്കി തുറന്ന് അതിൽ ആകെയുള്ള ഒരു തുണ്ടുകടലാസ് എനിക്കു തന്നു. ഭംഗിയുള്ള കൈപ്പടയിൽ അതിൽ ഇംഗ്ലീഷിൽ എഴുതിയിരുന്നത് ഇത്രമാത്രം - ''പാർവതി മരിച്ചുപോയി, ഇതവളുടെ ഉടുപ്പുകളും നൃത്തം നടത്തി അവൾ സ്വരൂപിച്ച പണവുമാണ്.''

അയച്ചിരിക്കുന്നത് ശാരങ്കൻ എന്നൊരാൾ. മേൽവിലാസവും ഉണ്ട്.

''ഇയാളെ അറിയാമോ?''

''ഒരിക്കൽ കണ്ടിട്ടുണ്ട്. ഡാൻസുകാരനായ ഇയാളുടെ കൂടെയാണ് പാർവതി ഞങ്ങളെ ഉപേക്ഷിച്ചു പോയത്. അവളെ തേടി കുമാരിയും പോയി.''

കൗതുകം എന്നു പേരുള്ള ഒരു ഫൈൻ ആർട്ട്സ് സൊസൈറ്റിയുടെ ഡയറക്ടർ എന്നാണ് ശാരങ്കന്റെ മേൽവിലാസം.

''പൊലീസിൽ പരാതിപ്പെട്ടില്ലേ?''

''അവരിവിടെ വന്ന് ഏതാണ്ടാക്കെ തിരക്കി.''

മുംബൈയിലെത്തി പൊലീസ് ആസ്ഥാനത്തെ രേഖകളിൽ പരതി. അവയിലാകെ ഒരു ശാരങ്കനേ ഉള്ളൂ. സ്പീഡിലോടുന്ന ഫാസ്റ്റ് ലോക്കൽ ട്രെയിനിൽനിന്നു വീണ് മരിച്ച ഒരാൾ. അയാൾ കൗതുകം എന്ന ഫൈൻ ആർട്ട്സ് സൊസൈറ്റിയുടെ നടത്തിപ്പുകാരനുമായിരുന്നു. ടെലഫോൺ ഡയറക്ടറിയിൽനിന്ന് സൊസൈറ്റിയുടെ ഫോൺനമ്പറും വിലാസവും കിട്ടി.

മുൻകൂട്ടി വിളിച്ച് കൂടിക്കാഴ്ചയ്ക്കു സമയമൊന്നും നിശ്ചയിക്കാതെ അവിടെ ചെന്നു. ഓഫീസ് സെക്രട്ടറി വിനോദ് കാലെയെ കണ്ടു. ശാരങ്കന്റെ കുടുംബസുഹൃത്താണെന്ന് കള്ളം പറഞ്ഞു. ശാരങ്കന് വാസ്തവത്തിൽ എന്താണ് സംഭവിച്ചത് എന്നു വളച്ചുകെട്ടില്ലാതെ ചോദിച്ചു.

''അയാൾ നല്ല ഡാൻസറായിരുന്നു, കഴിവുറ്റ സംഘാടകനും. പക്ഷേ, സ്വഭാവം വളരെ മോശമായിരുന്നു. പെണ്ണെന്നു കേട്ടാൽ പിന്നൊന്നും വേണ്ട. വെറുമൊരു പെൻസിലിൽ ചേല ചുറ്റിക്കണ്ടാലും മതി സമനില തെറ്റാൻ. കാശുണ്ടാക്കാൻ മൂപ്പർക്ക് വളഞ്ഞ വഴികളിലൂടെ പല ഏർപ്പാടുകളുമുണ്ടായിരുന്നു. അതിലൊന്ന് വേശ്യാലയങ്ങളുടെ ദല്ലാൾപ്പണി. ഭാഷാപത്രങ്ങളിലെ വാർത്തകൾ നോക്കി നാട്ടിൻപുറത്തെ കലാസമിതികളുമായി ബന്ധപ്പെടും. സിനിമയിലേക്കെന്നു പറഞ്ഞ് പെൺകുട്ടികളെ കൊണ്ടുവരും. തന്റെ കമ്പം കഴിഞ്ഞാൽ വേശ്യാലയക്കാർക്ക് കൈമാറി കാശു വാങ്ങും. മരിക്കുമ്പോഴും ഒരെണ്ണം കൂടെ ഉണ്ടായിരുന്നു എന്നാണ് കേൾവി. അവൾ ഉന്തിയിട്ടതാണെന്നും ശ്രുതി ഉണ്ടായിരുന്നു. നേരാവാം. കാരണം, വെറുതെയങ്ങനെ വണ്ടിയിൽനിന്നു താഴെ വീണു ചാവുന്ന പോഴനായ പച്ചപ്പാവമൊന്നുമല്ല ആ തിരുമാലി.''

കുമാരിയുടെ ചിത്രം ഞാൻ കാലെയെ കാണിച്ചു.

''ഈ പെൺകുട്ടിയെ അയാളുടെ കൂടെ കണ്ടിട്ടുണ്ടോ?''

''ഉവ്വല്ലോ. ഓർക്കാൻ വിശേഷിച്ച് കാര്യവുമുണ്ട്. നേരത്തെ കൂടെ ഉണ്ടായിരുന്നതിനെ വിറ്റു കാശാക്കി എന്ന് ബാറിൽ എന്നോടു

പറഞ്ഞ് വീർത്ത പഴ്സ് തൊട്ടുകാട്ടി ഞെളിഞ്ഞ് ഒരു മാസം തികയുമ്മുമ്പ് ഇവരെ വീണ്ടും കൂടെ കണ്ടപ്പോൾ ഞാൻ ചോദിക്കുക തന്നെ ചെയ്തു. ''ഇതിനെ വിറ്റെന്നല്ലേ പറഞ്ഞത് ആശാനേ?'' എന്ന്.

''ഇത് അതല്ലെടാ, മഠയാ. അതുപോലെ വേറൊന്ന് എന്നു വെച്ചോ'' എന്നായിരുന്നു മറുപടി. ചാകാൻ പിന്നെ നാലു ദിവസമേ കഴിഞ്ഞുള്ളൂ.''

ഞാൻ യാത്ര ചോദിക്കേ, കാലെ രണ്ടു സംഗതികൾ പറഞ്ഞു, ''ശാരങ്കന്റെ ഈ കഥ അയാളുടെ വീട്ടുകാരോട് പറയേണ്ട, എന്തിനവരെ ഇനിയും വിഷമിപ്പിക്കുന്നു'' എന്ന് എന്നോടും പിന്നെ, കുമാരിയുടെ ചിത്രത്തിൽ ഒന്നുകൂടി നോക്കി ''ഈ കുട്ടി നമ്മുടെ ബോളിവുഡ് താരം കാമിനീബാലയെപ്പോലെത്തന്നെ ഇരിക്കുന്നല്ലോ'' എന്ന് തന്നോടുതന്നെയും.

പഠിക്കുന്ന കാലത്തെ എനിക്കല്പം കമ്പമുള്ളത് സ്പോർട്സിൽ മാത്രമാണ്. പാട്ടോ സിനിമയോ നാടകമോ സാഹിത്യമോ ഒന്നും എന്റെ നാലയലത്തൂടെ പോയില്ല. നാട്ടിലെ സിനിമാതാരങ്ങളെത്തന്നെ, മുൻനിരയിലെ രണ്ടോ മൂന്നോ പേരെ ഒഴികെ, എനിക്ക് ഇപ്പോഴും തിരിച്ചറിയാനാവില്ല. പുതിയ വനിതാതാരങ്ങളിൽ ആരുടെയും പേരുപോലും അറിയില്ല. തമിഴ്/ഹിന്ദി താരങ്ങളിൽ ഒരു ജയലളിതയെയോ എംജിയാറിനെയോ കേട്ടിട്ടുണ്ട്. പിന്നീട് രാഷ്ട്രീയത്തിൽ വന്നതുകൊണ്ട് ഫോട്ടോ കണ്ടാൽ തിരിച്ചറിയാം. പരസ്യങ്ങളിൽ സ്ഥിരം പതിവുകാരായതിനാൽ ബോളിവുഡിലെ ബച്ചനെയും ഖാൻമാരെയും മുഖപരിചയമുണ്ട്. ലതാമങ്കേഷ്കർ, ഹേമാമാലിനി എന്ന പേരുകൾ കൂടി പരിചിതം. അതോടെ തീരുന്നു, എന്റെ സിനിമാലോക പരിജ്ഞാനം.

ഒരു കുറ്റാന്വേഷകൻ എല്ലാ വിഷയവും സാമാന്യം നന്നായി അറിഞ്ഞിരിക്കണം എന്ന് പരിശീലകരുടെ നേതാവായ മുഖ്യഗുരുനാഥൻ പറയാറുള്ളത് വെറുതെ ഓർത്തുകൊണ്ടാണ് സന്ധ്യയ്ക്കു മുമ്പ് താമസസ്ഥലത്ത് തിരിച്ചെത്തിയത്. ലോഡ്ജിലെ സ്വീകരണമുറിയിലെ ടീപ്പോയിൽ കിടക്കുന്ന പത്രത്തിലെ പടം എന്നെ പിടിച്ചു നിർത്തി. ഞാൻ അന്വേഷിക്കുന്ന കേസിലെ നായികയായ കുമാരിയുടെ ചിത്രം. പക്ഷേ, പേർ വേറെ. കാമിനീബാല. അവർ അഭിനയിച്ച പുതിയ ചിത്രം ബോക്സോഫീസ് തകർത്ത് രണ്ടാംവാരം ഓടുന്നു എന്ന പരസ്യം പിന്നാമ്പുറപ്പേജു നിറയെ. അതിൽ പറയുന്ന തിയേറ്റർ ലോഡ്ജിലേക്കുള്ള വഴിയിൽ, ഏതാണ്ട് നൂറു മീറ്റർ മാത്രം അകലെ. കണ്ടുകളയാം ചിത്രം എന്ന തീരുമാനം ഉടനെ വന്നു.

തിരികെ ഇറങ്ങി തിയേറ്ററിലേക്കു നടന്നു. നല്ല തിരക്ക്. ക്യൂ നീണ്ടു കിടക്കുന്നു. അതിൽ നിന്നാൽ ടിക്കറ്റ് കിട്ടില്ല. കഴുത്തിൽ

ഉറുമാലും വായിൽ പാൻമസാലയുമായി ഒരു പയ്യൻ, ഇര കണ്ട പരുന്തിനെപ്പോലെ പറന്നെത്തി, ''ബ്ലാക്ക് ചാഹിയെ, സാബ്? സിർഫ് ഏക് സൗ!'

നിയമവിരുദ്ധമാണെന്നാലും സ്വതന്ത്രരാഷ്ട്രത്തിലെ സൗകര്യം ഉപയോഗിക്കാമെന്നു വെച്ചു. കൂടുതൽ സാരവത്തായ നിയമപാലനത്തിനായി വേണമെങ്കിൽ ചെറിയ നിയമങ്ങൾ തെറ്റിക്കാമെന്ന് സ്വയം ന്യായീകരിക്കാനും പറ്റി.

തിയേറ്ററിലെ സ്ക്രീനിൽ തെളിയെ കാമിനീബാലയെ ജനം എതിരേറ്റത് വിസിലടിയും കൈയടിയും സ്വീകാരത്തിന്റെ ജനകീയ രൂപമായ കൂക്കിവിളികളുമായാണ്. ധീരവീരനായികയുടെ റോളാണ്. പുരുഷവില്ലൻമാർ നായികയുടെ അടിയുമിടിയുമേറ്റ് കരണംമറിഞ്ഞ് തെറിക്കുന്നു. ''ഖതം കരൊ സാലേക്കോ!'' വിളികൾ ഹാളിൽ അലയടിക്കുന്നു. ബൈക്കും കാറും ജീപ്പും എന്തിന്, വലിയൊരു ജെസിബി വരെ അനായാസം ഓടിച്ചാണ് മഹാമായയുടെ ശത്രുസംഹാരം.

കണ്ടിരിക്കുന്തോറും ഒരു കാര്യം ഉറപ്പായി. ഇത് ഞാൻ തിരക്കുന്ന കക്ഷിതന്നെ!

അതോടെ ഈ അന്വേഷണത്തിൽ അന്നോളം തോന്നാത്ത ഉത്സാഹം ജനിച്ചു. കാര്യത്തിന് ഒരു പിടിവള്ളിയായല്ലോ. പ്രതിയെന്നു സംശയിക്കുന്ന ആൾ ആരെന്നും എവിടെയെന്നും തിരിച്ചറിഞ്ഞു കിട്ടി.

പക്ഷേ, ഇപ്പോഴത്തെ അവസ്ഥയിൽ കക്ഷിയെ ചോദ്യം ചെയ്യാൻ എളുപ്പമല്ല. ഭീകരമായ അധോലോകവുമായി ഗാഢമായി ബന്ധപ്പെട്ടാണ് ബോളിവുഡ് ഇരിപ്പെന്ന് കേട്ടിട്ടുണ്ട്. മുൻപിൻ നോക്കാതെ കയറി തലയിടാൻ മുതിരുന്ന ആരെയും പിന്നെ ആർതന്നെ അന്വേഷിച്ചാലും മൃതദേഹമായിപ്പോലും കണ്ടുകിട്ടാറില്ലെന്നാണ് ശ്രുതി.

ഒരു രാത്രി മുഴുവൻ പുകഞ്ഞ തലയിൽ പുലർച്ചെ അല്പം വെളിച്ചം കത്തി. കോളേജിൽ കൂടെ പഠിച്ചവനാണ് ഈ നഗരത്തിൽ വണ്ടി ഇറങ്ങിയപ്പോൾ സ്റ്റേഷനിൽ വന്നു സ്വീകരിച്ച് സ്വന്തം ലോഡ്ജിൽത്തന്നെ ഇടം ഒരുക്കിയത്. അവൻ ഒരു സായാഹ്നപത്രത്തിൽ ജോലി ചെയ്യുന്നു. വൈകി ഉണർന്ന അവനെ കണ്ട് കാമിനീബാലയുടെ ടെലഫോൺ നമ്പർ കിട്ടാൻ വഴി തേടി.

ദോഷൈകദൃക്കായ അവൻ ഉറക്കച്ചടവോടെ ചിരിച്ചു.

''അതു വേണോ? അത്രത്തോളം ഉയരെപ്പോയാൽ നമ്മുടെയൊന്നും പത്തു പഞ്ചവത്സരപദ്ധതിയുടെ മൊത്തം അടങ്കലിൽപ്പോലും സംഗതി ഒതുങ്ങില്ല.''

''നീ എന്നെക്കുറിച്ച് ഇതാണോ വിചാരിച്ചത്? ഇതൊരു പ്രായോഗിക ഫലിതം ഒപ്പിക്കാനാണ്.''

''ഈ നഗരത്തിൽ വന്നതിൽപ്പിന്നെ എനിക്ക് ആരെക്കുറിച്ചും നല്ലതൊന്നും വിചാരിക്കാനുള്ള മനസ്സില്ലാതായി ചങ്ങാതീ. അതിരിക്കട്ടെ, ഇതെന്തു ഫലിതം? തീ കണ്ട ഈയാമ്പാറ്റയുടേതല്ലല്ലോ.''

''തൽക്കാലം സസ്പെൻസ് നിലനിൽക്കട്ടെ. ഇതു പറ കിട്ടുമോ അവരുടെ നമ്പർ?''

വൈകിയേ അവൻ ഉണരൂ, ഉച്ച കഴിഞ്ഞേ ഓഫീസുള്ളൂ. 'പ്രയാസമാണെങ്കിലും നോക്കാം' എന്ന് വാക്കു തന്ന് ഓഫീസിലേക്കിറങ്ങിയ അവൻ അവിടെ എത്തി ഒരു മണിക്കൂറിനകം വിളിച്ച് നമ്പർ തന്നു.

ഞാൻ അത്ഭുതം കൂറി. ''ഇതെങ്ങനെ, ഇത്ര പെട്ടെന്ന്?''

''ഭാഗ്യം നിന്റെ ഭാഗത്താണെന്നു തോന്നുന്നു. അവരെക്കുറിച്ച് ഒരു ഫീച്ചറെഴുതിക്കാൻ അവരുടെ പിആർ ഗാങ്ങിലെ ഒരാൾ ഓഫീസിൽ കയറി വന്നു. അതു ചെയ്തുകൊടുക്കുന്നതിന് എന്റെ അരികിലേക്കാണ് പ്രതാധിപർ അയാളെ പറഞ്ഞുവിട്ടത്. ചെയ്തുകിട്ടിയ പണിയിൽ സന്തുഷ്ടി പ്രകടിപ്പിച്ച അയാളോട് ഞാൻ പറഞ്ഞു. പ്രസിദ്ധതാരങ്ങളുടെ ഫോൺനമ്പറുകൾ ശേഖരിക്കുന്നത് എന്റെയൊരു ഹോബിയാണ്, വിളിച്ചു ശല്യം ചെയ്യില്ല. ആ ഉറപ്പിൽ, അയാൾ അവരുടെ നമ്പർ തന്നു. ആട്ടെ, നിന്റെ പ്ലാൻ എന്തായാലും സൂക്ഷിച്ചു കൈകാര്യം ചെയ്യണം അതത്ര നിസ്സാരമായ കാര്യമാണെന്നൊന്നും എനിക്കു വിശ്വാസമില്ല, ഈ സ്ഥലമാകട്ടെ, അതിസാഹസികരോട് ക്ഷമിക്കുന്ന മണ്ണുമല്ല. എന്തു ചെയ്യാൻ? പൊലീസിന്റെയും സുന്ദരികളായ സ്ത്രീകളുടെയും മനസ്സറിയാൻ പണിയാണെന്ന് ആപ്തവാക്യമില്ലേ?''

''അപ്പൊ, നീ പഠിച്ചത് ഇംഗ്ലീഷ് സാഹിത്യമല്ല, ആപ്തവാക്യങ്ങളായിരുന്നു, അല്ലേ?''

''തല ഉടലിൽത്തന്നെ ശേഷിക്കാനുതകുന്ന ആപ്തവാക്യങ്ങളാണ് ഇവിടെ കഴിഞ്ഞുകൂടാൻ ഏറ്റവും ആവശ്യമായ കൈമുതൽ.''

നേരിട്ടു വിളിക്കുകയല്ല, ആ സ്വർണ്ണക്കടക്കാരെക്കൊണ്ട് ഈ നമ്പറിലേക്ക് ഒരു എസ്സെമ്മസ്സ് അയപ്പിക്കുകയാണ് ഞാൻ ചെയ്തത്. ''സ്വകാര്യ അന്വേഷകരിലൂടെ നിങ്ങളെ ഞങ്ങൾ കണ്ടെത്തിയിരിക്കുന്നു. കബളിപ്പിച്ചു കൊണ്ടുപോയ സ്വർണ്ണത്തിന്റെ വില തരാമെങ്കിൽ പൊലീസിൽ കൊടുത്ത പരാതി ഞങ്ങൾ പിൻവലിക്കാം. അല്ലാത്ത പക്ഷം നിങ്ങൾ ആരെന്നും എവിടെ ഉണ്ടെന്നും ഞങ്ങൾക്ക് പൊലീസിൽ അറിയിക്കേണ്ടിവരും.''

ഫലമൊന്നുമുണ്ടാവില്ലെന്നാണ് കരുതിയത്. നാട്ടിലേക്കു തിരികെ പോകാൻ റെയിൽവെ ടിക്കറ്റന്വേഷിച്ച് ദാദർ സ്റ്റേഷനിൽ നിൽക്കെ

സ്വർണ്ണക്കടക്കാർ വിളിച്ചു, പണം എത്തിക്കാം എന്ന അനാഥസന്ദേശം കൈപ്പറ്റിയതായി അറിയിച്ചു.

ടെലഫോണിലൂടെ ടിക്കറ്റെടുക്കാൻ ശ്രമിച്ച് കിട്ടാതെ വന്നാണ് സ്റ്റേഷനിൽ പോയത്. കൗണ്ടറിലെ ചാർട്ടിൽ മാസാവസാനം വരെ ടിക്കറ്റില്ല. ബ്ലോക്കിൽ കിട്ടും എന്നു പ്രതീക്ഷിച്ചു. പക്ഷേ, സീസണാണ്, ഇരട്ടിക്കാശാണ്, നാലു നാളെങ്കിലും കഴിഞ്ഞ അതുമുള്ളൂ എന്ന് ബ്ലോക്കുകാർ. ആ നേരത്താണ് ജ്വല്ലറിക്കാരുടെ ഫോൺ. ടിക്കറ്റെടുക്കാതെ മടങ്ങി.

നല്ല കാലം, സഹപാഠി എന്റെ പ്രായോഗികഫലിതത്തിന്റെ കഥ ഒന്നും ചോദിച്ചില്ല. അവനോട് കള്ളം പറയേണ്ടിവരാത്തത് ആശ്വാസമായി.

പിറ്റേന്ന് വിശേഷിച്ചൊരു ജോലിയും ഇല്ലാത്തതിനാൽ സ്ഥലം കാണാൻ ഇറങ്ങി നടന്ന് ജനസാഗരത്തിൽ ലയിച്ചു. ഉച്ചയ്ക്ക് വഴിയോരത്തെ ധാബയിൽ രണ്ടു ചപ്പാത്തി കഴിക്കെ സ്വർണ്ണക്കടക്കാർ വീണ്ടും വിളിച്ചു. മുപ്പതു ലക്ഷം രൂപയും അതിന്റെ പത്തു കൊല്ലത്തെ ബാങ്കുപലിശയായി വേറൊരു മുപ്പതു ലക്ഷവും സ്പീഡ്കുറിയർ വഴി കറൻസിതന്നെയായി അയച്ചുകിട്ടി എന്ന് നന്ദിപൂർവ്വം അറിയിക്കാനാണ് വിളിച്ചത്. ഇൻഡോറിൽനിന്നാണ് കുറിയർ വന്നത്.

ഭാഗ്യംകൊണ്ടാണ് കേസ്സിനു തുമ്പുണ്ടാക്കാൻ ഒത്തതെന്നു നിശ്ചയമുള്ളപ്പോഴും ആദ്യ കേസുതന്നെ തെളിയിക്കാൻ സാധിച്ചതിൽ സന്തോഷവും എന്നെപ്പറ്റിത്തന്നെ അല്പം മതിപ്പും തോന്നാതിരുന്നില്ല.

പക്ഷേ, ഒരു നൂലാമാല തൊണ്ടയിൽ കുരുങ്ങി. സ്വർണ്ണക്കടക്കാർ അവരുടെ പരാതി പിൻവലിച്ചാലും പൊലീസ് ഫയലിലെ കേസ് ബാക്കിയാവാം. മാത്രമല്ല, ഞാൻ എന്റെ അന്വേഷണറിപ്പോർട്ട് വിശദമായി എഴുതിക്കൊടുത്തേ തീരൂ. ഡിപ്പാർട്ടുമെന്റിന് അതിന്റെ മേൽ തുടർനടപടി സ്വീകരിക്കാതിരിക്കാതെ പറ്റില്ല. അതോടെ, ഉയരങ്ങളിലേക്കു കുതിക്കുന്ന ഒരു നടിയുടെ കാര്യം കുഴയും. അറിഞ്ഞേടത്തോളം വിവരങ്ങൾ വെച്ചു നോക്കിയാൽ ഏറെ ദുരിതവും വേദനയും സഹിച്ച ഒരാളാണ് അത്.

അത്രയുമല്ല, കേസിലെ പ്രതിയുടെ കാര്യത്തിൽ ദുരൂഹതകളുണ്ട്. അവർക്ക് ശാരങ്കന്റെ മരണവുമായി എന്തു ബന്ധമുണ്ടെന്ന് തിട്ടമില്ല. അവർക്കെന്തിനായിരുന്നു ഇത്രയേറെ പണം എന്നു വ്യക്തവുമല്ല. അവരുടെ ചേച്ചി സ്വാഭാവികമായി മരിച്ചതാണോ, അതോ ആരെങ്കിലും അപായപ്പെടുത്തിയതാണോ, ഇപ്പോഴും ജീവിച്ചിരിപ്പുണ്ടോ എന്നൊന്നും നിശ്ചയമില്ല. അങ്ങനെയാണ് ഒരു തീരുമാനംകൂടി

ഉരുവപ്പെട്ടത്. പൂർത്തിയായിട്ടില്ലാത്ത അന്വേഷണം പാതി വെന്ത വിഭവമാണ്, അത് എവിടെയും തൽക്കാലം വിളമ്പേണ്ടതില്ല.

ഉടനെ സ്വർണ്ണക്കടക്കാരെ വിളിച്ച് സ്റ്റേഷനിൽ വിവരം അറിയിച്ചോ എന്നു തിരക്കി. അവരതിന് ഒരുങ്ങുന്നേ ഉണ്ടായിരുന്നുള്ളൂ. ഞാൻ തിരികെ വന്നിട്ടു മതി എന്ന് അവരോട് പറഞ്ഞു. ഞാൻ അവർക്കു കൊടുത്ത ഫോൺ നമ്പർ മൂന്നാമതാർക്കും കൊടുക്കരുതെന്നും ആവശ്യപ്പെട്ടു. ഒരിക്കലും കിട്ടില്ലെന്നു കരുതിയ തുകയും അതിന്റെ പലിശകൂടിയും തരപ്പെടുത്തിക്കൊടുത്ത ആളുടെ നിർദ്ദേശമാണല്ലോ, മറുത്തൊന്നും ചോദിക്കാതെയും പറയാതെയും അവർ സമ്മതിച്ചു. അവർക്കതുകൊണ്ട് ഒരു നഷ്ടവുമില്ലതാനും.

കാമിനീബാല, അവരുടെ ചേച്ചി, ശാരങ്കൻ എന്നിവരുടെ ശേഷം കഥ കൂടി ശേഖരിക്കാൻ നിശ്ചയിച്ചു. അതിനായി ഏതാണ്ടൊരു പദ്ധതി രൂപപ്പെടുത്തി. അതനുസരിച്ച് കാമിനിയുടെ ടെലഫോണിൽ വീണ്ടും ഒരു സന്ദേശം അയച്ചു. ‘‘നിങ്ങളുടെ അടിയന്തരശ്രദ്ധയ്ക്കായി രണ്ടു കാര്യങ്ങൾ അറിയിക്കാനാണ് ഈ സന്ദേശം. ഒന്ന്, നിങ്ങളെ കണ്ടെത്തി നിങ്ങളുടെ നമ്പർ സ്വർണ്ണക്കടക്കാർക്കു കൊടുത്ത് അവരെക്കൊണ്ട് ആ സന്ദേശം നിങ്ങൾക്കയപ്പിച്ച അന്വേഷണോദ്യോഗസ്ഥനായ ഞാൻ ആ സ്വർണ്ണത്തിന്റെ വിലയും പലിശയും തിരികെ കൊടുത്തതിന് നിങ്ങളോട് നന്ദിപറയാനാഗ്രഹിക്കുന്നു. നിങ്ങളതു ചെയ്തതുകൊണ്ട് എന്റെ ജോലി വളരെ കുറഞ്ഞുകിട്ടി. രണ്ട്, ഈ കേസിന്റെ അന്വേഷണറിപ്പോർട്ട് സമർപ്പിക്കും മുമ്പ് നിങ്ങളുടെതന്നെ രക്ഷയ്ക്കായി കുറച്ചുകൂടി കാര്യങ്ങൾ അറിയാൻ എന്നെ സഹായിക്കണം. ഞാൻ നിങ്ങളുടെ ആരാധകനോ അഭ്യുദയകാംക്ഷിയോ ഒന്നും അല്ല. പക്ഷേ, നിങ്ങൾ ഒരു തരത്തിലുള്ള ശിക്ഷയും അർഹിക്കാത്ത ഒരാളാണെന്ന് എന്റെ മനസ്സ് പറയുന്നു. നിയമം നിങ്ങളെ സഹായിക്കുന്നതിൽ നിങ്ങൾക്കു വിരോധമില്ലെങ്കിൽ നിങ്ങളെ കാണാൻ എന്നെ അനുവദിക്കുക. വിവരം ഈ നമ്പറിൽ അറിയിക്കാം. ഒരു ദിവസംകൂടി ഞാൻ കാക്കും.’’

ഇത്ര കാലവും അതിജീവനത്തിന് അവരെ സഹായിച്ച ആറാമിന്ദ്രിയം ഇപ്പോഴും തുണച്ചതിനാലാവാം, എന്റെ ഉദ്ദേശ്യശുദ്ധിയിൽ വിശ്വാസം തോന്നി എന്നെ കാണാൻ അവർ തയ്യാറായി. അവരുടെ സഹായികളിലൊരാൾ എന്നെ തിരികെ വിളിച്ച് മേൽവിലാസം ചോദിച്ചറിഞ്ഞ് കാറയച്ചു. ഞാൻ ആ രാജകീയവാഹനത്തിൽ കയറി പോകെ, എന്റെ ലോക്കൽ ഗാർഡിയൻ അന്തംവിട്ടു നില്പുണ്ടായിരുന്നു. തിരികെ വന്ന് വിശദീകരിക്കാമെന്ന് ആംഗ്യം കാണിച്ചു.

വിശാലമായ ബംഗ്ലാവിൽ വലിയ സുരക്ഷയുടെ തണലിൽ ജീവിക്കുന്ന നടിയുടെ സ്വീകരണമുറിയിലേക്ക് ഞാൻ നയിക്കപ്പെട്ടത്

വിശദവും കർശനവുമായ പരിശോധനയ്ക്കു ശേഷമാണ്. എന്റെ ഫോണും പഴ്സും പേനവരെയും അവർ വാങ്ങി മാറ്റി വെച്ചു. ഒളി ക്യാമറയോ റെക്കാർഡറോ ഒന്നും എന്റെ കൈവശം രഹസ്യമായി സൂക്ഷിപ്പില്ലെന്ന് ഉറപ്പു വരുത്തുകയായിരുന്നു.

വില്ലന്മാരെ ഇടിച്ചു തെറിപ്പിക്കുന്ന വീരശൂരപരാക്രമിയായ ഝാൻസി റാണിയെയല്ല, അതിവിശാലമായ സോഫയുടെ മൂലയിൽ ചുരുണ്ടൊതുങ്ങിയ ഒരാളെയാണ് ഞാൻ കണ്ടത്. അദ്ധ്വാനംകൊണ്ട് ക്ഷീണിതമായ ഉടൽ പണിപ്പെട്ടു പൊക്കി എഴുന്നേറ്റ്, അതിലേറെ കഷ്ടപ്പെട്ട് ഒന്നു ചിരിച്ച്, എന്നെ സ്വീകരിച്ചു, ഇരിക്കാൻ ക്ഷണിച്ചു, എതിരെ ഇരുന്നു, ശീതളപാനീയോപചാരം കഴിഞ്ഞ് വേലക്കാരി പിന്മാറിയ ശേഷം പതുക്കെ പറഞ്ഞു, ''സ്വാഗതം.''

മുഖവുരയില്ലാതെ ഞാൻ ചോദിച്ചു, ''നേരത്തെതന്നെ പണം തിരികെ കൊടുത്ത് സ്വർണ്ണക്കടക്കാരുടെ പരാതി പിൻവലിപ്പിക്കാമായിരുന്നില്ലേ, എന്തുകൊണ്ടു ചെയ്തില്ല?''

''എന്തായാലും എനിക്കു പഴയ ഞാനാവാൻ കഴിയില്ലെന്നിരിക്കെ തിരശ്ശീല മാറ്റാൻ ശ്രമിക്കുന്നതെന്തിന്? തമ്മിൽ ഭേദം സുരക്ഷിതമായ ഒളിവിൽ കഴിയുകതന്നെ എന്നു വെച്ചു. നിങ്ങൾ എന്നെ കണ്ടെത്തിയ സ്ഥിതിക്ക് വേറെ നിവൃത്തിയില്ലാത്തതിനാൽ ഇപ്പോൾ... ഒന്നും മറയ്ക്കാനില്ലാതെ ആരുണ്ട് ഈ ഭൂമിയിൽ?''

''സ്വന്തം അച്ഛനെ ദുഃഖിപ്പിക്കുകയാണെന്നറിഞ്ഞുകൊണ്ടാണൊളിച്ചുകളി തുടരുന്നത്?''

''അച്ഛന് നേരറിയില്ലെന്നാണോ വിചാരം?'' ആ ചോദ്യത്തിന് സ്വാഭാവികമായ ഒരു ചെറുചിരിയുടെ പരിവേഷമുണ്ടായി. അതുടനെ മാഞ്ഞ് വല്ലായ്മയുടെ അരുചി സ്വരത്തിൽ വീണ്ടും വന്നു, ''എല്ലാം ഇങ്ങനെയങ്ങു പോകും എന്നു കരുതിയിരിക്കെയാണ് നിങ്ങളുടെ വരവ്. ഞാൻ കെട്ടി ഉയർത്തിയ മായക്കോട്ട മുഴുവനായും തകർക്കാൻ നിങ്ങൾക്കു കഴിയും. പക്ഷേ, സത്യമായും ഞാൻ നിങ്ങളോടു പറയുന്നു, ഒരു തെറ്റും ഞാൻ ചെയ്തിട്ടില്ല, ആ സ്വർണ്ണം അടിച്ചുമാറ്റിയതൊഴികെ. ആ കടം വീട്ടാൻ അവസരമൊരുക്കിയ നിങ്ങളോട് എനിക്കു നന്ദിയുണ്ട്. എന്റെ അകം വെടിപ്പായിക്കിട്ടി.''

''നിങ്ങളുടെ സഹോദരിക്ക് എന്താണ് സംഭവിച്ചതെന്ന് നിങ്ങൾക്കറിയാം.''

''അറിയാം,'' മുഖത്തും സ്വരത്തിലും ആ ചെറുചിരിപ്പരിവേഷം തിരികെ വന്നു, ''പക്ഷേ, ഞാൻ പറഞ്ഞ് അറിയുന്നതിനേക്കാൾ നല്ലത് സ്വയം കണ്ടുപിടിക്കുകയല്ലേ?''

''ഒരു കുറ്റവും ചെയ്തിട്ടില്ലെങ്കിൽപ്പിന്നെ നിങ്ങളെന്തിന് ഇനിയും ഒളിവിലിരിക്കണം? അച്ഛനും വീടിനും നാടിനുമെല്ലാം അഭിമാന മായിത്തീരുന്നതിന് എന്തു തടസ്സം?''

''അതും സ്വയം കണ്ടുപിടിക്കൂ.'' ചിരി അല്പംകൂടി വികസിച്ചു,

''ഞാൻ ഒരാളെ പറഞ്ഞുതരാം, അദ്ദേഹത്തോടു ചോദിച്ചാൽ മതി. സാക്ഷിമൊഴി തെളിവുകൂടിയാവുമല്ലോ.''

മുന്നിലെ ടീപ്പോയിലെ നോട്ട്പാഡ് തുറന്ന് അതിൽനിന്നൊരു ചതുരത്തുണ്ടുകടലാസ്സ് അടർത്തെടുത്ത് അവർ എനിക്കു നീട്ടി. അതിൽ ഒരു ഫാദർ ഇന്നസന്റിന്റെ പേരും വർളിയിലൊരു പള്ളി യുടെ വിലാസവും കുറിച്ചുവെച്ചിരുന്നു, ''എന്നെപ്പറ്റി നിങ്ങളുടെ അവസാന തീരുമാനം എന്തായാലും അതറിയാൻ എനിക്കു താല്പര്യ മുണ്ട്.''

ഞാൻ ആ ദേവാലയത്തിൽ ചെല്ലുമ്പോൾ അവിടം വിജനമായി രുന്നു. മേടയിൽ അച്ചൻ ഇന്നസന്റ് എന്നെ കാത്തിരിക്കുകയുമായി രുന്നു. മലയാളിയായ അദ്ദേഹം എന്നെ വിടർന്ന ചിരിയോടെ സ്വീക രിച്ചു. മലർക്കെ തുറന്നുവെച്ച പുസ്തകംപോലെ ഒരു പ്രസന്നമുഖം.

എന്തെങ്കിലുമൊന്ന് അങ്ങോട്ടു ചോദിക്കാനോ എന്റെ നാടും വീടും പേരും എന്തെന്നു ഇങ്ങോട്ടു ചോദിക്കാൻപോലുമോ സമയം കളയാതെ അദ്ദേഹം പറഞ്ഞുതുടങ്ങി,

''ഞാൻ പാർവതിയെയും കുമാരിയെയും ആദ്യം കാണുന്നത് ഒരു ഫൈൻ ആർട്സ് ട്രൂപ്പിലെ ഡാൻസുകാരിയും മിമിക്രിക്കാരി യുമായാണ്. എന്റെ ചുമതലയിലുണ്ടായിരുന്ന ഇടവകയിൽ ഒരു വായനശാലയുടെ വാർഷികത്തിന് പരിപാടി അവതരിപ്പിക്കാൻ വന്നതായിരുന്നു ഇവർ. അവിടെ വെച്ച് ഈ കുട്ടികളെ രണ്ടുമൂന്നു തെമ്മാടികൾ കൈകാര്യം ചെയ്യാൻ ശ്രമിച്ചു. സ്റ്റേജിനു പിന്നിലെ മേക്കപ്പ് മുറിയിൽ കൈയേറ്റം നടക്കുന്ന വിവരം ആരോ ഓടി വന്ന് എന്നെ അറിയിച്ചു. ചടങ്ങിലെ മുഖ്യാതിഥിയായ ഞാൻ സമ്മേളനം കഴിഞ്ഞ് കലാപരിപാടി കാണാൻ സദസ്സിന്റെ മുൻനിരയിൽ ഇരി ക്കുകയായിരുന്നു. ഞാൻ സ്റ്റേജിൽ കയറി മൈക്കിനു മുന്നിൽ ചെന്ന് ഈ വിവരം നാട്ടുകാരെ അറിയിച്ചു. അതോടെ അക്രമി കൾക്ക് പിടിപ്പത് കിട്ടി. ഈ കുട്ടികളെ ആശ്വസിപ്പിച്ച് തിരികെ അയയ്ക്കാനും പറ്റി. പിന്നെ രണ്ടാണ്ടു കഴിഞ്ഞാണ് ഞാൻ കുമാ രിയെ കാണുന്നത്. അതിനിടെ മുംബൈയ്ക്ക് സ്ഥലം മാറിയ ഞാൻ കുടുംബത്തൊന്നു പോയി തീവണ്ടിയിൽ തിരികെ വരികയായി രുന്നു. മറ്റു യാത്രക്കാർ ഉറങ്ങുന്നേരം ഇവൾ വലിയൊരു സങ്കടം പറഞ്ഞു.

പാർവതി ഒരു ഡാൻസുകാരന്റെ കൂടെ ഒളിച്ചു പോന്നു. അയാൾ അവളെ ഒരു വേശ്യാലയക്കാർക്കു വിറ്റിരിക്കയാണ്. പാർവതി എവ്വിധമോ എഴുതി പോസ്റ്റ് ചെയ്ത കത്ത് അവൾ കാണിച്ചുതന്നു. ഞാനവളെ വൈ.ഡബ്ലിയു.സി.ഏയിൽ ആക്കി. അവളുടെതന്നെ ഒരു ഫോട്ടോ വാങ്ങി അത് ചില ദാദാമാർക്ക് കാണിച്ചു. ഇരുവരും ഒരുപോലെ ഇരുന്നത് ഉപകാരമായി.''

വികാരിയച്ചന് ദാദാമാരുമായി എന്തു കാര്യം എന്ന ചിന്ത എന്റെ മുഖത്തു വായിച്ച് അദ്ദേഹം ചിരിച്ചു, ''അറിയാമോ? പൊതുസമൂഹത്തിനു പുറത്താണെങ്കിലും അവരിൽ ചിലരെങ്കിലും അടിയുറച്ച വിശ്വാസികളാണ്. പ്രാർത്ഥിക്കാനും മറ്റും പതിവായി വരും. ചിത്രത്തിലെ ആൾ എവിടെയുണ്ടെന്നന്വേഷിക്കാൻ ഞാനവരോട് പറഞ്ഞു. നഗരത്തിലെ ചുവന്ന തെരുവുകളിൽ രക്ഷകജോലിയുള്ളവരും അവർക്കിടയിലുണ്ട്. അവർ ആളെ കണ്ടെത്തി. പണം കൊടുത്തു വാങ്ങിയ ഉരുപ്പടിയായതിനാൽ മുതലും നഷ്ടപരിഹാരവും കൊടുത്താൽ വിടുതൽ നേടാമെന്നു മനസ്സിലായി. പത്തിരുപത്തഞ്ചു ലക്ഷം. ഞാനത് എവിടന്നുണ്ടാക്കാൻ? ഇങ്ങനെ ഒരു ആവശ്യത്തിനായതിനാൽ വിശ്വാസികളിൽനിന്ന് സമാഹരിക്കാൻ വയ്യ. ഈ വിഷമം ഞാൻ കുമാരിയോടു പറഞ്ഞപ്പോൾ അവൾ എന്നെപ്പോലും അറിയിക്കാതെ ആ ശാരങ്കനെ തേടിപ്പിടിച്ചു. അയാളുടെ സ്ഥാപനത്തിന്റെ വിലാസം അവളുടെ പക്കൽ ഉണ്ടായിരുന്നു. എന്നെ കണ്ടില്ലെങ്കിൽ അവൾ നേരെ പോവുക അയാളുടെ അരികിലേക്കാകുമായിരുന്നു. കുമാരിയുടെ മുന്നിൽ അയാൾ വീണ്ടുമൊരു നാടകം അവതരിപ്പിച്ചു. പാർവതി മരിച്ചില്ലെന്നും തിരിച്ചറിയാനാവാത്ത നിലയിൽ എവിടന്നോ പൊലീസിനു കണ്ടുകിട്ടിയ മൃതദേഹം പാർവതിയുടേതായിരുന്നില്ലെന്നും പറഞ്ഞു. അവളെ ഒരു വേശ്യാലയക്കാർ ബലമായി തട്ടിയെടുത്തതാണെന്നും എവിടെ എന്ന് കണ്ടെത്തിയിട്ടുണ്ടെന്നും രാത്രിയിൽ തന്റെ കൂടെ വരാമെങ്കിൽ വിടുവിച്ചു കൊണ്ടുപോരാമെന്നും വിശ്വസിപ്പിച്ചു. എന്നിട്ടോ, രാത്രിയിൽ കുമാരിയെയുംകൊണ്ട് ലോക്കൽ ട്രെയിനിൽ പോകെ ആളൊഴിഞ്ഞ കമ്പാർട്ട്മെന്റിൽ വെച്ച് അവളോട് അതിരു വിട്ടു പെരുമാറി. അതൊരു പിടിവലിയായി. പുറത്തേക്കോടാൻ തുടങ്ങിയ അവളെ അയാൾ പിൻതുടരുകയും വാതിൽക്കൽ നടന്ന മൽപ്പിടുത്തത്തിനിടെ അവൾ അയാളെ പുറത്തേക്കുന്തിയിടുകയും ചെയ്തു. സ്കൂളിൽനിന്ന് അവൾക്കു കിട്ടിയ കരാട്ടെ പരിശീലനത്തെപ്പറ്റി ഈ ശാരങ്കന് അറിഞ്ഞുകൂടായിരുന്നല്ലോ. പാതിരാത്രി എന്നെ വിളിച്ച് അവൾ എല്ലാം പറഞ്ഞു. ഭാഗ്യത്തിന് ദൃക്സാക്ഷികളില്ലാതെ പോയി. അയാൾ വണ്ടിയിൽനിന്നു വീണു മരിച്ചു എന്നേ പൊലീസിനു നിരൂപിക്കാനായുള്ളൂ.''

മൊബൈൽ അടിച്ചതെടുത്ത് അച്ചൻ ആരോടോ പറഞ്ഞു, പത്തു മിനിറ്റിനകം അങ്ങോട്ടു ചെല്ലാമെന്ന്.

''ക്ഷമിക്കണം,'' അച്ചൻ എന്നെ വീണ്ടും അഭിമുഖീകരിച്ചു, ''പാർവതിയാണ്. കുറേ അനാഥക്കുഞ്ഞുങ്ങളുടെ എല്ലാമായി അവൾ അപ്പുറത്തുണ്ട്, കാണാം.''

''പാർവതിയുടെ മോചനത്തിന് കുമാരിയെക്കൊണ്ട് ഒരു ഹേബിയസ് കോർപ്പസ് ഹരജി കൊടുപ്പിച്ചാൽ മതിയായിരുന്നില്ലേ?''

അച്ചന്റെ നെറ്റി ചുളിഞ്ഞു, ''നിങ്ങളൊരു പൊലീസ് ഇൻസ്പെക്ടറാണെന്നാണല്ലോ കുമാരി പറഞ്ഞത്. യഥാർത്ഥത്തിൽ അങ്ങനെ അല്ലെന്നുണ്ടോ? ആണെങ്കിൽ ഈ നഗരത്തിലെ അധോലോകാധിപത്യത്തെക്കുറിച്ച് ഇതിലധികം അറിവുണ്ടാകേണ്ടതാണല്ലോ. അതിരിക്കട്ടെ, കുമാരി എന്നെ ഏല്പിച്ച കഥ പറയൽ എന്ന പണി ഞാൻ മുഴുമിക്കാം. പാർവതിയുടെ വിടുതലിന് പണമുണ്ടാക്കാനാണ് കുമാരി ആ സ്വർണ്ണക്കട പട്ടാപ്പകൽ കവർന്നത്. സ്വന്തം ഭാവനയിൽ മെനഞ്ഞ പദ്ധതി ഒറ്റയ്ക്ക് വിദഗ്ദ്ധമായി നടപ്പിലാക്കുകയായിരുന്നു. ചമയം നാടകട്രൂപ്പിന്റെ അലമാരയിൽ ഉണ്ടായിരുന്നു, മേക്കപ്പ് സാമഗ്രികളും. കുറച്ചു നേരത്തേക്ക് മോഷ്ടിച്ച കാർ അതിന്റെ ഉടമസ്ഥൻപോലും അറിയും മുമ്പ് തിരികെ കൊണ്ടിടുകവരെ ചെയ്തു. സ്വർണ്ണം പണമാക്കി മാറ്റാനും അത് പാഴാക്കാതെ കൈമാറി പാർവതിയെ വീണ്ടെടുക്കാനും ദാദാമാർ സഹായിച്ചു. പാർവതിയെ പള്ളിവക അനാഥമന്ദിരത്തിൽ ജോലിക്കാരിയാക്കിയത് ഞാനാണ്. കുമാരിക്ക് സിനിമയിൽ റോളുണ്ടാക്കാൻ സഹായിച്ചതും ചില ദാദാമാർതന്നെ. ബോളിവുഡ് എന്നതും വളരെ വലിയ അളവോളം ഒരു ദാദാവുഡ് മാത്രം. ഒന്നുണ്ട്, വെള്ളത്തിലെത്തിയ മീൻപോലെ കുമാരി നീന്തിക്കയറി. ഈ കുട്ടികളുടെ അച്ഛന്റെ കാര്യം ആരോരുമറിയാതെ അന്വേഷിക്കുന്നത് ഒരു പാലിയേറ്റീവ് കെയർ സ്ഥാപനം നടത്തുന്ന എന്റെയൊരു പരിചയക്കാരനാണ്. വരൂ, നമുക്ക് പാർവതിയെ കാണാം.''

പാർവതി കൊച്ചുകുട്ടികളെ നൃത്തച്ചുവടുകൾ പഠിപ്പിക്കുകയായിരുന്നു. എന്നെപ്പറ്റി അറിയാമെന്ന് പെരുമാറ്റം കണ്ടപ്പോൾ തീർച്ചപ്പെട്ടു. എനിക്കു പാർവതിയോട് വിശേഷിച്ച് ഒന്നും ചോദിക്കാനില്ലാത്തതിനാൽ ഏറെ നേരം അവിടെ നിന്നില്ല. ഒരു പ്രദർശന വസ്തു ആയിരിക്കുക എന്ന ബുദ്ധിമുട്ട് അനാവശ്യമായി അവരിൽ അടിച്ചേല്പിക്കാൻ വിഷമം തോന്നാതിരുന്നുമില്ല.

തിരികെ പള്ളിമേടയിൽ ചെന്നപ്പോൾ അച്ചൻ അറിയിച്ചു, ''ശാരങ്കൻ മരിച്ചത് അപകടത്തിലാണെന്ന് ആ ഫയൽ അടഞ്ഞു എങ്കിലും അവന്റെ കൂടെ ഒരു സ്ത്രീ ഉണ്ടായിരുന്നെന്ന് ഒരു സാക്ഷിമൊഴി

അതിലുണ്ട്. അതുപോലെ സ്വർണ്ണത്തിന്റെ പണം തിരികെ കൊടുത്താലും കേസ് അവസാനിക്കുമോ? ഇനി നിങ്ങളാണ് തീരുമാനിക്കേണ്ടത്.''

''ഞാൻ എന്തു തീരുമാനിക്കാൻ?''

''ഇന്ത്യൻ ശിക്ഷാനിയമപ്രകാരം ഉഭയസമ്മതത്തിലൂടെ തീർപ്പാക്കാവുന്നതല്ല കുമാരി ചെയ്ത കുറ്റമെന്നാണ് എനിക്കു കിട്ടിയ നിയമോപദേശം. അതിനാലാണ് തുക ഇത്രയും നാൾ നൽകാതിരുന്നത്. വെറുതെ പുലിവാലു പിടിക്കേണ്ട എന്നു വെച്ചു. പണം ചെന്ന വഴിയിലൂടെ മണം പിടിച്ച് ആരെങ്കിലും വന്നാൽ, മറ്റൊന്നും സംഭവിച്ചില്ലെന്നാലും അവളുടെ ഇമേജ് അപ്പടി തകർന്നുപോകാൻ വേറൊന്നും വേണ്ടല്ലോ. ളോഹയിട്ട ഞാൻ കുറ്റകൃത്യത്തിനു കൂട്ടു നിന്നതിന് കുറ്റക്കാരനുമാവും. ഇനി നിങ്ങളുടെ ഇഷ്ടം. അറിഞ്ഞതൊക്കെ റിപ്പോർട്ടു ചെയ്യണോ അതൊ തുമ്പൊന്നും കിട്ടിയില്ല എന്നു ഭാവിക്കണോ എന്നാണ് നിങ്ങൾക്കു തീരുമാനിക്കാനുള്ളത്. അതായത്, ഈ കുട്ടികളെ അപ്പടി നശിപ്പിക്കണോ അതോ ഈ കേസന്വേഷണത്തിൽ തോറ്റെന്നു സമ്മതിക്കണോ? ദൈവത്തിനിഷ്ടം രണ്ടാമത്തേതാവും എന്നതിൽ എനിക്കൊരു സംശയവും ഇല്ല.''

''ഇനിയുമൊരാൾ അന്വേഷിച്ചു വന്നാലോ?''

''നിങ്ങളെപ്പോലെ ഇത്രയും സൂക്ഷ്മമായി ആലോചിക്കാനും ഭാഗ്യം കടാക്ഷിക്കാനും ഇടയുള്ള എത്ര പേർ ഉണ്ടാവും പൊലീസിൽ? മാത്രമല്ല, ഇപ്പോൾ ഇവളുടെ കൈ തീർത്തും ശുദ്ധമായതിനാൽ ഇനി ദൈവം ഒരിക്കലും ഇവളെ കൈവിടില്ല, നിശ്ചയം.''

''ശരി, അച്ചോ,'' ഞാൻ എഴുന്നേറ്റു, ''ദൈവനിശ്ചയംപോലെ വരട്ടെ.''

''ആവോ.'' തമാശമട്ടിലെന്നാലും അച്ചൻ സംശയിച്ചു, ''ഇനി അവിടെ ചെല്ലുമ്പോ മനസ്സ് മാറ്വോ, ആവോ.''

''ഇല്ല. സ്കൂളിലെ സേഫിൽനിന്നു കാണാതായ മുക്കാൽ ലക്ഷം രൂപ പ്രോവിഡണ്ട് ഫണ്ടിൽനിന്ന് കടം വാങ്ങി ട്രഷറിയിൽ അടച്ചിട്ടും തിരിമറി ആരോപണം നീങ്ങാത്തതിനാൽ ജോലി നഷ്ടപ്പെട്ടും ജോലി ചെയ്ത കാലത്തെ പെൻഷൻപോലും കിട്ടാതെയും നരകിച്ചു മരിച്ച ഒരു ഹെഡ്മാസ്റ്ററുടെ മകന് അങ്ങനെ ഒരു മനംമാറ്റം ഉണ്ടാവില്ല.''

രണ്ടു നിമിഷം ഒരു അത്ഭുതവസ്തു കാണുമ്പോലെ എന്നെ നോക്കി തരിച്ചുനിന്ന് അച്ചൻ പൊടുന്നനെ അണച്ചുപിടിച്ച് കണ്ണു നിറച്ചു വിതുമ്മി, ''മോനെന്നോട് പൊറുക്കണം.''

പണിപ്പെട്ട് മനസ്സാന്നിദ്ധ്യം കാത്ത് ഞാൻ തുടർന്നു, ‘‘പാർവതിയെയും പിന്നെ കുമാരിയെയും കാണാനില്ലെന്ന് ആ നാടകട്രൂപ്പുകാരും ഇവരുടെ അച്ഛൻതന്നെയും കൊടുത്ത പൊലീസ് പരാതികൾകൂടി ഇപ്പഴും ഫയലിലുണ്ട്. അതുകൊണ്ട്...’’

‘‘അതെ, ഇവർക്കിനി ഒരു തിരികെപ്പോക്ക് സാദ്ധ്യമല്ല ഒരിക്കലും എന്നല്ലേ?’’

ഞാൻ മറുപടി പറഞ്ഞില്ല. അതെ എന്നു പറഞ്ഞാലത് നിയമത്തിൽ നിന്നു രക്ഷപ്പെട്ടു നിൽക്കാൻ കുറ്റവാളിക്കു വഴി ഉപദേശിക്കലാവും, സത്യപ്രതിജ്ഞാലംഘനവും.

അത്താഴവും തന്ന് എപ്പോഴാണ് നാട്ടിലേക്കു തിരികെ പോകുന്നതെന്ന് അന്വേഷിച്ച് സ്റ്റേഷനിൽ കാണാമെന്നു വാക്കുതന്നേ അച്ചൻ യാത്രയാക്കിയുള്ളൂ.

സെക്കന്റ് ക്ലാസ്സ് സ്ലീപ്പർ കമ്പാർട്ടുമെന്റിന്റെ ജനാലയ്ക്കരികിൽ ഇരിക്കെ എന്നെ തേടി അച്ചൻ വന്നു, കൈയിലൊരു പൂച്ചെണ്ടുണ്ടായിരുന്നു, ‘‘ഇനി എപ്പോഴെങ്കിലും ഈ നഗരത്തിൽ വരികയാണെങ്കിൽ എന്റെ അരികിലേ രാപ്പാർക്കാവൂ.’’

രണ്ടു മിനിറ്റുകൂടി കഴിയെ മറ്റൊരാൾകൂടി വന്നു. ആ സ്വർണ്ണക്കടക്കാരൻ തന്ന ചിത്രത്തിൽ കണ്ട യുവാവ്. തലയിലെ തൊപ്പിയുടെ ആകൃതിയിലേ മാറ്റമുള്ളൂ. സമ്മാനമായി ഒരു പാക്കറ്റ് എനിക്കു നീട്ടി പറഞ്ഞു, ‘ശുഭയാത്ര.’

‘‘ഞങ്ങൾക്ക് സമ്മാനങ്ങൾ സ്വീകരിക്കാൻ പാടില്ല.’’

‘‘എനിക്കറിയാം. ഇത് ഒരു നേരത്തെ ഭക്ഷണമാണ്, അതിന് ലോകത്താരും വിലക്കു കൽപിച്ചിട്ടില്ല.’’

‘‘വേഷപ്രച്ഛന്നരായ ആളുകളിൽനിന്ന് ഒന്നും വാങ്ങരുതെന്നുമുണ്ട്.’’

‘‘ഇത് വേഷപ്പകർച്ചയല്ല, കവചമാണ്. ഞാൻ ഞാനായി ഇവിടെ വന്നാൽ എന്റെ ആരാധകർ എങ്ങനെ പെരുമാറുമെന്നറിയാമോ? എനിക്കു പിറക്കാതെപോയ ആങ്ങളയ്ക്ക് ഒരു നേരത്തെ ഭക്ഷണം തരാൻപോലും അവരെന്നെ വിടില്ല.’’

വണ്ടി ഇളകെ, അച്ചൻ അനുഗ്രഹിച്ചു, ‘‘മോന്റെ ഇനിയുള്ള എല്ലാ അന്വേഷണങ്ങളും ദൈവം ഫലപ്രദമാക്കട്ടെ. എവിടെ ഒളിച്ച ആരെയും കണ്ടുകിട്ടട്ടെ – ദൈവത്തെ വരെ.’’

ദൈവത്തെയും രണ്ട് മാലാഖമാരെയും കണ്ടുകഴിഞ്ഞ ചാരിതാർത്ഥ്യം അകം നിറയെ അമൃതമായി നിറയെ കൈ കൂപ്പി വിട വാങ്ങി.

■

പുഴ കടക്കും നേരം

പത്രാധിപരുടെ ശ്രദ്ധയ്ക്ക്...

പോകാനുള്ള വഴി ഭാരതപ്പുഴയിലൂടെയാണ് എന്നായിരുന്നു ഈ അസൈൻമെന്റിനു പുറപ്പെടുന്നേരം എന്റെ ധാരണ. എനിക്കു പിൻതുടരാനുള്ളവർ മനുഷ്യരാണെന്നും. രണ്ടും മുഴുവനായി ശരിയല്ലെന്നു മാത്രമല്ല, വസ്തുസ്ഥിതികളുടെ കാര്യകാരണബന്ധം താറുമാറായാണ് കാണുന്നത്. ശാപത്താൽ മഹിമയത്രയും അസ്തമിച്ച യക്ഷന്മാരാണ് സഹയാത്രികർ മിക്കവരും. അതിനാൽ ഈ സ്റ്റോറി ഒരു സ്വപ്നംപോലെയേ ഇരിക്കൂ. വായനക്കാർക്ക് മുന്നറിയിപ്പു നൽകുമല്ലോ - സ്വ. ലേ.

ഒരു കാതം വഴി പോകെ, ഒരു യക്ഷകുമാരന്റെ പ്രേയസി തന്റെ പ്രിയതമനെ സസന്തോഷം തൊട്ടുരുമ്മി മൂടൽമഞ്ഞിന്റെ മുഖാവരണത്തിലൂടെ തളിരുപോലെ ചിരിച്ചു: "കാൽക്കീഴിൽ എത്ര ചേറായാലും ചളിയായാലും ഈ പോക്ക് ഒരു രസംതന്നെ."

ആ പെൺമണിയുടെ ശ്വാസവായുവിലെ ഈർപ്പം മൂടൽമഞ്ഞിന്റെ സാന്ദ്രതയ്ക്ക് ദൃശ്യാവിഷ്കാരം നൽകി. അതോടൊപ്പം, അതിലെ ഊഷ്മളതയുടെ അലകൾ മഞ്ഞിന്റെ ശൈത്യത്തെ അദൃശ്യങ്ങളായ കത്തിയലകുകൾപോലെ മുറിപ്പെടുത്തുകയും ചെയ്തു. ശാന്തമായ തടാകത്തിലെ അപ്രതീക്ഷിതമായ അലയിളക്കം കണക്കെ ആ മൃദുമൊഴി ഹൃദ്യമായി ഭവിച്ചു.

"എന്നോട് വല്ലതും പറഞ്ഞുവോ?" യക്ഷകുമാരൻ ചോദിച്ചു. ശാപത്താൽ നഷ്ടപ്പെട്ട സ്വർഗ്ഗങ്ങളെക്കുറിച്ചുള്ള ചിന്തയിൽനിന്നും ഉണർന്നാണ് ചോദിച്ചത്. വർത്തമാനകാലപരിസരത്തെക്കുറിച്ചുള്ള അറിവു തികയാൻ കണ്ണും കാതും തുറക്കാൻ യക്ഷൻ നിർബന്ധിതനായി. ആ യുവാവിന് അനാഥത്വത്തിന്റെ സുഖം നഷ്ടമായി.

"ഇല്ലല്ലോ."

യക്ഷകുമാരൻ, മഞ്ഞുപടലങ്ങൾ അനുവദിക്കുന്നിടത്തോളം വിശദമായി, തന്റെ പ്രേയസിയെ നിരീക്ഷിച്ചു. അവളുടെ മെലാഞ്ചി

പ്പാദങ്ങൾ നിലം തൊടുന്നില്ലായിരുന്നു. അവളുടെ ഹൃദയത്തിലെ കൗതുകത്തുടിപ്പുകൾ അനുരണനം ചെയ്കെ ആ പൂമേനിയുടെ ഓരോ അണുവും ത്രസിച്ചു. വിടർന്ന ഉടനെ വാഴക്കൂമ്പിനുള്ള സ്വച്ഛത അവളിൽനിന്നു പ്രസരിച്ചു. പലതും നഷ്ടപ്പെട്ടെങ്കിലും ഈ സൗന്ദര്യം ശേഷിക്കുന്നല്ലോ എന്ന ആശ്വാസം യക്ഷന്റെ മുഖത്തുണ്ടായി.

''എന്തോ പറഞ്ഞെന്നു തോന്നി.'' യക്ഷകുമാരൻ മന്ദഹസിച്ചു.

''ഉവ്വ്.'' യക്ഷകുമാരി വിടർന്നു ചിരിച്ചു: ''പക്ഷേ, വിശേഷിച്ച് ആരോടുമല്ല.''

കൂട്ടത്തിൽ ഒരുപാട് ആളുണ്ട്. മഹാഘോഷയാത്ര ഒരു പുഴ കടക്കുകയാണ്. എവിടേക്കെന്ന് തിട്ടമില്ലെങ്കിലും വിശേഷിച്ച് എന്തോ ഒരു കാര്യത്തിനാണ് പോകുന്നതെന്നതിൽ സംശയമേതും ആർക്കുമില്ല. എല്ലാവർക്കും അറിയാമെന്ന് എല്ലാവരും ഉറപ്പിച്ചുകഴിഞ്ഞ ഒരു മഹാകാര്യം. നാടു കടത്തപ്പെട്ട് എത്തിയ പുറമേക്കാരായ അപരിചിതരുടെ നീണ്ട നിരയായി. ആ ഉറുമ്പുവരി മുന്നോട്ടു നീങ്ങി.

ഏവരും നല്ല ഉടുപ്പും ആഭരണവും മെഡലുകൾ, ചക്രങ്ങൾ, നക്ഷത്രചിഹ്നങ്ങൾ എന്നിങ്ങനെ സ്ഥാനമുദ്രകളും അണിഞ്ഞിട്ടുണ്ട്. മിക്കവർക്കും കുടയുണ്ട്, കുട്ടികളുടെ കടുംനിറക്കുടകൾ മുതൽ സ്ഥാനികൾക്കായി ആശ്രിതർ പിടിച്ച, തങ്ക അലുക്കുകളുള്ള, തോരണക്കുടകൾവരെ. പരിഷ്കാരത്തിനോ താങ്ങിനോ ഏതാനും ചിലർക്ക് ഊന്നുവടിയുണ്ട്. പഴയതരം മാറാപ്പു മുതൽ ഉത്തരാധുനികപ്പെട്ടികൾ വരെ ആളുകളുടെ കൈയിലുണ്ട്. ഓടിച്ചാടുന്ന കുട്ടികളും മാറത്തിരുന്നു കരയുന്ന പൈതങ്ങളും മുട്ടുകാൽ കുത്തിയും നീന്തിയിഴഞ്ഞും നീങ്ങുന്നവരും മുടന്തുന്നവരും കൂട്ടത്തിലുണ്ട്. ഫ്ളോട്ടുകളും വാദ്യഘോഷങ്ങളും ഉണ്ട്. വലിയവരുടെ അംഗരക്ഷകർക്കു പുറമെ, ജനസാമാന്യത്തിനുള്ള നിയമസമാധാനപാലകരുണ്ട്. പ്രച്ഛന്നവേഷങ്ങളുടെ ദൃശ്യവിരുന്ന്. ദിക്പാലകരേ കാഴ്ചക്കാരായി ഉള്ളൂ.

എല്ലാവരും തിരക്കിലാണ്, അക്കരെ എത്താൻ. പലേടത്തും വെച്ചു കണ്ട പരിചയമോ മുൻപ് കണ്ടിട്ടുണ്ട് എന്ന വെറും തോന്നലോ അല്ലാതെ ആരെക്കുറിച്ചും ആർക്കും വസ്തുനിഷ്ഠമായ അറിവില്ല. മറ്റുള്ളവരുടെ മനസ്സിലോ കൈസഞ്ചിയിലോ എന്തുണ്ടെന്ന് ഒരാൾക്കും നിശ്ചയമില്ല. പക്ഷേ, എല്ലാരും പുഴ കടക്കുകയാണ് എന്ന് എല്ലാവർക്കും അറിയാം. അതിലേറെ എന്തു വേണം? ഇപ്പോൾ, പ്രത്യക്ഷത്തിൽ എല്ലാരും കൂട്ടത്തിലെ മറ്റാരെയുംപോലെ ആകാൻ, ഒരേ ശരീരത്തിലെ ജീവകോശങ്ങളാവാൻ?

മറുകര അങ്ങകലെ ഒരു കറുപ്പുവരയായി കാണാം. അതു മറുകര തന്നെയോ മൂടൽമഞ്ഞോ അതോ ഒരു മേഘനിരയോ മറ്റെന്തെങ്കിലുമോ എന്നു നിശ്ചയിക്കാൻ മതിയായ വെട്ടമോ വെളിവോ ഇല്ല,

കാഴ്ചത്തികവും ആർക്കുമില്ല. നിജസ്ഥിതി അറിയാൻ ഊർജ്ജിതമായ അന്വേഷണങ്ങളും നിരീക്ഷണങ്ങളും സിദ്ധാന്തവൽക്കരണങ്ങളും തകൃതിയാണ്. ഓരോ സിദ്ധാന്തവും പുതിയ സംശയങ്ങൾ ജനിപ്പിക്കുന്നു. തർക്കവിതർക്കങ്ങൾ പൊടി പാറുന്നു. അത് മറുകര തന്നെ എന്നതിൽ മിക്കവർക്കും പക്ഷേ, സംശയമില്ല. കാരണം, അക്കരപ്പച്ചയിൽ സംശയാതീതമായി വിശ്വസിക്കുന്നവരാണ് ഭൂരിപക്ഷവും.

സമുദ്രംപോലെ പുഴ. എന്നാലോ, ഇങ്ങുനിന്നങ്ങോളം പരന്നൊഴുകുന്ന നിറവില്ല. ഇടയിലിടയിൽ മണൽക്കര. ആ കരകൾക്കിടയിൽ നീരൊഴുക്ക്. അവയിൽ കടത്തുതോണികൾ. മലർന്നുകിടന്ന് ഋതുഭേദങ്ങളുടെ രാഗവ്യതിയാനങ്ങൾ വിസ്തരിക്കുന്ന ഇടക്കര ഓരോന്നിലും കാറ്റിലുമൊഴുക്കിലും സ്ഥാനം മാറുന്ന മണൽക്കൂനകൾ, ധാതുക്കൾ, എല്ലുകൾ, മൂലകങ്ങൾ, യൗഗികങ്ങൾ, ചേറ്, ചങ്ങണപ്പുല്ല്, ചീമുട്ടി, കെട്ടുപൊട്ടിയ ജാതക ഓലകൾ, ഉണക്കപ്പോണ്ടികൾ, ചുളുങ്ങിച്ചതുങ്ങിയ പ്ലാസ്റ്റിക് ഉരുപ്പടികൾ, കൈകാലുകളറ്റ പാവകൾ, ജീവശ്ശവങ്ങൾ...

നേരമ്പോക്കുകൾ

ഭൂതഭാവിവർത്തമാനങ്ങളുടെ ഈ യാത്രാമേളനത്തിൽ നർമ്മങ്ങളും ഇല്ലാതില്ല. ആഴം കൂടിയ ഒരു വെള്ളക്കുഴിയിൽ അറിയാതെ ചെന്നു ചാടി നനഞ്ഞ ഉടുതുണി മാടിക്കയറ്റുന്ന ഒരു കുമാരിയുടെ ജാള്യച്ചിരി. ''അമ്പമ്പോ! വഴിയിൽ കല്ലുമ്മുള്ളുമുണ്ടാകാമെന്നല്ലാതെ ഇത്തരം ചതിക്കുഴികളെപ്പറ്റി മുന്നറിയിപ്പൊന്നും തന്നില്ല ആരും.''

''മക്കളുടെ ദുരിതം കണ്ട് ഭൂമിദേവി അവരെ തിരികെ ഏറ്റുവാങ്ങാൻ മലർക്കെ വായ പിളർന്നതാണ്.'' പുരാണങ്ങളറിയാവുന്ന ഏതോ ഒരാൾ അശരീരിയെന്നോണം ചിരിച്ചു.

''ഈ ചിരി നല്ലതിനല്ല.'' കുമാരിക്ക് അകമ്പടി പോകുന്ന മുത്തശ്ശിയുടെ പല്ലില്ലാത്ത വായിൽനിന്ന് ഉടനെ ശാസനാസ്വരം പിറന്നു: ''ഈ കാഴ്ച കാണാത്തപ്പോൾ ആണുങ്ങൾക്ക് പുരാണങ്ങളൊക്കെ ഓർമ്മ വരുന്നതാണ് ചിതം.''

അജ്ഞാതന്റെ സൗന്ദര്യാസ്വാദനച്ചിരി വറ്റിയ നിമിഷത്തിൽ, യാത്രാസമൂഹത്തിലെ വിവിധ കക്ഷികളുടെ യുവജന വിഭാഗങ്ങൾ ഉൾപ്പെടെ, എല്ലാവരും നോട്ടം താന്താങ്ങളുടെ കാൽക്കീഴിൽ ഒതുക്കി. അതോടെ, രാവറുതിയായി പകൽ അരങ്ങേറി എന്ന തോന്നലുളവായി. കാലാന്തരത്തിൽ മാടായി മാറിയ മണൽക്കരകളിലെ ജീവജാലങ്ങളിൽ ഒരു പാതി മയങ്ങി, മറുപാതി ഉണർന്നു. അതിനൊത്ത്, പരിസരത്തെ സംഘഗാനത്തിന്റെ ശ്രുതി മാറി.

പുഴ നീർച്ചാലുകൾകൊണ്ടാണ് മേലാപ്പണിഞ്ഞിരിക്കുന്നതെങ്കിൽ, അതിനോട് മത്സരിച്ചെന്ന മട്ടിൽ മേലെ ആകാശം മേഘച്ചീന്തുകൾ കൊണ്ടാണ് ചമയം. മാനത്തിന്റെ കമനീയമായ നീലമേനിയിൽ നേർത്ത ശുഭ്രവസ്ത്രങ്ങളുടെ സുഖാലസ്യനിദ്ര.

എത്രവട്ടം ജനിച്ചാലും കരയാത്ത പൈതലായി സൂര്യൻ പിറക്കുന്നേ ഉള്ളൂ. ഇത് ഏതു ലോകത്തെ ആരുടെ പൈതൽ എന്ന് എല്ലാരും അമ്പരക്കെ, യക്ഷകുമാരന്റെ കൈയിൽ പ്രേയസി പിടിമുറുക്കി: ''ആ ഓമനക്കുഞ്ഞിന്റെ അമ്മ ഭാഗ്യവതിതന്നെ.''

''പൂഷാവാണ്.'' യക്ഷകുമാരൻ പ്രേയസിയെ ഓർമ്മിപ്പിച്ചു: ''ചന്തം കണ്ട് അന്തിച്ചു നിൽക്കയല്ല, വന്ദിക്കയാണ് വേണ്ടത്.''

''ലാളനയിൽ കവിഞ്ഞ വന്ദനമുണ്ടോ?'' യക്ഷകുമാരി വീണ്ടും ചിരിച്ചു.

തേൻകൂടുകൾ

നടവഴിയോരത്ത് കൂട്ടംകൂടി പാലാഴി കടയുന്നവർ വായ്ത്താരിയോടെ നാഗത്താൻകയറിൽ ആഞ്ഞുവലിക്കുന്നു. അയച്ചുവിടുന്നു. ഭീമാകാരമായ മന്ദരപർവ്വതം ഇടതു-വലതു കറങ്ങുന്നു. അതിനടിയിലെ ചേറിൽനിന്ന് ഉയർന്നുവരുന്നത് കാളകൂടം.

''ഈ മഹാവിഷം പരന്നാൽ ലോകം നശിക്കുലോ.'' മുത്തശ്ശി കൈകൂപ്പി മഹേശ്വരനെ ധ്യാനിച്ചു: ''മുച്ചൂടും കോരിക്കുടിക്കണേ, ശിവശങ്കരാ വേഗം.''

കൂട്ടത്തിൽ ശിവശങ്കരനെന്നു പേരുള്ള വേഷം. സഹചാരിയായ ഭാര്യയോട് പിറുപിറുത്തു: ''കേട്ടില്ലേ? എന്നിട്ടാണോ, രണ്ടൗൺസ് വല്ലതും കഴിക്കുമ്പോൾ നീ എന്റെ കഴുത്തിനു പിടിക്കുന്നത്?''

''വേണ്ടാവൃത്തി പോരാഞ്ഞ്.'' ഭാര്യാറോളുകാരിയുടെ മുഖം കനത്തു: ''ഈശ്വരനിന്ദയും. കഷ്ടം.''

''മുത്തശ്ശീ, ഇത് അതല്ല, വെറും ചേറാണ്.'' ഒരു ബാലനടൻ ചൂണ്ടിക്കാട്ടി. ''കുഴി കുത്തുന്നത് തൂണ് നാട്ടാനാണ്.''

''എങ്കിൽ നന്നായി.'' മുത്തശ്ശിക്കഥാപാത്രം ആശ്വസിച്ചു: ''ആരെയും പേടിയില്ലാത്തോർക്ക് ഈ തൂണിനെയെങ്കിലും ഭയമുണ്ടാവട്ടെ.''

ഉയർത്തിക്കെട്ടിയ മുക്കാലിയിലെ കപ്പിയിലൂടെ കമ്പക്കയറിട്ട് ഭാരം വലിച്ചു പൊക്കി അതു താഴ്ത്തി അടിച്ച് പുഴ കുഴിക്കുന്ന എക്സ്ട്രാ നടന്മാരോട് ഹാസ്യനടൻ ചോദിച്ചു: ''കണ്ടുകിട്ടിയില്ലേ, ഇനിയും അരക്കില്ലത്തിലേക്കുള്ള പാലംപണിക്ക് അടിപ്പാറ?''

പൊതുവിമർശകവേഷവും പരിഹസിച്ചു: ''കോൺക്രീറ്റിന് എസ്റ്റിമേറ്റ് കൊടുത്ത് കാർഡ്ബോഡുകൊണ്ട് പണി തീർക്കും. ഒരു

കണക്കിന് അതു പോരായ്കയുമില്ല. അരക്കില്ലത്തിലേക്കല്ലേ, കത്തിപ്പോകാനുള്ളതല്ലേ. നാരായണ, നാരായണ.''

പാലംപണിക്കാരിൽനിന്ന് മറുപടി ഇല്ലെന്നു കണ്ട ഇവരിരുവരും അർത്ഥഗർഭമായും ചിരിച്ചു: ''അപ്പോൾ ഇതാണ് വരാപ്പാലം എന്ന കിനാപ്പാലം. അയ്യാണ്ടു കൂടുമ്പോൾ അടിപ്പാറയുടെ ഉറപ്പുനോക്കാൻ എന്തൊരു കൗതുകം. അതു കഴിഞ്ഞാലോ, പാറയൊക്കെ പീറ. നാരായണ പോയി കൂരായണ.''

''അതാ പാലം.'' യക്ഷകുമാരരിൽ ഒരാൾ ഇന്ദ്രജാലവിരൽ ചൂണ്ടി ആകാശത്തേക്ക് ശ്രദ്ധ ക്ഷണിച്ചു: ''വെള്ളിമേഘങ്ങളേക്കാൾ ഉയരെ സ്വർണ്ണമയമായ ആകാശപ്പാലം.''

ആകാശംമുട്ടെ ഉയർന്ന ഒറ്റത്തൂണുകളിൽ, നേരെ തലയ്ക്കു മുകളിൽ, മഴവിൽപ്പാലം അനന്തതയിലേക്കു നീണ്ടുകിടക്കുന്നു. പാലത്തിനു മുകളിലെ വാഹനക്കുത്തൊഴുക്ക് താഴെ നിന്നു നോക്കിയാൽ കാണാത്തതിനാലാണ് അങ്ങനെ ഒന്ന് അവിടെ ഉണ്ടെന്ന് അറിയാൻ തടസ്സം. പാലത്തിനു മുകളിലെ വാഹനഇരമ്പം കടലിരമ്പത്തിൽനിന്ന് വേറിട്ടു കേൾക്കാൻ പറ്റുന്നുമില്ല.

തപസ്സിരിക്കുന്ന മഹർഷിയെ ചിതൽപ്പുറ്റെന്നപോലെ പാലത്തിന്റെ തൂണുകളുടെ മുകൾഭാഗങ്ങളെ പടുകൂറ്റൻ കടന്നൽക്കൂടുകൾ ചുറ്റിപ്പൊതിഞ്ഞിരിക്കുന്നു. കടന്നലിരമ്പം കടലിരമ്പത്തിനും വാഹന ഇരമ്പത്തിനുമിടയിൽ അടയിരിക്കുന്നു.

ദേഹം മുറ്റി രോമക്കാടുള്ളതിനാൽ കരടി എന്നു മാറ്റപ്പേരുള്ള പഴയ ഗ്രാമാധികാരി കോന്തുമ്മാനായി ചുട്ടി കുത്തിയ വേഷം ചുണ്ടു കൂർപ്പിച്ചു കൊതിച്ചു: ''കുടംകണക്കിന് തേൻ. കത്തിച്ച ഒരു ഓലച്ചൂട്ടും ഒരു കാണിയും കിട്ടിയെങ്കിൽ...''

''ധൃതിപ്പെടണ്ട.'' നമ്പൂരിമാഷ് (റിട്ടയേഡ്) പറഞ്ഞു: ''കടന്നലുകൾക്ക് വിഷവും ഉണ്ടേയ്, കുടംകണക്കിന്.''

''പാലം കരാറുകാരുടെ പ്രേതങ്ങളാണ് കടന്നലുകളായി സമ്മേളിച്ചിരിക്കുന്നത്. കണ്ടില്ലേ, എന്തൊരു ഒരുമ. ഊറ്റിയെടുത്ത അമൃത് സംഭരിച്ചുവെച്ച് കാവലിരിക്കുന്നു. കൂടിളക്കിയാൽ വിവരമറിയും?'' പൊതുവിമർശകൻ താക്കീതു നൽകി.

മൂക്കത്തു വിരൽ വെച്ച് മുത്തശ്ശി പാടി: ''നോട്ടം മുകളിലേക്കായാൽ കുഴിയിൽ ചെന്നു ചാടുമേ. കാൽച്ചോടെ നോക്കിയാലല്ലേ വഴി കാണാവൂ മക്കളെ?''

ആ അനുഷ്ടുപ്പിലെ അനുഷ്ഠാനവിദ്യ അക്ഷരാർത്ഥത്തിലെടുത്ത് യാത്രക്കാർ നടവഴിയിലെ ചേറിൽ ഒന്നു നോക്കി മുഖം വീണ്ടും പൊക്കിയപ്പോഴോ, പാലം അവിടെ ഇല്ല.

അതെങ്ങു പോയി?

കൂടിളകിയ കടന്നലുകൾ കാർമേഘങ്ങളായി ആർക്കുന്നു. അതിൽ ഒരു കൂട്ടവും താഴേക്ക് പറന്നിറങ്ങാത്തത് എന്തൊരു ഭാഗ്യം. ആയുസ്സിന്റെ നീളംതന്നെ കടന്നലുകൾ ആർത്തലച്ചു പൊതിഞ്ഞ് നഖശിഖാന്തം കുത്തി കടഞ്ഞുപിടഞ്ഞ് മരിക്കേണ്ടിവരുന്നതിലേറെ ഭീകരമായ നരകമെന്തുള്ളൂ? ''ഈശ്വരോ രക്ഷതു'' എന്നു പറഞ്ഞത് ആരെന്നറിഞ്ഞില്ല. പക്ഷേ, പല നാക്കുകളും അത് ഏറ്റു പറഞ്ഞു, പലരും പല ഭാഷയിലാണ് പറഞ്ഞത്.

മുത്തശ്ശി പാടി: ''വരില്ല തിരികേ തീർച്ച, പോയാലൊരു പാലവും!''

തുടർന്ന്, മണ്ണാങ്കട്ടയും കരിയിലയും കൂടി തീർത്ഥയാത്ര പോയ കഥ പറയുന്ന മുത്തശ്ശിയെ മുൻനിർത്തിയാക്കി, എല്ലാരും കുറച്ചിട നടത്തം. പക്ഷേ, മുത്തശ്ശിക്കു വേഗം കഷ്ടി. ക്ഷമയറ്റ് മറികടന്നു മുന്നേറുന്നവരോടും മുത്തശ്ശി, കഥ നിർത്താതെ, ചിരിച്ചു: ''മുൻപേ ഗമിക്കുന്നൊരു ഗോവു തന്റെ പിൻപേ ഗമിക്കുന്നു.''

പുഴയിലെ വെള്ളത്തിനു കലക്ക്. അലയിളകാതെ ഒഴുകുന്ന വെള്ളത്തിൽ മണൽത്തരിപ്പാടകളുടെ ദ്വീപുകൾ. അതിൽ ഏതിന്റെയും മുകളിൽ വിരൽത്തുമ്പുകൊണ്ടൊന്നു തൊട്ടാൽ, അടിയിൽനിന്ന് ഒരു ചെറുമീനിന്റെ മൂക്കു തട്ടിയാലും ആ മണൽപ്പാടവൻകര മുഴുക്കെ, അതെത്ര പരപ്പുള്ളതായാലും പകർച്ചവ്യാധിയാലുള്ള കൂട്ടമരണം പോലെ, ചറുപിറുന്നനെ ഉടഞ്ഞലിഞ്ഞു മായുന്നു. ഒരു മണൽപ്പാടയ്ക്ക് ഇവ്വിധം മുക്തി നൽകി മുത്തശ്ശി ചൂണ്ടിക്കാണിച്ചു: ''ഇത്രയേ ഉള്ളൂ.''

തെക്കുപടിഞ്ഞാറേ മാനത്ത് ഒരു കൈപ്പടം മഴക്കാറ് പൊങ്ങി. തുമ്പികൾ താണു പറന്നു. എന്തോ പറയാനുണ്ടെന്ന് ഓരോരുത്തരുടെയും നേരെ ഓരോ തുമ്പി കണ്ണിൽ തിളക്കവുമായി തിരക്കിട്ടു പറന്നുവന്നു. തൊട്ടരികിലെത്തുമ്പോൾ പക്ഷേ, നിഷ്ഫലം ശ്രമം എന്ന് പൊടുന്നനെ വഴി തിരിഞ്ഞു. വീണ്ടും വന്നു. എത്ര വട്ടം വന്നിട്ടും ഒരു സന്ദേശവും ആർക്കും കൈമാറിയില്ല. അതിനുമുണ്ടായി മുത്തശ്ശിയുടെ വിശദീകരണം; ''മൺമറഞ്ഞവരുടെ മനമന്വേഷിക്കുന്നോരേ, എന്നെന്നും നിങ്ങൾ സന്ദേഹങ്ങളുടെ കല്ലെടുക്കിൻ എന്നുതന്നെ.''

ആദ്യത്തെ അത്ഭുതം

ഉടുപ്പിട്ട നിയമപാലകരെയാണ് തുമ്പികൾ കൂടുതലായി ലക്ഷ്യമിട്ടു പൊതിഞ്ഞത്. നിയമപാലകരാകട്ടെ, മറ്റൊന്നിലും ശ്രദ്ധയില്ലാതെ, വഴിനടക്കാരിൽ ഓരോരുത്തരോടും മാറിമാറി എന്തോ ചോദിച്ചുകൊണ്ടിരുന്നു.

അവരിലൊരാൾ യക്ഷകുമാരന്റെ അരികിലുമെത്തി: ''നേര് പറയൂ, നിങ്ങൾക്ക് ഈ കൂട്ടത്തിൽ ആരെയാണ് സംശയം?''

''ആരെ എന്തിന് സംശയിക്കണമെന്നാണ്?''

''ഈ കൂട്ടത്തിൽ ഒരു ഭീകരൻ ഉണ്ട്.'' പൂണൂൽബെൽറ്റും കൈത്തോക്കുമണിഞ്ഞ നിയമപാലകൻ സ്വരം താഴ്ത്തി: ''മാരകസാമഗ്രികളുമായാണ് അവൻ നടക്കുന്നത്. ചാവേറല്ലെന്നു പറയാൻ വയ്യ. ആരെന്നറിയാൻ വല്ല സൂചനയും തരാൻ കഴിയുമോ? നൽകുന്ന വിവരം രഹസ്യമായി സൂക്ഷിക്കും. ആ ഭീകരൻ നിങ്ങളല്ലെന്ന കാര്യമെങ്കിലും തീർച്ചയുണ്ടോ?''

''അതുവ്വ്.'' എന്നു ബോധിപ്പിച്ചതിനു പിന്നാലെ യക്ഷകുമാരൻ ചോദിച്ചു: ''കക്ഷി കറുത്തോ വെളുത്തോ കുള്ളനോ നീട്ടാന്തോട്ടിയോ?''

അത്രപോലും അറിയില്ലെങ്കിൽ തുടർച്ചോദ്യം വൃഥാവില്ലെന്ന് നിയമപാലകർ യക്ഷനെ മറികടന്നു: ''കമ്പ്യൂട്ടർ ചിത്രവും പെരുവിരലടയാളവും ചാനലുകളിലെല്ലാം ഉണ്ടായിരുന്നിട്ടും... മാവിലായിക്കാരനോ ഇയാൾ?''

തലയിൽ വട്ടക്കുട്ട ചുമന്ന് വടിയൂന്നി നടക്കുന്ന അർദ്ധനഗ്നനായ ഫക്കീറിനെയാണ് പിന്നെ നിയമപാലകർ സമീപിച്ചത്. കാഴ്ചയിൽ ദരിദ്രൻ, പക്ഷേ, തലയിലെ ഈറ്റക്കുട വീരാളിപ്പട്ടുകൊണ്ടു മൂടിയിരിക്കുന്നു.

നിയമപാലകർ വടി നീട്ടി തോണ്ടി ഹാൾട്ട് പറഞ്ഞു.

ഫക്കീർ നിന്നു, കനത്ത കൂടയടക്കം ശിരസ്സ് പതുക്കെ തിരിച്ചു.

മുഖം നിറയെ വസൂരിക്കല. രണ്ടു കണ്ണിനും കാഴ്ച ഇല്ല.

കൂട അധികാരവടികൊണ്ടു തൊട്ട് നിയമപാലകൻ ചോദിച്ചു: ''ഇതിൽ ബോംബല്ലേ?''

ചോദിക്കുന്നതാരെന്ന് സ്വരംകൊണ്ടറിഞ്ഞ്, ഭാരം ചുമന്നു നിൽക്കുന്നതിന്റെ കിതപ്പടക്കി, ഫക്കീർ വിനീതവിധേയനായി അറിയിച്ചു: ''അല്ല. ഇത് നാടൻ കോഴിമുട്ടയാണ്.''

മേലാവുമാർ ഫക്കീറിന്റെ കൂടെ പിടിച്ചിറക്കി ബോംബുപരിശോധനയ്ക്കുള്ള ആയുധം അതിൽ പ്രയോഗിച്ചു. ഇന്ദ്രജാലക്കാർ മാന്ത്രികദണ്ഡ് പെരുമാറുന്ന ചേലിലായിരുന്നു ആ തിരുവടിയുഴിച്ചിൽ.

മുട്ടകൾ തെരുതെരെ പൊട്ടി വിരിയാൻ തുടങ്ങി. കോഴിക്കുഞ്ഞുങ്ങളുടെ കൂട്ടക്കരച്ചിൽ ഉയർന്നു. കൂട മൂടിയ പഴമ്പട്ടുവിരി ജീവൻ വെച്ചെന്ന മട്ടിൽ കൂടാരംപോലെ പൊങ്ങി. അതിനു ചുവടെനിന്ന്

നൂറുകണക്കിന് കോഴിക്കുഞ്ഞുങ്ങൾ പുറത്തുചാടി. അവയും പട്ടു തുണിയും ഒരുമിച്ചാണ് അപ്പുറത്തെ ചേറിൽ പാറി വീണു കുഴഞ്ഞത്. തുണി ജീവസ്സറ്റു കിടന്നു. കോഴിക്കുഞ്ഞുങ്ങൾ മിക്കതും ചേറും പേറി ഉയിർത്തു.

കൂടയിലെ മുട്ടത്തോടുകളിൽ തപ്പിത്തടവി ഫക്കീർ നെഞ്ചത്തു കൈവെച്ചു: ‘‘ചതിച്ചല്ലോ?’’

കൂടയിൽ ശേഷിച്ച മുട്ടകൾ അപ്പോഴും തെരുതെരെ പൊട്ടി ക്കൊണ്ടിരുന്നു. കോഴികളുടെ കുഞ്ഞിപ്പൂട പറന്ന് മൂടൽമഞ്ഞിൽ കലങ്ങി വായു മണ്ഡലമാകെ അവിൽക്കഞ്ഞിയായി. അതു ശ്വസിച്ച് സമസ്ത ലോകവും ചുമച്ചു വശംകെട്ടു. കോഴിക്കുഞ്ഞുങ്ങൾ മനുഷ്യവേഷങ്ങളുടെ ഉടുതുണിക്കടിയിൽ, തള്ളക്കോഴിയുടെ ചിറകുകൾക്ക് കീഴെ എന്നപോലെ, ഒരുമിച്ചുകൂടി പിയ്യാപിയ്യാ കരഞ്ഞു. അവയെ ആട്ടിത്തെളിച്ച് രണ്ടു പങ്കാക്കി വഴിക്കിരുവശവു മായി വേർതിരിച്ചു നിർത്താൻ നിയമപാലകർ നിശ്ചയിച്ചു.

ഫക്കീർ കരഞ്ഞു: ‘‘എന്റെ അരുമക്കുഞ്ഞുങ്ങളെ വിഭജിക്കരുത്.’’

എങ്ങുനിന്നെന്നില്ലാതെ ഫക്കീറിന്റെ നെഞ്ചത്ത് വെടിയേറ്റു.

ദേഹം ആർഭാടമായി ദഹിപ്പിച്ച് വെണ്ണീറെടുത്ത് പുഴയിൽ കലക്കി അധികാരികൾ ദുഃഖമാചരിച്ചു. ഘാതകനെ അറസ്റ്റ് ചെയ്ത് കോടതിയുത്തരവിൻമേൽ തൂക്കിലിട്ടു.

കുറച്ചുകൂടി കഴിഞ്ഞ് അടുത്ത അനുഷ്ഠാനത്തിനായി നിയമ പാലകർ നീങ്ങിയത്, അനീതികൾക്കെതിരെ പുണ്യവാളനായി ശബ്ദിച്ച ഒരു യുവയക്ഷന്റെ നേർക്കാണ്. ആ മാലാഖയുടെ നെഞ്ചിൻകൂടി നെക്കുറിച്ച് നിയമപാലകർക്ക് ഈഷലായി. വിരിമാറിനകത്ത് ബോംബുണ്ടെന്നുതന്നെ.

ഉദ്ദിഷ്ടകാര്യത്തിനായി ഉലക്ക വരുത്തി അവർ യക്ഷന്റെ ദേഹത്ത് ചവിട്ടിയമർത്തിയുരുട്ടി. അയാളുടെ തുടിക്കുന്ന ഹൃദയം വായിലൂടെ തുറിച്ചു പുറത്തുചാടി പൊക്കിൾക്കൊടിയിറ്റ് ചിറകു മുളച്ച് പുറ ത്തേക്ക് പറന്നു. ജീവനോടെ പൂട പറിച്ച് തള്ളക്കോഴിയുടെ മരണ വെപ്രാളപ്പുറപ്പാടുപോലെ ഇരുന്നു അത്.

നെഞ്ചിൻകൂടു തകർന്ന മാലാഖ വീണുകിടക്കെ, ആ ഹൃദയം മറുകര ലാക്കാക്കി പറന്നു പൊങ്ങി. ഉറയ്ക്കാത്ത ചിറകുകൾ ആഞ്ഞു വീശി. എണ്ണമറ്റ കുഞ്ഞുങ്ങൾ അതിനെ ആവേശപൂർവ്വം പിൻതുടർന്നു. ദിക്കുകൾ നടുങ്ങി. അശുഭലക്ഷണങ്ങൾ ഉണ്ടായി. പാമ്പ് മയിലി നോടും കീരി പാമ്പിനോടും എലി പൂച്ചയോടും ചങ്ങാത്തം കാണിച്ചു. ചോരമഴ പെയ്തു.

നിയമപാലകർ മാലാഖയുടെ ദേഹം തട്ടിയുരുട്ടി നോക്കി. അനങ്ങുന്നില്ലെന്നു കണ്ട് നാഭിക്കുഴിയിൽ അധികാരവടികൊണ്ട് ആഞ്ഞുകുത്തി. ഫലം തഥൈവ. ''ഇത്ര വേഗം ഇതിയാന്റെ കാറ്റു പോയോ?'' അവരിലൊരാൾ ആശ്ചര്യപ്പെട്ടു. സ്വരം താഴ്ത്തി കൂട്ടക്കാരോട് ചോദിച്ചു: ''ഇനി എന്ത്? ആത്മഹത്യയാക്കണോ, അതോ എൻകൗണ്ടറാക്കണോ?''

രണ്ടാമത്തതാക്കാൻ തീരുമാനമായി. തോളിലൂടെ കൈയിട്ട് താങ്ങു പിടിച്ച്, നടത്തിക്കൊണ്ടുപോകുകയാണെന്ന നാട്യത്തിൽ, കാട്ടിനുള്ളിലെ പാറപ്പുറത്തു കൊണ്ടുചെന്ന് മരം ചാരി നിർത്തി യക്ഷന്റെ മൃതദേഹത്തിലേക്ക് കീഴധികാരിയെക്കൊണ്ട് നിയമപാലനമേധാവി മൂന്ന് ചുറ്റ് വെടി വെപ്പിച്ചു. ഏറ്റുമുട്ടലിൽ മരിച്ചതായി കമ്പിയില്ലാക്കമ്പിയടിച്ചു.

ചുവന്നു തുടുത്ത ഹൃദയത്തിനു പിന്നാലെ പറന്ന സാഹസികരായ കുഞ്ഞുങ്ങളിൽ മിക്കതിനെയും പരുന്തുകൾ റാഞ്ചി. ശേഷിച്ചവ മുൾക്കാട്ടിലും ചേറിലും കുഴഞ്ഞുവീണു. അത്രയും ധൈര്യം കാട്ടാത്ത കുഞ്ഞുങ്ങൾ പിന്നണിയിൽ ചങ്ങണപ്പൊന്തകളിൽ ഒറ്റപ്പെട്ട്, പിൽക്കാലത്തെ കൂവലിന് സ്വരസാധകം ചെയ്യുംമട്ടിൽ പിയ്യാപിയ്യാ കരഞ്ഞു.

ഒന്നാന്താണി

യാത്രക്കാരെ നീർച്ചാൽ കടത്തുന്ന പഴന്തോണി കരയ്ക്കടുത്തു കിടന്നു. തിരക്കിട്ടു മുന്നിൽ നടന്നെത്തിയവർ അതിൽ ഇരിപ്പുണ്ട്. പിൻപട ഒപ്പമെത്താത്തതിലുള്ള അമർഷം അവർ തോണിക്കാരനോടാണ് പ്രകടിപ്പിക്കുന്നത്. ഊശാന്താടി ചൊറിയുന്നതിനിടെ മുറിബീഡി കത്തിക്കുന്ന അയാൾ പക്ഷേ, ഈ പായ്യാരം ചെവിക്കൊള്ളുന്നേ ഇല്ല. അയാളുടെ മുഖത്ത് സംശയം. ഇവർ തിരക്കുകൂട്ടുന്നത് മുൻപേ പോയവരെ വകവരുത്താനല്ലെന്നതിന് എന്തുണ്ട് തെളിവ്? നേരും നെറിവും കുറഞ്ഞല്ലെ വരുന്നത്? ഉള്ളിലിരിപ്പ് മറച്ച് അഭിനയിക്കാൻ ആർക്കുണ്ട് വശമില്ലായ്മ?

തോണിക്കാരൻ മൗനിയായി. ബീഡിപ്പുക വായുവിലലിയുന്ന കാഴ്ച അന്നാദ്യം കാണുന്നപോലെ നിരീക്ഷിക്കുന്നതിൽ ശ്രദ്ധാലുവായി ഭാവിച്ചു. ചാരം തട്ടിവീഴ്ത്താനെന്ന വ്യാജേന ബീഡിക്കുറ്റി, ജപമാലയുരുട്ടുംമട്ടിൽ, നനുക്കെ തട്ടിക്കൊണ്ടുമിരുന്നു. ജനനമരണങ്ങളില്ലാത്ത ഒരാൾ എന്നു തോന്നിച്ചു. യഥാർത്ഥ അമര(ക്കാര)ൻ.

ചെറിയ തോണിയാണ്. അതിന്റെ വക്കിനൊപ്പം വെള്ളമാകുവോളം ആളുകൾ കയറി. തോണിയിൽ കയറിയ എല്ലാവരും ഇരിക്കണമെന്നും കുടകൾ നിവർത്തരുതെന്നും തോണിക്കാരൻ മുന്നറിയിപ്പു

നൽകി. പുഴയുടെ ശരാശരി ആഴം പതിനായിരം മീറ്ററാണ്. അതായത്, കരയിൽനിന്ന് അത്രയും ഉയരെയാണ് തോണി നീങ്ങുന്നത്.

സുരക്ഷിതമാണ് യാത്ര. കാറ്റു പിടിച്ചോ കോളിളകിയോ അഥവാ തോണി മുങ്ങിയാൽ യാത്രക്കാർ ചെയ്യാനുള്ളത് എന്തെല്ലാമെന്ന്, ആവർത്തനവിരസമായ അംഗവിക്ഷേപങ്ങളോടെ, തോണിക്കാരൻ വിശദീകരിച്ചു. രണ്ടുവീതം തമ്മിൽ കൂട്ടിക്കെട്ടി ജോടികളായി തയ്യാറാക്കിയ ഉണക്കത്തേങ്ങ ജാക്കറ്റ് ഓരോന്നെടുത്ത് കഴുത്തിൽ (വല്ലാതെ മുറുകാതെ) കെട്ടണം. എന്നിട്ട് മേലോട്ടു നോക്കി കൈ ഉയർത്തിയാൽ ഓരോ വായു സഞ്ചി ആകാശത്തുനിന്ന് വീണു കിട്ടും. അതിന്റെ മൊത്തിയിലെ സീൽ പൊട്ടിച്ച് പ്രാണവായുക്കുഴൽ മൂക്കിൽ പിടിപ്പിച്ച് സാധാരണപോലെ ശ്വസിക്കുക. കുട്ടികൾക്ക് ഇതു രണ്ടും ചെയ്യാൻ തുണയാവുക. മുങ്ങിയ തോണി കമിഴ്ന്നാണ് പിന്നെ പൊങ്ങുന്നതെങ്കിൽ അതിനകത്തു കുടുങ്ങിപ്പോയവർക്ക് പുറത്തു കടക്കാൻ ആപൽക്കാലവിടവുകൾ സ്വയം രൂപപ്പെടും. ഭരതവാക്യം: ‘‘ആശങ്ക അരുത്. ശുഭയാത്ര.’’

കടത്തുകാരൻ തോണിയുടെ അണിയം ആഴക്കയത്തിലേക്ക് ഉന്തിയിറക്കി, പായക്കയർ വലിച്ചുകെട്ടി. നടുച്ചാലിൽ എത്തിയതും തോണി ആടിത്തുടങ്ങി. യാത്രക്കാർ ഭയന്നു. തോണിക്കാരൻ ചുക്കാനിൽ പിടിമുറുക്കി നിസ്സംഗനായി ഇരുന്നു.

സമൂഹമനസ്സാക്ഷിക്കുവേണ്ടി എന്നപോലെ ഒരു പിന്നണിസ്വരം ചോദിച്ചു: ‘‘ഈ തോണി ആട്ടുന്നത് ആരുടെ പ്രേതം?’’

‘‘ഉണ്ണീരിമാഷാണ്. മറ്റാരും അല്ല.’’ തോണിക്കാരൻ അറിയിച്ചു: ‘‘ഒരു നേരമ്പോക്കിനാണ്, പേടിക്കാൻ ഒന്നുമില്ല.’’

നിയമപാലകർ ചാടിയെഴുന്നേറ്റു, വടികൾ ഉയർത്തി നാലുപാടും കണ്ണോടിച്ചു: ‘‘ഇക്കൂട്ടത്തിൽ ആരാണ് ഉണ്ണീരി? മര്യാദയ്ക്ക് കൈ പൊക്കിയാട്ടെ.’’

നാടകത്തിലെ പ്രോംപ്റ്ററുടെ രീതിയിൽ യക്ഷകുമാരൻ മന്ത്രിച്ചു: ‘‘മാഷേ, അരങ്ങു മുഷിപ്പിക്കാതെ വേഗം പ്രവേശിക്കൂ.’’

അത്ഭുതം രണ്ട്

പാറി വന്ന് തോണിയുടെ പാമരത്തിന്റെ ഉച്ചിയിൽ ഇരിപ്പുറപ്പിച്ച് നീലപ്പൊന്മാൻ ചിറകുകൾ കുടഞ്ഞൊതുക്കി നന്നായൊന്നു കുണുങ്ങി നിയമപാലകരെ നോക്കി ചിലച്ചു: ‘‘ഇപ്പോൾ ഇങ്ങനെ ഒരു കോലത്തിലാണെന്നാലും ഞാൻ തന്നെയാണ് ഉണ്ണീരിമാഷ്. എന്തുവേണം? തൽക്കാലം, കൈ ഇല്ല പൊക്കാൻ. പക്ഷികൾ, പകരം, വാലോ ചിറകോ പൊക്കാറുണ്ട്. അതു മതിയോ?’’

''തത്ത പറയുമ്പോലെ നേരു പറയുന്നതാ നിങ്ങൾക്കു നല്ലത്, പക്ഷി മാഷേ.'' താക്കീതിന്റെ സ്വരത്തിൽ നിയമപാലകൻ ചോദിച്ചു: ''നിങ്ങളാണോ ഈ തോണി ആട്ടി യാത്രക്കാരെ ഭയപ്പെടുത്തുന്നത്?''

''അല്ല. തോണി ഇപ്പോൾ ആടുന്നത് ഓളത്താലാണ്. കരിക്ക് കൂമൻ കുത്തിയാലും കുറ്റം എലിക്ക് എന്ന രീതിയിൽ കേസ് ചാർജ്ജ് ചെയ്യരുത്.'' പക്ഷിമാഷ് പറഞ്ഞു: ''ശരിയാണ്, പണി പോയ മാഷായി ഇരിക്കും കാലം ഒരിക്കൽ ഞാൻ ഈ തോണി ആട്ടി മുക്കിയിട്ടുണ്ട്. ജോലിക്കു കോഴ കൊടുത്ത പണം സ്കൂൾ മാനേജർ തിരികെ തന്നില്ല. ആ ദുഷ്ടനെ ശിക്ഷിക്കാനായിരുന്നു ആ കടുംകൈ. ഡിവിഷൻ പോയാൽ പണം തിരികെ തരാമെന്ന വാക്കു വിശ്വസിച്ച് രണ്ടു കൊല്ലക്കാലം അരവയറുമായി കെഞ്ചിക്കേണു നടന്നു. ഫലമുണ്ടായില്ല. അവസാനം, ഒരു തക്കം കിട്ടിയപ്പോൾ ഞാനയാളെ മുക്കി. കൂടെ ഞാനും പെടുമെന്ന് അറിയാമായിരുന്നു. എനിക്കു നീന്തലറിയില്ല. എന്റെ ഭാഗ്യത്തിന്, അയാൾക്കും അറിയില്ലായിരുന്നു, ഒഴുക്കിനെതിരെ നീന്താൻ.''

''ഒരാളെ കരുതിക്കൂട്ടി കൊന്നതിന് നിങ്ങളെ നിയമാനുസാരം അറസ്റ്റ് ചെയ്യുന്നു.'' കൈത്തോക്കിന്റെ കുറുങ്കുഴൽ പക്ഷിക്കു നേരേ നീണ്ടു, ''അനക്കരുത്, ഒരു ചിറകും.''

''ആയുധം കാട്ടി പേടിപ്പിക്കാനാണോ? ഞാനാരെന്ന് നിങ്ങൾക്ക് മനസ്സിലായിട്ടില്ല. നൂറു വെടി വെച്ചാലും എന്റെ ഒരു പൂടപോലും കൊഴിക്കാൻ നിങ്ങൾക്കാവില്ല.'' ഒന്നുകൂടി കുണുങ്ങി പൊൻമാൻ തുടർന്നു; ''പിന്നെ, ആ കടകെട്ട ജന്തു ഇല്ലാതായിട്ടുമില്ല. ഒരു വലിയ ഞണ്ടായി ഈ വെള്ളത്തിനടിയിൽ ഉണ്ട്. ചേറിലാണ് കിടപ്പ്. പൈശാചികമാണ് വേഷം. താൻ മുൻപോട്ടോ പിന്നിലേക്കോ പോകുന്നതെന്ന് ഒരിക്കലും തീരുമാനിക്കാനാവാതെ കുഴങ്ങി നിത്യനരകം. ശവാവശിഷ്ടം നൊട്ടി നുണഞ്ഞാണ് ജീവിതം. ഞാനോ, സുകൃതിയായി നീലവാനിൽ യഥേഷ്ടം പറന്നു നടക്കുന്നു.''

മഹാവിജയപ്രകടനമായി മൂന്നാമതൊരു മൂടുകുണുക്കംകൂടി ആസ്വദിച്ചവതരിപ്പിച്ച് പൊൻമാൻ പായ്മരത്തിൽനിന്ന് പറന്നുയർന്നു. അല്പം അകലെ ഹെലികോപ്റ്റർ പോലെ വെള്ളത്തിനു മുകളിൽ തെല്ലിട നിന്നു. ചാട്ടുളിയായി താഴേക്കു വീണു. ഞൊടിയിടയിൽ കൊക്കിൽ ഒരു വെള്ളിമീനുമായി ഉയിർത്തു പൊങ്ങിവന്നു മറഞ്ഞു.

തിരശ്ശീല താണുയരുംമട്ടിൽ മങ്ങൂഴം വന്നുപോകെ കാറ്റ് വിസിലടിച്ചു.

ഒരു ഞണ്ടുവേട്ടക്കാരന്റെ കൊതുമ്പുതോണി കടത്തുവള്ളത്തെ സമീപിച്ചു. അയാൾ തുഴച്ചിൽ നിർത്തി വിളിച്ചു ചോദിച്ചു: ''ജീവനുള്ള

ഞണ്ടു വേണോ? ആദായവില. പച്ചമലയാളം തെളിച്ചു പറയുന്ന വിശേഷപ്പെട്ട ഒരു വലിയ ഞണ്ടുമുണ്ട്. ''ഞാൻ ഒരു മാന്യനായ സ്കൂൾ മാനേജരാണ്, എനിക്ക് നീതി കിട്ടണം'' എന്നുവരെ പറയാൻ അറിയാം. തത്തയെ വളർത്തുംമട്ടിൽ പോറ്റാം. കിളിയെ വളർത്തുന്നത് പ്രയാസവുമില്ല, കൂടു വേണ്ട, വല്ലേടത്തും ഒരു കുഴി മതി. ഏതു കുപ്പയിലും ഇടാം. എച്ചിൽ തിന്നോളും. വല്ലാതെ ചിലയ്ക്കുന്നെങ്കിൽ തലയിൽ അല്പം ചൂടുവെള്ളം ഒഴിച്ചാൽ അടങ്ങും.''

വിശിഷ്ട ഞണ്ടിനെ അയാൾ പൊക്കിക്കാണിച്ചു. ഭീമാകാരങ്ങളായ ഇറുക്കാങ്കാലുകൾ ചേർത്തു ക്ലേശിച്ച് തൊഴുത് അത് ഉറക്കെ കേണു. ''വിപ്ലവമെന്ന പേരു പറഞ്ഞ് എന്നെ മൃഗീയമായി കൊന്നതാണ്, മാലോകരേ, എനിക്കു പരാതിയുണ്ട്. കൊലയാളിയെ ശിക്ഷിക്കണം.''

''അറുകൊലയ്ക്കു സാക്ഷികളാരെങ്കിലുമുണ്ടോ?'' നിയമസംരക്ഷകർ ആരാഞ്ഞു.

''കടത്തുതോണിക്കാരൻതന്നെ ഒന്നാം സാക്ഷി.''

കടത്തുകാരൻ തല തിരിച്ചു: ''എനിക്ക് ഒന്നും അറിയില്ല. ഞാൻ ഒന്നും കണ്ടുമില്ല. ഇത്തരക്കാർ ഏത് ആഴച്ചേറിൽ എത്രായിരം കൊല്ലം ഞണ്ടായല്ല എന്തായിക്കിടന്നാലും ആർക്കെന്തു ചേതം? താന്താൻ നിരന്തരം ചെയ്യുന്ന കർമ്മങ്ങൾ...''

''അല്ലെങ്കിലും..'' കൊതുമ്പുതോണിക്കാരൻ ചിരിച്ചു: ''ഞണ്ടുമൊഴി എതു കോടതി സ്വീകരിക്കാൻ. ഗുമസ്തൻ ഇല്ല, വക്കീലില്ല, ഫീസില്ല. എന്നിട്ടും കേസുണ്ടുപോലും. ഹി! ഹ!''

അയാളുടെ ശ്രദ്ധ അങ്ങനെ മാറിക്കിട്ടിയ തവ്വിൽ മാനേജർ ഞണ്ട് തന്റെ തൊഴുകൈ വിടർത്ത് അയാളുടെ കൈയിൽ ഇറുകെ കടിച്ചു. ഞെട്ടി കൈ കുടഞ്ഞ് അയാൾ പിടി വിട്ടു. മാനേജർ ഞണ്ട് വെള്ളത്തിലേക്കു കല്ലുപോലെ വീണ് പാതാളത്തിലേക്കു താണു.

സ്വപ്നസ്പർശം

ഓളക്കൈകൾ തോണിയെ താളത്തിൽ തൊട്ടിലാട്ടി യാത്രക്കാരെ ഉറക്കി. സ്വപ്നം കണ്ടവരും കുറവല്ല. നല്ല സ്വപ്നം കണ്ടവർ മറ്റുള്ളവരോട് കഥകൾ പറഞ്ഞു. തങ്ങൾ ഒരു നല്ല സ്വപ്നവും കാണാത്തതിൽ സങ്കടപ്പെടാൻ പലർക്കുമങ്ങനെ അവസരം കിട്ടി. പക്ഷേ, ഒരു വികൃതി കുമാരൻ കണ്ട കിനാവ് പൊല്ലാപ്പായി. താൻ ഒരുത്തിയെ തൊട്ടു എന്നായിരുന്നു കൗമാരസ്വപ്നം. അതും, പട്ടുകുട മറവു പിടിച്ച് മുടി ചൂടി ഇരിക്കുന്ന മുന്തിയ ഒരുത്തിയെ.

നല്ല ചെറുപ്പക്കാർ വേണ്ടാതീനങ്ങൾ കിനാക്കാണാമോ എന്ന കുറ്റാരോപണച്ചോദ്യം കാരണവന്മാർക്കിടയിൽ തോണിയിൽവെച്ചു തന്നെ ഉടലെടുത്തു. പക്ഷേ, വെള്ളത്തിനു മുകളിൽ ഇരിക്കെ, നിലംവിട്ട അവസ്ഥയിൽ, ഒരു പട വേണ്ട, കരയ്ക്കണയട്ടെ, എന്ന് അധികാരികളും നിയമപാലകരും കോടതികളും തൽക്കാലം മൗനികളായി. കരയ്ക്കണഞ്ഞ ശേഷമാണ് വിചാരണ തുടങ്ങിയത്. നീർച്ചാലുകൾക്കിടയിൽ, ഒരു ജയിൽത്തുരുത്തിൽ, കോടതി കൂടി. മുന്നിലും പിന്നിലും ഇടതും വലതും വെള്ളം. ഒരു കുറ്റവാളിയും രക്ഷപ്പെടില്ല.

തെല്ലപ്പുറത്ത് യക്ഷകന്യക പട്ടുകുടക്കീഴിൽ വിശ്രമിക്കുന്നു. നേർത്ത പട്ടിനടിയിൽ ജ്വലിക്കുന്ന ഏഴഴക്. ശിരോവസ്ത്രമായ നേർമ്മയ്ക്കകമെ മനോഹരങ്ങളായ കണ്ണുകൾ തെളിനീരിൽ പരൽമീനുകൾ കണക്കെ ഒളി ചിതറുന്നു.

''സംഭവിച്ചതെന്തെന്ന് ശരിയായി അറിഞ്ഞ് മതിയായ ശിക്ഷ വിധിക്കണം,'' സ്മൃതികളുടെ പരിപാലകർ ഏകസ്വരത്തിൽ ആവശ്യപ്പെട്ടു:

''ഭരണഘടനാപരമായ ഒരു കീറാമുട്ടിപ്രശ്നം കൂടിയാണ് ഇത്. അനുച്ഛേദങ്ങളുടെ മുടിനാരിഴ കീറിയേ ഒക്കൂ. കാരണം, വിധി എവ്വിധമായാലും ഇക്കാര്യത്തിലെ വിധി ഒരു കീഴ്വഴക്കമായി കലാശിക്കും. തൊട്ടുകൂടായ്മയും തീണ്ടിക്കൂടായ്മയും ചട്ടപ്പടി നിരോധിച്ചിട്ടുണ്ടെന്നാലും ആ വകുപ്പിന്റെ ഖണ്ഡികകളിൽ ഒന്നിന്റെയും പരിധിയിൽ വരുന്നതല്ല ഈ ചെയ്തി. സ്വപ്നത്തിലെ കുറ്റങ്ങളെപ്പറ്റി മൗലികാവകാശപ്പട്ടികയിലോ ആമുഖത്തിലോ ഭരണഘടന യാതൊന്നും പറയുന്നില്ല.''

കുറ്റാരോപിതൻ മുൻകൂർ ജാമ്യത്തിന് അപേക്ഷ സമർപ്പിച്ചു. അതേസമയം, ജാമ്യം അനുവദിക്കാതിരിക്കാൻ മറുപക്ഷത്തുനിന്നും അപേക്ഷ വന്നു. ജാമ്യഹർജികളിന്മേലുള്ള വാദം അവസാനമില്ലാതെ നീളുന്നതു കണ്ട് നമ്പൂരിമാഷ് (റിട്ടയേഡ്) ചിരിച്ചു: ''ഈ ഭൂമിയിൽ നിന്ന് ഏതു പ്രതി മരണംവരെ എവിടെ പോകാൻ? ജാമ്യവും ജാമ്യമില്ലായ്മയും ഒക്കെ ഒന്നുതന്നെ അല്ലേ?''

നേരം കളയാതെ സ്വപ്നസ്മാർത്തം ആരംഭിക്കാൻ തീരുമാനമായി.

പലിശക്കാരുടെ ദിവസപ്പിരിവുകാരനായി അഭിനയിക്കുന്ന രൈരു മൂപ്പൻ വിയർപ്പിഴുകി ചുളിഞ്ഞ ബില്ലുബുക്ക് നീട്ടി അതിൽ പ്രതിയുടെ കൈ പിടിച്ചു തൊടുവിച്ചു: ''സത്യമേ പറയൂ. ബ്ലെയ്ഡിന്റെ വായ്ത്തലയുടെ മൂർച്ച സാക്ഷി.''

''ഇപ്പറഞ്ഞ പെൺകുട്ടിയെ നീ സ്വപ്നത്തിൽ നന്നായി കണ്ടുവോ?''

''ഉണർന്നിരിക്കെ കാണുന്നതിലേറെ വെളിവായി കണ്ടു.''

''എന്നു വെച്ചാൽ?''

''സ്വപ്നത്തിൽ അവൾ നഗ്നയായിരുന്നു.''

''വസ്ത്രാക്ഷേപം നടത്തിയതാര്?''

''ഞാനല്ല. ഉടുതുണിയില്ലാതെ മുന്നിൽ അവതരിക്കയായിരുന്നു. ജനിച്ചപടി വളർന്നപോലെയാണ് കാണായത്.''

ആശ്ചര്യസ്വരങ്ങൾകൊണ്ട് അന്തരീക്ഷം മുഖരിതമായി. അതടങ്ങിയതോടെ നിശ്ശബ്ദത പരന്നു. ലോകം ആ അത്ഭുതക്കാഴ്ച നിയമാനുമതിയോടെ ഭാവനയിൽ മെനയുകയായി.

''കണ്ടതേ ഉള്ളോ? തൊട്ടുവോ?''

''തൊട്ടു.''

''ഏതവയവത്തിൽ തൊട്ടു?''

''ചുണ്ടിൽ.''

''എവിടെ വെച്ചായിരുന്നു സമാഗമം?''

''പാതാളത്തിൽ.''

''അതെങ്ങനെ? അവിടെ പോകാൻ വിസ വേണ്ടേ?''

''സ്വപ്നവിസയിൽ ഞങ്ങളിരുവരും ആഴക്കടലിന്റെ അടിയിലായിരുന്നു.''

''സ്പർശനമാത്രയിൽ അവൾ എങ്ങനെ പ്രതികരിച്ചു?''

''തൊട്ടേടത്ത് താമരയിതളുകൾ വിരിയിച്ചു ചിരിച്ചു.''

''അവിടെ നിൽക്കട്ടെ.'' ഭീഷ്മപിതാമഹന്റെ റോളിലുള്ള കാരണവർ കല്പിച്ചു: ''ശേഷം രാജസഭയിലാവാം.''

രാജസഭയിൽ ധൃതരാഷ്ട്രരെ അനുസ്മരിപ്പിക്കുന്ന അന്ധരാജാവ് അധ്യക്ഷസ്ഥാനത്ത് ഉപവിഷ്ടനായി. രാവിലെ അമൃതേത്തു നടത്തിയതിനു തെളിവായി ഒരു ചീള് റൊട്ടിയും അതിൽ പറ്റിപ്പിടിച്ച് അല്പം വെണ്ണയും ആ വെണ്ണയിൽ ഒട്ടി ഒരു ചൊട്ട് ജാമും ചക്രവർത്തിയുടെ കീഴ്ച്ചുണ്ടിന്റെ വലതറ്റത്തുണ്ട്. അതിലിരിക്കാൻ ഒരു തടിയനീച്ച തക്കം പാർക്കുന്നു. മഹാരാജാവിന്റെ ചുണ്ടത്തെ അഴുക്കിനെപ്പറ്റി പറയാനോ അത് തുടയ്ക്കാനോ മഹാറാണിക്കു പാങ്ങില്ല. ഇതിഹാസകഥാപാത്രത്തെ അനുകരിച്ച് കണ്ണുകൾ രണ്ടും സ്വയം മൂടിക്കെട്ടി സ്വയം അന്ധയായ അവർ നീതി ന്യായപ്രതീകമായ തുലാസുയർത്തിപ്പിടിച്ച് പിന്നണിയിൽ പ്രതിമയായി നില്പാണ്.

കൂട്ടുമുന്നണികളായി തിരിഞ്ഞ് ആചാര്യന്മാർ തർക്കിച്ചു. ഏതു സ്വപ്നവും സ്വപ്നം മാത്രമാണ്, യാഥാർത്ഥ്യമല്ല, എന്ന് ഒരു കൂട്ടർ.

സ്വപ്നത്തിലെ തൊടൽ ഉണർച്ചയിലെ തൊടലിനു തുല്യമല്ല. ഉണർച്ച യിലെ വ്യവഹാരഭാഷയിൽ തൊടൽ എന്ന വാക്കിനുള്ള അർത്ഥം കിനാവിലെ തൊടലിനു സിദ്ധിക്കുന്നില്ല. കുറ്റത്തിന്റെ നിഴൽ മാത്ര മായ കുറ്റമാണ് ഇത്. ഇതിനു ശിക്ഷയുടെ നിഴലായ ശിക്ഷയുണ്ടെ ങ്കിൽ അതേ ചിതമാവൂ.

മറുപക്ഷം വിട്ടുകൊടുത്തില്ല. ഇങ്ങനെ പോയാൽ, പ്രപഞ്ചമേ മായയാണെന്ന ന്യായത്തിന്മേൽ, ഉണർച്ചയിലും എന്തുമാകാമെന്നാ വല്ലേ? മായാലോകത്തെ തെറ്റുകൾക്കു മായാതീതർ ശിക്ഷ നൽ കാറുണ്ടല്ലോ. ഉറക്കത്തിലായാൽ എന്തു പോക്രിത്തരവും ക്ഷന്തവ്യ മാകുമോ? പ്രകൃതി വികൃതിയാണ്. ശിക്ഷിക്കാതെ വിട്ടാൽ എല്ലാ വികൃതികളും നാളെ ഇത്തരം സദാചാരവിരുദ്ധസ്വപ്നങ്ങൾ കാണാൻ തുടങ്ങും. ഇത് ചക്രവർത്തിയുടെ പൊന്നുമോനാണെന്നിരുന്നാലും മാതൃകാപരമായ ശിക്ഷ കൊടുക്കണം. അലംഭാവം പാടില്ല. സ്വപ്നം ചിലർക്കു ചില കാലം ഒത്തിടും എന്നില്ലെ? ഒക്കരുത് നാളെ ഈ വക ഒന്നും, ആർക്കും.

നിലവിലുള്ള ശിക്ഷാനിയമത്തിന് അനുബന്ധമായി ഒരു ക്രിമിനൽ സ്വപ്നനിയമംകൂടി വേണമെന്ന നിർദ്ദേശത്തെ കറുപ്പണിഞ്ഞ ആസ്ഥാന ബാരിസ്റ്റർ എതിർത്തു. ലോകത്തെങ്ങും അങ്ങനെ ഒന്നില്ല. ഒരാളുടെ സ്വപ്നം രണ്ടാമതൊരാൾക്കു കാണാൻ കഴിയില്ല എന്നതിനാൽ ഇത്തരം കേസുകളിൽ സാക്ഷികളെ കിട്ടില്ല. കുറ്റസമ്മതം നടത്തുന്ന വർക്കു മാത്രം ശിക്ഷ നൽകാൻ വഴിയൊരുക്കുന്ന നിയമം എന്തു നിയമം? മാത്രമല്ല, തങ്ങൾക്ക് ഇഷ്ടപ്പെട്ട സ്വപ്നങ്ങൾ കാണാത്ത വർ ഭൂമിയിൽ മനുഷ്യരായി ആരുണ്ട്? അതു പാടില്ലെന്നായാൽ വാഴ്‌വേ ദുസ്സഹമാവില്ലേ? ഏതു പട്ടിക്കും ഒരു സ്വപ്നമുണ്ട് എന്ന പഴമൊഴി കേട്ടിട്ടില്ലേ? പഴമൊഴിയിൽ പതിരില്ലെന്നല്ലേ പ്രമാണം? മനപ്പായസമുണ്ണാൻ ഏത് അടിയന്തരാവസ്ഥയിലും ഏവർക്കും സ്വാതന്ത്ര്യമുണ്ടാകണം എന്നുവെച്ചല്ലേ പഴമക്കാർ ആ മൊഴി ഉരു ത്തിരിച്ചത്? അതുകൂടി പാടില്ലെന്നായാൽ...

ചൂതു കളിച്ച് തീരുമാനിക്കാം എന്നു സഭ പിരിയവെ യക്ഷ കുമാരൻ പ്രേയസിയോടു പറഞ്ഞു: "ഇത് എത്രയോ തവണ കണ്ടു കഴിഞ്ഞ നാടകമല്ലെ, മതിയായില്ലെ? നമുക്കല്പം ഉറങ്ങാം."

ശാപഗ്രസ്തയായ യക്ഷകുമാരി പരിഭവിച്ചു: 'കണ്ണടച്ചു കിടന്ന് വല്ലവരെയും സ്വപ്നം കാണാനായിരിക്കും പുറപ്പാട്."

"അങ്ങനെ സംശയമുണ്ടെങ്കിൽ വേണ്ട. ആ മണൽക്കൂനയിൽ ചാരി ഇരുന്ന് വല്ലതും വായിക്കാം."

"ഗ്രന്ഥം നിവർത്ത് കൺമുന്നിൽ പിടിച്ചാൽ ദിവാസ്വപ്നം കാണുന്ന കഥ ആരും അറിയില്ലല്ലോ, അല്ലേ?" യക്ഷകുമാരിയുടെ പരിഭവം കനത്തു.

''ആകാശസ്ക്രീനിലെ സീരിയൽ കണ്ടാലോ?''

''സീരിയലെന്ന പേരേ ഉള്ളൂ.'' യക്ഷകുമാരി നെടുവീർപ്പിട്ടു: ''മുക്കാലും പരസ്യമാണ്.''

''രഹസ്യങ്ങൾ മാത്രമേ അറിയേണ്ടൂ എങ്കിൽ കുഴങ്ങിയതുതന്നെ.''

''ഇതു പറയൂ. ആ കുമാരൻ ചെയ്തതു ശരിയോ തെറ്റോ?''

''അവൻ പരസ്യമാക്കിയ അവന്റെ സ്വപ്നം നേരോ നുണയോ എന്ന് എങ്ങനെ അറിയാൻ? നേരെങ്കിൽത്തന്നെ, അവൾ അതേസമയം അവളുടെ കിനാവിൽ ഇവനെ കണ്ടോ ഇല്ലയോ എന്നറിയാതെ ഇതിലെ തെറ്റും ശരിയും എങ്ങനെ നിശ്ചയിക്കാം? ഇലയിട്ടു നോക്കാനോ?''

പകിടക്കരു തിരുമ്മി ശബ്ദമുണ്ടാക്കി ലോട്ടറിക്കാരൻ ചിരിച്ചു, ''ഇതാ, എന്റെ കൈയിൽ ഇതുള്ളപ്പോൾ എന്തിന് ഇലയിട്ടു നോക്കണം? എല്ലാം പണയം വെച്ചും ഒരു ടിക്കറ്റെടുത്തു കളിച്ചാൽ നാളത്തെ സുപ്രഭാതത്തിൽ കുബേരനായി വാഴാം! മഹാഭാഗ്യത്തെ വരവേൽക്കാൻ ഇനി ദിവസങ്ങൾ, മണിക്കൂറുകൾ, നിമിഷങ്ങൾ മാത്രം.''

അതും പറഞ്ഞ് അയാൾ കൈയിലെ കരുക്കൾ തിരുമ്മി നീട്ടി യെറിഞ്ഞു. അവ സൂര്യചന്ദ്രന്മാരും ഗ്രഹങ്ങളുമായി ആകാശത്ത് കറങ്ങി നിന്നു. കറക്കം നിലയ്ക്കുമെന്നും കളി ജയിക്കാനുള്ള എണ്ണം അപ്പോൾ അറിയാമെന്നും കരുതി ധാരാളം പേർ ടിക്കറ്റു വാങ്ങി.

ഈ തിരുമാലിയെ തിരിച്ചറിഞ്ഞ് യക്ഷന്മാർ പിറുപിറുപ്പു തുട ങ്ങിയപ്പോഴാണ് ശാപത്തിന്റെ പുരാവൃത്തം വെളിവായത്. ഇയാളെ വിശ്വസിച്ച് ചൂതു കളിക്കാൻ ഇരുന്ന കുറ്റത്തിനാണ് യക്ഷന്മാർ ഒന്ന ടങ്കം ശപിക്കപ്പെട്ടത്. ഇവരിൽ ഓരോരുത്തരും ഭാഗ്യവാൻമാരായി വിജയം വരിച്ച ഓരോ ലോട്ടറിയിലും ഒന്നും കിട്ടാതെപോയ കോടി ക്കണക്കിനാളുകളാണ് ശപിച്ചത്. ഫലമോ? സ്ഥാനവും മാനവും പോയി എന്നു മാത്രമല്ല നിചന്മാരുമായി.

കള്ളക്കളിയാണ് എന്നു ബോധ്യമായി. പക്ഷേ, മറ്റ് ഉപായങ്ങളി ലൂടെ നിശ്ചയിക്കാനാവാത്ത കാര്യങ്ങളിൽ തീരുമാനമുണ്ടാക്കാൻ മറ്റെന്തു വഴി?

കള്ളക്കരുക്കൾ കറങ്ങിക്കൊണ്ട് ഇരിക്കട്ടെ, സത്യമായും വീഴാ നിരിക്കുന്ന എണ്ണം എത്രയെന്നു ഗണിക്കാൻ തന്റെ കൈയിലെ കവിടി മതി എന്ന് ആസ്ഥാനജ്യോതിഷി പരസ്യമായി അവകാശ പ്പെട്ടു. അതു വിശ്വസിക്കാനും ആളുണ്ടായി. ഗണനം കഴിഞ്ഞ് ദക്ഷിണ വാങ്ങി ഓലക്കുറി നൽകുമ്പോൾ പക്ഷേ, ജ്യോതിഷി സൂചിപ്പിച്ചു: ''ഈ ശാസ്ത്രം കണ്ടുപിടിച്ച സുബ്രഹ്മണ്യസ്വാമി സ്വന്തം പിതാ വിനു പിച്ചയെടുക്കാൻ യോഗമുള്ളതായി പ്രവചിച്ച കഥ അറിയാമല്ലോ, ഇല്ലേ? ജാതകഫലം കേട്ട് ശുണ്ഠി പിടിച്ച് പരമശിവൻ 'നിന്റെ

ശാസ്ത്രം പാതിയും ഫലിക്കാതെ പോകട്ടെ' എന്നു ശപിച്ച കാര്യത്തെ ക്കുറിച്ചും ഓർമ്മകൾ ഉണ്ടാകണം.''

കഴിഞ്ഞതൊക്കെ കഴിഞ്ഞു, ഭൂതത്തെ കുഴിച്ചുമൂടുക, ആകാശവും ഭൂമിയും പറ്റെ മായ്ച്ച് പകരം ഒരു പുതുപുത്തൻ ചിത്രം വരയ്ക്കാം എന്ന പോംവഴി പെട്ടെന്നു സർവ്വസമ്മതമാകാൻ കാരണം ജ്യോതിഷിയുടെ ഈ പ്രസ്താവത്തെ തുടർന്ന് വീണ്ടുമുണ്ടായ അനിശ്ചിതത്വമാണ്. കടലിൽ കല്ലിടുന്ന കരാറുകാരായിരുന്നു ഈ പുതു പോംവഴിയുടെ ഉപജ്ഞാതാക്കൾ. ഇട്ട കല്ലൊക്കെ പോകട്ടെ, പുതുതായി ഇടാം എന്നുതന്നെ. കൃത്യം സുതാര്യമായി ഒപ്പിക്കാമെന്നും അവർ സൂചിപ്പിച്ചു. മൂന്നു ക്വട്ടേഷൻ എന്നു തുടങ്ങിയ മാമൂലുകളും മറ്റും എള്ളിട പിഴയ്ക്കാതെ നോക്കാം, അനുഭവജ്ഞരാണ് തങ്ങൾ, എന്നും.

പക്ഷേ, ആകാശത്തിനും ഭൂമിക്കും ഏതു നിറമാണ് വേണ്ടതെന്നും പുതുചിത്രം എന്തായിരിക്കണമെന്നും തീരുമാനിക്കാൻ പ്രയാസം വന്നു. ചോരച്ചുവപ്പാണ് അഭികാമ്യമെന്ന പക്ഷത്തെ എതിർത്ത് പച്ചക്കാരും അവരെ എതിർത്ത് കുങ്കുമക്കാരും, മൂന്നുംകൂടി വേണമെന്ന് നാലാമതൊരു കൂട്ടരും പിടിവാശി പിടിച്ചു. ചിത്രങ്ങളുടെ കാര്യത്തിലും ചേരിതിരിവുണ്ടായി. ഇപ്പറഞ്ഞ നിറങ്ങളും ചിത്രങ്ങളും മാറി മാറി പരീക്ഷിച്ചു നോക്കാമെന്ന (കരാറുകാരന്റെ) മടിശ്ശീല ക്കിലുക്കമുള്ള ചിരിയിൽ, അവസാനം, പക്ഷാന്തരങ്ങൾ മെല്ലെമെല്ലെ അലിഞ്ഞു.

മൊബൈൽ ഡ്രസ്സിങ് റൂം.

''ഇതിലൊന്നും കാര്യമില്ല.'' യക്ഷകുമാരന്റെ ശാപമോഹിതയായ പ്രേയസിക്കു മടുത്തു: ''ലോകത്തിനു വേണ്ടത് സ്നേഹമാണ്. അറുതിയില്ലാത്ത സ്നേഹം ഒന്നുമാത്രം.''

''കറക്റ്റ്.'' നാരദവേഷധാരി, ഈ സന്ദർഭത്തിനു കാത്തുനിന്ന പോലെ, ആകാശത്തുനിന്നു പൊട്ടിവീണ് വശ്യമായി മൊഴിഞ്ഞു, ''സ്നേഹത്തിനും പക്ഷേ, ഒരു നിറമുണ്ട്, മാഡം! മണവുമുണ്ട്. അതു രണ്ടും നന്നായാൽ സ്നേഹം സദാ കൂടെ വരും. പിന്നെ, എന്നും ഉത്സവമായി. ഇതാ, നോക്കൂ!'' പ്രച്ഛന്നവേഷം തന്റെ ബ്രീഫ് കേസ് തുറന്നു, ഇടതുകൈയിലെ ചപ്ലാംകൊട്ട രണ്ടുവട്ടം അടിച്ച് പെട്ടിയിലെ കാഴ്ചയ്ക്കു മാറ്റുകൂട്ടുന്ന അത്ഭുതസ്വരം പുറപ്പെടുവിച്ചു. ''നാരായണ! നാരായണ! മാഡം, ഫ്രീയാണ് ഞങ്ങളുടെ മൊബൈൽ ഡ്രസ്സിങ് റൂം. അതിൽ ഒന്നു കയറി ഇറങ്ങിയാൽ അപ്സരസ്സുകളെ വെല്ലുംമട്ടിൽ സുന്ദരിയാകാം. മിസ് യൂണിവേഴ്സ് വരെ ആകാം! അളവില്ലാത്ത സ്നേഹത്തിനായി പിന്നെ ആരോടും യാചിക്കേണ്ടി വരില്ല. ബിലീവ് മി, മാഡത്തെ സ്നേഹിക്കാൻ തിക്കിത്തിരക്കുന്ന

വരെ നിയന്ത്രിക്കാൻ ഒരു ബറ്റാലിയൻ ആർമി മതിയാവില്ല! ഗ്യാരണ്ടി! ജസ്റ്റ് ട്രൈ.''

നാരദവേഷധാരി ഊതി വീർപ്പിച്ച് നിറപ്പകിട്ടുള്ള പുള്ളി ബലൂണിനകത്ത് സ്വമേധയാ പ്രവേശിക്കുമ്പോൾ യക്ഷനെ പ്രേയസി നോക്കിയത്, ''കണ്ടോളുക, തിരികെ വരുമ്പോൾ കണ്ടോളുക.'' എന്ന കുസൃതിയോടെയാണ്.

വാതിലടഞ്ഞ നിമിഷത്തിൽ ബലൂൺ അപ്രത്യക്ഷമായി.

പ്രേയസിയെ കാണാഞ്ഞ് നാലുപാടും കണ്ണോടിച്ച യക്ഷൻ, ചായമടി നടക്കുന്ന ആകാശം മാത്രം കണ്ടു. എൻജിനീയർമാർ ഹെലികോപ്റ്ററുകളിൽ പണിപരിശോധനയ്ക്കു വന്നിരിക്കുന്നു. കടലിൽ കല്ലിട്ടു പരിചയമുള്ള കരാറുകാർ അവർക്കു ചുറ്റും കഴുകന്മാരായി പറക്കുന്നു.

തന്റെ കൂടെ ഉണ്ടായിരുന്നവരൊക്കെ ഏറെ മുന്നിൽ എത്തിക്കഴിഞ്ഞ കഥയറിഞ്ഞ് യക്ഷകുമാരൻ വിഷമിച്ചു. കാറ്റു മുരണ്ടു. മുന്നറിയിപ്പില്ലാതെ മഴക്കാറുണ്ടായി. മാനം മൊത്തമായി ഇരുണ്ടു.

ഹതാശനായ യക്ഷകുമാരൻ പൊയ്പ്പോയ സുവർണ്ണദിനങ്ങൾ ഓർത്ത് ദുഃഖിതനും ഗൃഹാതുരനുമായി. കഞ്ഞിപ്പശ മുക്കി മരപ്പെട്ടിയിൽ വെച്ച കൈതപ്പൂമണമുള്ള മുണ്ട്, കാച്ചിയ എണ്ണയുടെ സുഗന്ധം, പത്തായത്തിലെ പഴയരി വെച്ച ചോറ്, നെല്ലു കുത്തുന്ന ചക്കി, കുന്താണിയിൽ താളത്തിൽ കുന്തിക്കുന്ന നെല്ല്, സർപ്പത്തുള്ളൽ, നാലുകെട്ടിലെ നെടുവീർപ്പുകൾ, വയസ്സറിയിക്കൽ, കെട്ടുകല്യാണം, തൊടാതെ പോയതും തൊട്ടതും പിടിച്ചതും...

മേഘസന്ദേശം

ആനകൾ തുമ്പിക്കരങ്ങൾ കോർത്ത് ഇണചേരുംമട്ടിൽ ആകാശത്ത് കേളിയാടുന്ന മേഘങ്ങളോട് പരിത്യക്തനായ യക്ഷൻ ഹൃദയരഹസ്യങ്ങൾ പാടി. തന്റെ നെടുവീർപ്പുകൾ പ്രിയതമയെ അങ്ങു ദൂരെ അറിയിക്കാൻ യക്ഷകുമാരൻ അവയോട് അപേക്ഷിച്ചു.

ആദ്യപ്രതികരണം ആശാവഹമായില്ല. വഴിയെ പോകുന്നവർ ആവശ്യപ്പെടുന്ന ഇത്തരം വിടുപണികൾ ചെയ്യാൻ തങ്ങൾക്കാവില്ലെന്നു മുഷ്കരായ മുന്നണിമേഘങ്ങൾ മുറുമുറുത്തു. തങ്ങൾ ബ്രഹ്മാവിന്റെ സൃഷ്ടികളാണ്. മദിച്ചുപുളച്ച് അലഞ്ഞു നടന്നോളാനാണ് പിതൃനിയോഗം. അരയന്നമോ പോസ്റ്റ്മാനോ ആകാനൊന്നും തങ്ങളെ കിട്ടില്ല.

പക്ഷേ, തൊട്ടുപിന്നാലെ എത്തിയ മറ്റൊരു മുന്നണിയിലെ മേഘങ്ങൾക്കു വേറൊരഭിപ്രായമാണ് ഉണ്ടായത്: മുൻപേ പോയവരുടെ പെരുമാറ്റം തീരെ ശരിയായില്ല. അതിൽ ഞങ്ങൾ ഖേദിക്കുന്നു.

ആകാശചാരികൾ വെറുതെ തെണ്ടിത്തിരിഞ്ഞു നടന്നാൽ പോരാ, നല്ല കാര്യം വല്ലതും ചെയ്യുകയും വേണം എന്ന കഥ അവർ ഓർത്തില്ല. കേട്ടതു പാതി കേൾക്കാത്തതു പാതി എന്ന രീതിയിലുള്ള നിരാസം അസ്മാദൃശർക്കു ഭൂഷണമല്ല. പറയൂ, എന്തുപകാരമാണ് ചെയ്യേണ്ടത്?

പ്രേമസന്ദേശം കൊണ്ടുനടക്കലാണോ ഈ ഭൂമിയിലെ ഏറ്റവും മഹത്തായ കാര്യം, നമ്മളെന്താ വെറും പൂമ്പാറ്റകളാണോ, എന്നു മുൻപക്ഷം തിരിഞ്ഞുനിന്നു. തുടർന്ന്, മേഘപാളികൾ തമ്മിൽ ചൂടുപിടിച്ച ചർച്ച നടന്നു. ചർച്ച മൂത്ത് വഴക്കായി, അട്ടഹാസമായി. വാദമുഖങ്ങൾ അശനിപാതങ്ങളുടെ വാൾപ്പയറ്റായി.

ആദ്യത്തെ ഇടിമുഴക്കം പൊട്ടിപ്പുറപ്പെട്ടത് യക്ഷാനുകൂലികളും നാസ്തികപക്ഷക്കാരുമായ മേഘങ്ങളിൽനിന്നാണ്: "അസ്തംഗത മഹിമാ'വാണ് യക്ഷൻ. ചൂഷിതനും അടിച്ചമർത്തപ്പെട്ടവനും എന്നാണ് അതിന് അർത്ഥം. പ്രകൃതത്തിൽ വർഗ്ഗസമരസ്വഭാവം പ്രകടമാണ്. അത്രയുമല്ല, അധഃകൃതനാക്കപ്പെട്ടത് 'ശാപേന'യാണ്. അതായത്, മുഷ്കനായ ഏതോ ഒരു മേലാളൻ യക്ഷകുമാരനെ ഈ സ്ഥിതിയിൽ ആക്കിത്തീർത്തു എന്ന്. ചുരുക്കത്തിൽ, ഈ കക്ഷി വർഗ്ഗസമര സിദ്ധാന്തപ്രകാരം വിപ്ലവാനുകൂലിയാണ്. അതിനാൽ, ഇയാളുടെ പ്രേമാലാപം വർഗ്ഗബോധസൗന്ദര്യശാസ്ത്രത്തിന് ഉത്തമനിദർശന മാകുന്നു. അദ്ധ്വാനിക്കുന്ന വർഗ്ഗത്തിലെ സമാനദുഃഖിതരായ എല്ലാ വേർപെടുത്തപ്പെട്ട കമിതാക്കൾക്കും ആശ്വാസമേകാൻ ഉതകുന്ന ഈ സന്ദേശം കൊണ്ടുനടന്നു പ്രചരിപ്പിക്കുന്ന പണി ദൈവദൂതരായ നാം ഒരിക്കലും ഒഴിവാക്കിക്കൂടാ.

ആസ്തികരും അപ്പോൾ യക്ഷാനുകൂലികളായി. അവരിൽനിന്ന് മിന്നിപ്പൊട്ടിയ ഇടി ഇങ്ങനെ: 'ആ' എന്ന അക്ഷരംകൊണ്ടാണ് സന്ദേശം തുടങ്ങുന്നത്. ഓങ്കാരം മൂന്നായി പിരിഞ്ഞ് ആകാരമാർന്നാണ് പ്രപഞ്ചമുണ്ടായതെന്ന വേദാന്തസത്യത്തെ അത് ധ്വനിപ്പിക്കുന്നു. രണ്ടാംവരി തുടങ്ങുന്നത് 'ആനക്രീഡ' എന്നാണ്. ആന ഗണേശ സ്വരൂപമാണ്. യക്ഷൻ മഹാനായ നാരായണഭക്തനാണ് എന്നതിന് വേറെന്തു തെളിവു വേണം? യക്ഷന്റെ സന്ദേശം ശിരസാവഹിക്കാൻ ദൈവപുത്രരായ നാം തീർത്തും ബാദ്ധ്യസ്ഥരാണ്.

ഇരുപക്ഷവും അനുകൂല ഇടികൾ മത്സരിച്ചു മുഴക്കി. പക്ഷേ, യക്ഷകൻ തങ്ങളുടെ സഹയാത്രികനാണ് എന്ന് വിരുദ്ധപക്ഷക്കാർ ഒരേ സ്വരത്തിൽ അവകാശപ്പെട്ടു എങ്കിലും, ഈ ബഹളത്തിനിടെ യക്ഷന്റെ ദൗത്യം ഏറ്റെടുക്കുന്ന കാര്യം ആരുമാരും ശ്രദ്ധിച്ചേ ഇല്ല. വിവാഹോത്സവത്തിനായുള്ള ഉത്സാഹത്തിനിടെ താലികെട്ട് മറന്ന കഥതന്നെ,

ഇതു കാൺകെ ആകാശം നെടുതായൊന്നു നിശ്വസിച്ചത് ഊക്കനൊരു കാറ്റായി. അതിൽപെട്ട് എങ്ങോ പാറി ചിന്നിച്ചിതറുമ്പോഴും മേഘങ്ങൾ ഉച്ചസ്തരം തർക്കിച്ചുകൊണ്ടേ ഇരുന്നു. അകലങ്ങളിലേക്കു പോകെ, ഇടിമുഴക്കങ്ങൾ ക്ഷീണിച്ചു.

യക്ഷൻ വീണ്ടും തനിച്ചായി.

സൗന്ദര്യപുരി

അനുകൂലനവിധേയമായി ഉടൽ പൂഴിയിലാഴ്ത്തിയും തല മാത്രം അല്പം പുറത്തു കാട്ടിയും അടയിരിക്കുന്ന ചവറ്റിലക്കിളി അശരീരിയായി യക്ഷനെ അറിയിച്ചു: ''വിഷമിക്കേണ്ട. ഒട്ടും താമസിയാതെ സഹായത്തിന് ആളെത്തും.''

ആ ആപൽക്കാലസുഹൃത്തിനോട് യക്ഷൻ ആരാഞ്ഞു. ''നീ ആരാണ്? എല്ലാവരാലും പരിത്യക്തനായ എന്നെ ആശ്വസിപ്പിക്കാൻ മുതിർന്നത് എന്തിന്?''

''ഞാനുമൊരു പരിത്യക്തൻ. തുല്യദുഃഖിതൻ. ഈ പുഴയിലെ മണൽ വാരി വിൽക്കുന്നവരുടെ നേതാവായിരുന്നു. ശേഷിക്കുന്ന ഇത്തിരി മണലിൽ പതിനായിരത്താണ്ട് പൂണ്ടു കിടക്കാനാണ് ശിക്ഷാവിധി. ശാപമോക്ഷം കാത്ത് നാളെണ്ണി കഴിയുന്നു. ഒറ്റപ്പെടലിന്റെ വ്യഥ അറിയാവുന്നതിനാൽ ഒരു സമാനമനസ്കനോട് ആശ്വാസവാക്കു പറഞ്ഞെന്നേ ഉള്ളൂ.''

കിളി ഇതു പറയുന്നേരം ചങ്ങണക്കാടിന്റെ കതിരുകൾക്കു മുകളിൽ യക്ഷൻ ഒരു തൊപ്പി കണ്ടു. പിന്നെ, അതിരിക്കുന്ന ശിരസ്സിന്റെ ഉടമസ്ഥനെയും കണ്ടു. ദൈവത്തിന്റെ സ്വന്തം നാട് കാണാൻ ആയിരം കാതം താണ്ടി വരുന്ന വിദേശിയുടെ വേഷത്തിൽ ഒരാൾ. കൂടെ ദേശിയായ വഴികാട്ടിയുമുണ്ട്. നടന്നടുക്കെ, വിദേശിവേഷത്തിന്റെ കൈവശം ഒരു കെട്ട് ഭൂഖണ്ഡാന്തര വാണങ്ങൾ കാണായി.

വിനോദസഞ്ചാരിയെ വന്ദിച്ച് ഉഭയകക്ഷി ചർച്ചയ്ക്ക് ക്ഷണിച്ച് സവിനയം ഉപചരിച്ച് യക്ഷകുമാരൻ ചോദിച്ചു: ''പ്രേയസിയെ അന്വേഷിച്ച് ലോകത്രയം ഒന്നു ചുറ്റി വരാൻ ഒരു വാണം എനിക്കു ലീസിനു തരാമോ, പ്ലീസ്? സമാധാനപരമായ ആവശ്യങ്ങൾക്കു മാത്രമേ ഉപയോഗിക്കൂ എന്ന് കരാറെഴുതാം. അങ്ങാടിവില തരികയും ചെയ്യാം. മതിയായ ഫണ്ടുണ്ട്.''

ദ്വിഭാഷി വഴി സഞ്ചാരി പറഞ്ഞു: ''ഇത് ചെത്തി നടക്കാനുള്ള കളിക്കോപ്പല്ല, ആണവ വാണങ്ങളാണ്, ഡു യു അണ്ടർസ്റ്റാന്റ്? ബിൻലാദനെ കൈക്കലാക്കാനുപകരിച്ച അത്യന്താധുനിക കോപ്പാണ്. അറിഞ്ഞില്ലെ, സദ്ദാമിനെ പിടിച്ച് കൂട്ടിലിട്ട് ഞങ്ങൾ നോവൽ എഴുതിക്കുന്നു.

ഒരു ട്രില്യൻ ഡോളറാണ് അതിൽനിന്ന് ആദായം പ്രതീക്ഷിക്കുന്നത്. അടുത്തതായി, മറ്റു രാജവെമ്പാലകളെ പിടികൂടി കൂട്ടിലിട്ട് തിരക്കഥകൾ തീർപ്പിക്കാൻ ഉദ്ദേശ്യമുണ്ട്. അതിൽനിന്നുള്ള ആദായത്തിന് ആകാശപരിധി പോലും ഇല്ല. അത്തരക്കാരെ പിടിച്ചു തരാൻ സഹായിക്കാമെങ്കിൽ വരണം ലീസിന് എടുക്കാം, കമ്മീഷനും തരാം. ഡു യു നോ വേർ ദയാർ ഹൈഡിങ്?''

''സരസ്വതി വേണ്ടേ എഴുതാൻ?''

''അതാരാണ്? അറിയപ്പെടുന്ന ഫെമിനിസ്റ്റാണോ? കൂട്ടിലിട്ട് എഴുതിക്കാൻ കിട്ടുമോ?''

എന്തു പറയണമെന്നറിയാതെ യക്ഷൻ നിൽക്കെ, സഞ്ചാരി സംശയനിവൃത്തി സ്വയം സ്വരൂപിച്ചു: 'മസ്റ്റ് ബി.' പിന്നെ താമസമുണ്ടായില്ല. ഒരു ഭൂഖണ്ഡാന്തര വാണം പ്രവർത്തനസജ്ജമാക്കി. മറ്റൊന്ന് യക്ഷന് അതേപടി തയ്യാറാക്കിക്കൊടുത്ത്, കൗൺ ഡൗൺ ചെയ്ത്, അയാൾ തിരികൾക്കു തീ കൊളുത്തി. ''ലെറ്റസ് ഗോ.''

മിസൈലുകളിൽ ഇരുവരും അന്തരീക്ഷത്തിലേക്കുയർന്നു.

ഗോളാന്തരം

എണ്ണയുടെ ഉറവിടം കണ്ടെത്താൻ പ്രോഗ്രാം ചെയ്തു വാണം വിദേശിയെയുംകൊണ്ട് നാടു നീളെ കറങ്ങിനടക്കെ, പ്രിയതമയ്ക്കായി പ്രോഗ്രാം ചെയ്ത യക്ഷവാണം വൻകരകളും ആഴികളും താണ്ടി ഭൂഗോളം മൂന്നും ചുറ്റി ഇതരലോകങ്ങളിലേക്കു മൂക്കുയർത്തി.

തലാതലങ്ങൾ ഭേദിച്ച് യക്ഷവാഹനം ഓറിയോൺ നെബുലയിലെ സുന്ദരപുരിയിൽ ഇറങ്ങി. സുന്ദരപുരി കണ്ട് യക്ഷൻ അന്ധാളിച്ചു. വാണം ഓഫാക്കി മിനിയേച്ചറൈസ് ചെയ്ത് കക്ഷത്തുവെച്ച് യക്ഷൻ അവിടെ ചുറ്റി നടന്നു. രാവോ പകലോ എന്നു തിട്ടമില്ല. എങ്ങങ്ങും പ്രകാശപ്രളയം. ഓരോ വിളക്കിനു ചുവട്ടിലും വിദഗ്ദ്ധരായ മേക്കപ്പുകാർ സുന്ദരിമാരായ പെൺകിടാങ്ങളെ കൂടുതൽ അഴകുറ്റവരാകാൻ അണിയിച്ചൊരുക്കുന്നു.

ഗോളാന്തരസൗന്ദര്യമത്സരത്തിനുള്ള അണിയറ. ബ്രഹ്മാണ്ഡത്തിന്റെ എല്ലാ മൂലകളിൽനിന്നുമായി, ചന്തമുള്ളവരെന്നു തോന്നുന്ന പെൺകിടാങ്ങളെ തെരഞ്ഞുപിടിച്ച് വിവിധ കമ്പനികളുടെ ഏജന്റുമാർ, ചതുരുപായങ്ങൾ പയറ്റിയും വൻതുക വാഗ്ദാനം ചെയ്തും കൊണ്ടുവന്നിരിക്കുന്നു. സൗന്ദര്യറാണി തങ്ങളുടെ കമ്പനിയുടേതാകണമെന്ന വാശിയിലാണ് ഓരോ ഗ്രൂപ്പും. അനന്തകോടികളുടെ കച്ചവടം. അന്ത്യവിധിയെപ്പറ്റി പ്രപഞ്ചമെങ്ങുമുള്ള ചൂതാട്ടകേന്ദ്രങ്ങളിൽ ബെറ്റുകൾ സ്വീകരിക്കുന്നുണ്ട്. ഊഹക്കച്ചവടം ഇരമ്പുന്നു.

ഫേഷ്യൽ ചെയ്ത് ഊഴം കാത്തിരിക്കുന്നവർക്കിടയിൽ തന്റെ പ്രേയസിയെ കണ്ടുപിടിക്കാൻ യക്ഷൻ നന്നേ ക്ലേശിച്ചു. കണ്ണീരോടെയാണ് ഇരിപ്പ്. തൂക്കം കുറയാൻ ജലപാനംപോലും നിഷേധിച്ചിരിക്കുന്നു. തൊലിയുടെ നിറത്തിനു മാറ്റു കൂട്ടാനായി, നിർദ്ദയം വെട്ടിത്തിളങ്ങുന്ന ഹാലജൻ വിളക്കുകളുടെ ചുവടെ നരകത്തീയിൽ കിടത്തിയിരിക്കയാണ്.

ഒരു മാദ്ധ്യമപ്രവർത്തകനോട് സങ്കടം പറഞ്ഞ് മൂവി ക്യാമറ കടം വാങ്ങി അതുമായി, റിപ്പോർട്ടർ നാട്യത്തിൽ അകത്തു കടന്ന് യക്ഷൻ തന്റെ ഹൃദയേശ്വരിയുടെ കൈ പിടിച്ചു: ''പോകാം.''

മേലാസകലം പൂശിയ ചായക്കൂട്ടു മറന്ന് പ്രേയസി യക്ഷകുമാരനെ ആശ്ലേഷിച്ചു.

അനവസരത്തിലെ പ്രേമപ്രകടനം സെക്യൂരിറ്റി ക്യാമറകൾവഴി സംഘാടകർ അറിഞ്ഞതോടെ റെഡ് അലെർട്ട് ഓണായി. ചുവന്ന വിളക്കുകൾ എല്ലാടവും ഇമ വെട്ടി.

സ്ഥലത്തുള്ള സെക്യൂരിറ്റി ഓഫീസർ യക്ഷനെ തടഞ്ഞ് മുരണ്ടു. ''ഹാന്റ്സപ്പ്.''

യക്ഷൻ കൂസിയില്ല, ''കളി എന്നോടു വേണ്ട. എന്റെ കക്ഷത്ത് ഇരിപ്പുള്ളത് പടവലങ്ങയല്ല. നിങ്ങളുടെ ഈ സ്മാർട്ട് സിറ്റി ഒന്നാകെ ഒരു പുകക്കൂണാക്കി മാറ്റാൻ ഇതുമതി. തുരുമ്പിച്ച തോക്കുകളുടെ കാലമൊക്കെ കഴിഞ്ഞുപോയി, മിസ്റ്റർ സെക്യൂരിറ്റി.''

''ശ്രദ്ധിക്കുക, ഫൈനൽ വാണിങ് തരുന്നു.'' സെക്യൂരിറ്റി ചീറ്റി, ''അഞ്ചു സെക്കന്റിനകം കീഴടങ്ങുക.''

''അത്ര നേരമൊന്നും വേണ്ട. രണ്ട് രണ്ട് സെക്കന്റുകൊണ്ട് കാര്യം തീർക്കാം.'' യക്ഷൻ തന്റെ വാണമുനയിൽനിന്ന് ഒരു നക്ഷത്രയുദ്ധ മെഗാട്ടൺ തോണ്ടിയെടുത്ത് പ്രോഗ്രാം ചെയ്തു തൊടുത്തു. മറുകൈകൊണ്ട് പ്രിയതമയെ വാരിയെടുത്തു.

യക്ഷൻ മടക്കയാത്ര ആരംഭിച്ചതും സൗന്ദര്യപുരി പുകക്കൂണായി മാറിയതും ഒപ്പം.

''തിരിഞ്ഞു നോക്കരുത്.'' യക്ഷൻ പ്രേയസിയെ ഓർമ്മിപ്പിച്ചു: ''റേഡിയേഷൻ തട്ടിയാൽ കണ്ണു രണ്ടും പോവും. ഉണ്ണികൾ വികലാംഗരായി ജനിക്കും.''

പ്രേയസി യക്ഷനെ അടക്കം പിടിച്ച് യക്ഷന്റെ പിൻകഴുത്തിൽ മുഖമമർത്തി വീർപ്പടക്കി. വാണം ഭ്രമണപഥത്തിലേക്കുയർന്ന് സൗരയൂഥം ലക്ഷ്യമിട്ടു ചീറിപ്പറന്നു. അതിന്റെ വിവിധ ഘട്ടങ്ങൾ ഒന്നൊന്നായി കത്തിത്തീർന്ന് ഗാലക്റ്റിക്കൽ സ്പേസിൽ അവിടവിടെ അടർന്നു വീണ് കൊള്ളിയാന്മാരായി.

എണ്ണത്തോണി

തലാതലങ്ങളിലൂടെ ഇറങ്ങി അവർ നടപ്പുഴയിൽ തിരിച്ചെത്തുമ്പോഴും വിദേശിയുടെ വഴികാട്ടി അതേ നില്പാണ്. യക്ഷകുമാരൻ അയാളോട് ചോദിച്ചു: ''നിങ്ങളുടെ സുഹൃത്ത് എവിടെ?''

''ആര്യവൈദ്യശാലയിൽ എണ്ണത്തോണിയിൽ കിടപ്പുണ്ട് എന്നാണ് ലേറ്റസ്റ്റ് ബുള്ളറ്റിനിൽ കിട്ടിയ വിവരം. അത് പക്ഷേ, ഞങ്ങളുടെ ടൂർ പ്രോഗ്രാമിൽ ഇല്ലല്ലോ.'' വഴികാട്ടി പോക്കറ്റിൽനിന്ന് ഡയറിയും തുണ്ടുകടലാസ്സുമെടുത്ത് സ്ഥലത്തിന്റെ ഭൂപടം പരിശോധിച്ചു: ''അതെന്തു തരം തോണി? താങ്കൾക്കു വല്ലതും അറിയാമോ, അതിനെക്കുറിച്ച് ഹൗസ് ബോട്ടാണോ? എ.സി. ആണോ? കാര്യം മനസ്സിലാക്കുന്നതിൽ ഞാൻ നിസ്സഹായനായിരിക്കുന്നു.''

''അത് കെട്ടുവള്ളമോ ബോട്ടോ അല്ല. അതിൽ കിടന്നാൽ പിഴിച്ചിലാണ് നടക്കുക.''

തന്നോടുതന്നെയായി വഴികാട്ടി പറഞ്ഞു: ''ഞങ്ങളുടെ റിസോർട്ടിൽ ഞങ്ങളും ഫലത്തിൽ അതുതന്നെ അല്ലേ ചെയ്യുന്നത്? പിന്നെയെന്തിന് അയാൾ മറ്റൊരിടത്ത് പോകണം?''

''പേര് ഒന്നാണെങ്കിലും രണ്ടും രണ്ടാണ്. അവിടെ ചെന്നാൽ മനസ്സിലാക്കാം. വേണമെങ്കിൽ നിങ്ങളുടെ തലയ്ക്കു ധാരയും കോരിക്കാം.'' യക്ഷകുമാരൻ മിനിയേച്ചറൈസ്ഡ് വാണക്കുറ്റി അയാളെ ഏല്പിച്ചു: ''ഇതാ, നേരം കളയേണ്ട. ഇതിൽ ശേഷിച്ച ഇന്ധനം ഉപയോഗിച്ചോളുക.''

അരയ്ക്കു വെള്ളത്തിൽ നിലയുറപ്പിച്ച് കക്ക വാരുന്ന പെണ്ണൊരുത്തി ചിരിച്ചു: ''മലനാട്ടിലെ അരിപ്പത്തിരീം കോഴിച്ചാറും ഒരിക്കൽ രുസിച്ചാ കുടുങ്ങി. അമൃതല്ലേ, അമൃതം. പിന്നാരും പോവൂല.''

''അമൃതം, മൈ ഫുട്ട്.'' വഴികാട്ടി വാണക്കുറ്റി ഇഗ്നൈറ്റ് ചെയ്തു, ''ഞങ്ങളുടെ ഫൈവ് സ്റ്റാർ റിസോർട്ടിലെ വിഭവങ്ങളുടെ രുചി ഒരിക്കൽ നുണഞ്ഞാൽ പിന്നെ എന്തമൃതം?''

വഴിയാധാരം

അടുത്ത കടവിൽ എത്തുമ്പോൾ സന്ധ്യയാകാറായിരുന്നു. മറുകര കാണാത്ത നീർപ്പരപ്പു മുന്നിൽ. തോണി ഇല്ല. കാലാകാലങ്ങളായി മുൻപേ പോയവരെല്ലാം വഴിമുട്ടി തിങ്ങിക്കൂടിയിരിക്കുന്നു. അക്ഷമരാണ് എല്ലാവരും.

തോണി എപ്പോഴെങ്കിലും വരുമോ എന്ന് ആർക്കും അറിയില്ല. വരുമെന്നാണ് പൊതുവേ വിശ്വാസം. എപ്പോഴെന്നു തിട്ടമില്ല. ഇരുട്ടാകുംമുമ്പ് എത്തുമെന്നു പ്രതീക്ഷയുണ്ട്. ക്ഷമയാണ് വേണ്ടത്

എന്ന് ധർമ്മോപദേശം നൽകുന്നവർ തങ്ങളുടെ ക്ഷമയുടെ നെല്ലിപ്പടി കണ്ടവർ.

മറുലോകം സ്വർഗ്ഗമാണെന്നു കരുതപ്പെടുന്നു. പരമസുഖമായിരിക്കും അവിടെ എന്നു നല്ല നിശ്ചയം. പക്ഷേ, അതിന്, അതിന്റെ നടത്തിപ്പുകാർ ഇക്കരെ വന്ന് ഭേദപ്പെട്ട സ്കെയിൽ ഓഫർ ചെയ്ത് അപേക്ഷ സ്വീകരിച്ച് എൻട്രൻസ് പരീക്ഷ എഴുതിച്ച് അഭിമുഖം കഴിച്ച് തീർപ്പു കല്പിച്ച് സെലക്ഷൻ നടത്തിയല്ലേ ഒക്കൂ? അപ്പോഴും, പ്രവേശനം കിട്ടാത്തവരാവും ഭൂരിപക്ഷവും എന്നതിൽ സംശയമില്ല. കിട്ടാതെ വരിക തനിക്കാവില്ല എന്ന ഉറപ്പുതന്നെ ഏവരുടെയും ശുഭാപ്തിവിശ്വാസത്തിന്റെ തറ. കിട്ടിയവർക്കു സന്തോഷിക്കാം, കിട്ടാത്തവരുടെ ശാപം ഏറ്റുവാങ്ങാം. കിട്ടാത്തവർക്ക് അസൂയപ്പെടാം, ശപിക്കാം, എട്ടുകാലിയെയും രാജാവിനെയും സ്മരിക്കാം, ആത്മഹത്യ ചെയ്യാം, ധിക്കാരിയാവാം, അധോലോകത്തിൽ പോകാം.

ക്ഷമയറ്റ മറ്റു ചിലർ കുറുക്കുവഴികൾ ആരായുന്നു. എടുത്തു ചാടി നീന്തിയാലെന്ത് എന്ന് ഉത്സാഹികൾ പരസ്പരം ചോദിക്കുന്നുണ്ട്. ഒറ്റയ്ക്കും തെറ്റയ്ക്കും ചാടുന്നവരുമുണ്ട്. പക്ഷേ, രണ്ടും കല്പിച്ച് ചാടി നീന്തിയവർ അങ്ങെത്തി എന്ന് ഉറപ്പില്ല. എത്തിയിരിക്കാം, പക്ഷേ, അവരിൽ ഒരാളും തിരികെ വന്ന ചരിത്രമില്ല.

പലയിനം കൊടികൾ നാട്ടിയ കട്ടമരങ്ങളുമായി വിവിധകക്ഷികൾ ആകർഷക വായ്ത്താരികളോടെ നില്പുണ്ട്. മറുകരയിലെ മനോഹരതീരത്ത് സുരക്ഷിതരായി എത്തിക്കാം എന്നാണ് വാഗ്ദാനം. എത്രയോ പേരെ തങ്ങൾ പൂപോലെ കടത്തിക്കഴിഞ്ഞു എന്നാണ് ഓരോരുത്തരുടെയും ബഹുവർണ്ണ പ്രോസ്പെക്റ്റസ്സിൽ പറയുന്നത്. എല്ലാ പ്രകടനപത്രികകളും വാഗ്ദാനം ചെയ്യുന്നത് ഒരേ സ്വർഗ്ഗരാജ്യമാണ്.

അന്യകട്ടമരക്കാരെ വിശ്വസിക്കരുതെന്ന് ഓരോ കട്ടമരക്കക്ഷിയും കാര്യകാരണങ്ങൾ നിരത്തി സമർത്ഥിക്കുന്നു. ഭ്രാന്തൻപൂ അടക്കം എല്ലാ പൂക്കളും പൂമ്പാറ്റകളോടും തേനീച്ചകളോടും ഇതുതന്നെയാണല്ലോ പറയുക. ഈ യാനങ്ങളെപ്പറ്റി, വിശ്വാസങ്ങളുടെയും ബന്ധങ്ങളുടെയും ബോദ്ധ്യങ്ങളുടെയും അടിസ്ഥാനത്തിൽ ആളുകൾക്കിടയിൽ ഭിന്നാഭിപ്രായങ്ങൾ രൂപംകൊണ്ട് ചേരിതിരിവുകൾ ഉരുവപ്പെട്ടിരിക്കുന്നു. പക്ഷേ, ഏതെങ്കിലും കട്ടമരത്തിൽ കയറിയ ആരെയും പിന്നെ കണ്ടവർ ആരുമില്ല.

മൃതദേഹങ്ങൾ ചേർത്തു കെട്ടിയാണ് കട്ടമരങ്ങൾ തീർത്തിട്ടുള്ളത്. മഹർഷിമാരുടെയും പ്രവാചകരുടെയും കലാകാന്മാരുടെയും ദേഹങ്ങളിൽ പൊങ്ങി നിൽക്കുന്ന കട്ടമരങ്ങൾ ഒരു വക. ഗാന്ധി, നെഹ്റു, പട്ടേൽ, വിനോബ തുടങ്ങിയവരെ അടിപ്പലകകളാക്കിയ

കട്ടമരങ്ങൾ വലതുപക്ഷത്ത്. മാർക്സ്, എംഗൽസ്, മാവൊ, ലെനിൻ, സ്റ്റാലിൻ എന്നിത്യാദികളുടെ ജഡമെത്തയിൽ പണിത യാനങ്ങൾ ഇടതുപക്ഷം. മാന്ത്രികനായ മാൻഡ്രേക്ക്, സ്പൈഡർമാൻ, ബാറ്റ് മാൻ, ജെയിംസ് ബോണ്ട്, മെരി ലിൻ മൺറൊ, ചാർളി ചാപ്ലിൻ, കുറസോവ, പുഡോവ്കിൻ, പുഷ്കിൻ, ഗോർക്കി എന്നു വേണ്ട ഐൻസ്റ്റൈനും ചെഗുവേരയും അരിസ്റ്റോട്ടലും ഗലീലിയോവും വരെ ഉള്ളവരുടെ ജഡങ്ങൾ അടിപ്പലകകളാക്കി നിരവധി സ്വതന്ത്ര സംഘങ്ങൾ വേറെയും.

മറുകരയിൽ ആളും മനുഷ്യനുമില്ല, ജീവൻ തന്നെ ഇല്ല എന്നു ശങ്ക പരക്കെ ഉണ്ട്. ‘‘ഈ പുഴ ഇത്ര നീളവും കുറുകെ നടന്നു പോരുന്ന തിനിടയിൽ എതിരേ വരുന്ന ഒരാളെപ്പോലും കണ്ടിട്ടില്ലല്ലോ. അതിന്റെ അർത്ഥം വ്യക്തമല്ലേ?’’ എന്ന ചോദ്യത്തിന് തൃപ്തികരമായ ഉത്തര മില്ലാത്തതത് ഈ ശങ്കാവിഷത്തിനു ഹേതു.

‘‘കാണാത്തതൊക്കെ ഇല്ലാത്തതാണ് എന്നു പറയുന്നത് എങ്ങനെ ശരിയാവും?’’ എന്ന മുട്ടുചോദ്യം മാത്രമാണ് ശുഭാപ്തിവിശ്വാസ ത്തിനു പിടിവള്ളി. പരമാണുവിനെ ആരും കണ്ടിട്ടില്ല. കാറ്റിനെ ആരും കാണുന്നില്ല. ജീവനെ കണ്ടവരില്ല. ഈശ്വരനെ കണ്ടിട്ടുണ്ടെന്നു പറയുന്നവർ പലരുമുണ്ടെങ്കിലും കണ്ടതിന് അവരുടെ കൈവശം തെളിവില്ല. താൻതന്നെ ഈശ്വരൻ എന്നു പറയുന്നവർക്കാകട്ടെ, ഒരു കൊതുകിനെപ്പോലും സൃഷ്ടിക്കാൻ കഴിവുമില്ല.

കണ്ടിട്ടില്ലാത്തത് കണ്ടു എന്നു പറയുന്നതിനെക്കാൾ ഭേദം അങ്ങനെ ഒന്ന് ഇല്ല എന്നു പറയുന്നതുതന്നെ. എങ്കിലും, അതിലും ഭേദം ‘ഉണ്ടാകാം, കാണാൻ പോകുന്ന പൂരം ചോദിച്ചറിയേണ്ടതില്ല’ എന്നു നിശ്ചയിക്കുന്നതല്ലേ? പൂരം നേരിൽ ചെന്നു കാണാൻ കഴിവതും ശ്രമിക്കുകതന്നെ കരണീയം. വിളിച്ചുകൂവി നിരന്തരമായി പരീക്ഷിക്കുന്നവർക്കു പ്രതീക്ഷയുണ്ട്. ആർത്തു വിളിച്ചുകൊണ്ട് ഇരുന്നാൽ അക്കരെ ആരുടെയെങ്കിലും കാതിൽ എപ്പോഴെങ്കിലും ആ വിളി പതിയാതിരിക്കില്ല. ആർക്കെങ്കിലും ദയ തോന്നും. മിണ്ടാ തിരുന്നാൽ ആരെങ്ങനെ അറിയാൻ? സ്വന്തം ശബ്ദം പ്രതീക്ഷയുടെ ഏകാശ്രയമായി മാറിയിരിക്കുന്നു. അതിനാൽ, മൗനികൾ നന്നേ ചുരുക്കം.

വിളിച്ചു കൂവിയാൽ കേൾക്കാവുന്നതിലേറെ അകലെയല്ലേ മറു കര? പലരും പാഠപുസ്തകങ്ങളും കണക്കുപുസ്തകങ്ങളും (വേദ പുസ്തകങ്ങൾവരെ) താളു കീറി കാളമുണ്ടാക്കി അതിലൂടെ അലറി വിളിക്കുന്നു. അക്കരെ എത്തിയാൽ പിന്നെ ഈ പുസ്തകങ്ങളുടെ യൊന്നും ആവശ്യമില്ല എന്ന അടിസ്ഥാനത്തിലാണ് ഇത്.

ഓരോരുത്തനും പ്രമാണം അവനവന്റെ ഉറപ്പ് ഒന്നു മാത്രം.

രാമായണം മുതൽ പഞ്ചതന്ത്രം വരെ എല്ലാ കഥകളിലെയും പാത്രങ്ങളുടെ പുതിയ രൂപങ്ങൾ ഇതിനിടയിൽ ഉണ്ട്. കുറവന്റെ മൊച്ചതന്നെ ഉദാഹരണം. ആ വാനരന് എഴുന്നേറ്റു നിൽക്കാൻ പോലും കെല്പില്ല.

''പടുത്തു കെട്ട് ഒരു വഴിയണ.'' എന്ന് ആ പാവത്തിനോട് പറഞ്ഞിട്ടു കാര്യമില്ല.

അരയിൽ ചങ്ങലക്കുരുക്കുമായി പേൻകുത്തിയാണ് കുഞ്ചിരാമന്റെ ഇരിപ്പ്. അഴിച്ചുവിട്ടാലും ഒരു മീറ്റർ ദൂരം ചാടാൻ കെല്പില്ല. ആരെങ്കിലും മൂപ്പിച്ചാലേ പണ്ടേതന്നെ എന്തിനും പറ്റൂ. മുതുമുത്തച്ഛനാണ് വേണ്ടത്ര മുഖസ്തുതി ചെയ്ത് ഉഷാറാക്കുക പതിവ്. പക്ഷേ, ആ പിതാമഹൻ ഇപ്പോൾ വേറൊരു റോളിലാണ്. കൈയിൽ കുടുകുടു ഉടുക്ക്, പുറത്ത് പൊക്കണം. കാവ്യം സുഗേയം, കഥ രാഘവീയം, കർത്താവ് പാർട്ടിപ്പിരിവിന്റെ ദിവ്യൻ. (പിരിവ് എന്നാൽ പിളർത്തൽ എന്നും പണപ്പിരിവെന്നും.) ഉന്നതങ്ങളിലോ, പൂർണ്ണ നിസ്സംഗത. ഹൈക്കമാന്റിന്റെ ചുണ്ടുകൾ മൗനമുദ്രിതം.

പകലിന്റെ ചരമശയ്യയ്ക്കരികിൽ തുടുത്ത മുഖവുമായി ആദിത്യൻ. ആദിത്യന്റെ സങ്കടത്തിൽ മനം നൊന്ത് വിവർണ്ണമായിക്കൊണ്ടിരിക്കുന്ന മാനം. ഇരുകൂട്ടർക്കുമായി പുഴയുടെ നിതാന്ത പ്രവാഹത്തിന്റെ ശോകശ്രുതി അകമ്പടി.

കാക്കകളും പരുന്തുകളും ഒഴുക്കിനുമീതെ നിസ്സംശയം പറക്കുന്നു. നീട്ടിനീട്ടി കരഞ്ഞാണ് അവയുടെ പ്രയാണം. പാതിവഴി പോയി മടങ്ങുകയാണോ? അങ്ങെത്തുവോളം പോയി തിരികെ വരികയാണോ? അക്കരയെ വിട്ടു പോന്ന വേർപാടിന്റെ സങ്കടമോ, അങ്ങെത്താത്തതിലുള്ള അക്ഷമയോ അതോ എങ്ങുമെത്തിയില്ലെങ്കിലും ജീവനും കൊണ്ട് ഇങ്ങു തിരിച്ചെത്തിയല്ലോ എന്ന ആശ്വാസമോ, എന്താണ് കരച്ചിലിന്റെ ഉറവിടം?

നേരം ഇരുണ്ടു.

പുഴയിലെ ജലനിരപ്പ് കാണെക്കാണെ ഉയരാൻ തുടങ്ങി.

''എല്ലാരുമെല്ലാതും മുങ്ങിപ്പോകുമോ?'' യക്ഷകുമാരി വിഷമിച്ചു, ''ഇനി ഏതുവഴി എങ്ങോട്ടു പോകാൻ?''

ആ ചോദ്യത്തിന് ഉത്തരമാരാഞ്ഞ യക്ഷൻ അചിരേണ ധ്യാനനിരതനായി.

ഒഴുക്കിന്റെ ആരവം ശക്തിപ്പെട്ടു. തോണ്ടി വിളിക്കുംമട്ടിൽ ഓളങ്ങൾ ആളുകളുടെ കണങ്കാലിൽ ഇരടി, കാണെക്കാണെ കൂടുതൽ ഉയരങ്ങളിലേക്കു പിടിച്ചുകയറാൻ തുടങ്ങി. ഉയർന്നുയർന്ന് കഴുത്തൊപ്പമെത്തി. കൺകണ്ടതിൽ പലതും കുത്തൊഴുക്കിൽ നഷ്ടമായി. യുഗങ്ങൾ കഴിഞ്ഞെന്നു തോന്നി. അവസാനം, ആ പ്രളയവും വാർന്നു.

അനാദിയെന്നു തോന്നിച്ച നിശ്ശബ്ദതയുടെ കുമിള ആദ്യമായി ഉടഞ്ഞത് കക്ക വാരുന്ന പെണ്ണൊരുത്തി ചിരിച്ചപ്പോഴാണ്: ''മുപ്പത്തി മുക്കോടി പ്രളയം കഴിഞ്ഞിട്ടും മണ്ണിലും വിണ്ണിലും ചിപ്പിത്തിളക്കം ബാക്കി.''

കാലപ്രവാഹക്കരകളിൽ കാഴ്ചകളും വീഴ്ചകളും ഉയിർപ്പുകളും അത്ഭുതങ്ങളും വീണ്ടും ഉരുവപ്പെട്ടു. നീരൊഴുക്കുകളും മണൽക്കരകളും തോണികളും കട്ടമരങ്ങളും സ്വപ്നങ്ങളും നിയമാവലികളും ജനനമരണങ്ങളും തർക്കവിതർക്കങ്ങളും പുതുവടിവുകളിൽ.

കൺതുറക്കെ, യക്ഷന്റെ മുഖം ദീപനാളംപോലെ തെളിവാർന്നു. ശാപവശാൽ വാടിപ്പോയ നേരറിവ് കണ്ണുകളിൽ മൊട്ടിട്ടു. അത് വിടർന്ന് നിറവായി.

എല്ലാരോടും എല്ലാറ്റിനോടുമായി യക്ഷൻ പുഞ്ചിരിച്ചു: ''നാം ഉൾപ്പെടെ ഈ ഉരുവങ്ങളും ചലനങ്ങളും ഇവ്വിധമായിരിക്കണമെന്ന് ഭാവന ചെയ്തതും ഇങ്ങനെ സൃഷ്ടിച്ചതും സത്യത്തിൽ നാംതന്നെയാണ്. അതിനാൽ, ഇതിൽ കല്മഷമില്ലാതെ ലയിക്കുക. സത്യമായ സന്തോഷം സന്തോഷിപ്പിക്കലിലാണ് എന്ന അറിവോടെ ജന്മവാസനപോലെ മേളിക്കുക. ഓടക്കാട്ടിൽനിന്ന് തണ്ടൊടിച്ച് തുളയിട്ട് പാട്ടുപാടാം. നനഞ്ഞ മണൽ കോരി കുടിലുകളോ കൊട്ടാരങ്ങളോ പണിയാം. ചേറുള്ളടത്ത് അന്നം വിളയിക്കാം. ഉയർന്ന തറകൾ അരങ്ങാക്കി നാടകാന്തർനാടകങ്ങൾ അരങ്ങേറ്റാം. കാലുകൾ കഴയ്ക്കുവോളം നൃത്തം ചെയ്യാം. കണ്ണുകളും ആയിരക്കാഴ്ചകളും ഉൺമതന്നെ. കാണുന്നതും കാണാത്തതും ഒന്നുതന്നെ എന്ന നേരോ ആ ഉൺമയുടെയും ഉൺമയും. നിത്യമായ സന്തോഷംതന്നെ അതിന്റെ വാടാമലര്.''

യക്ഷൻ ജലപ്പരപ്പിൻമീതെ കരയിലെന്നപോലെ നടന്നു: ''ധൈര്യമുള്ളവർക്ക് പോരാം.''

സംശയലേശമില്ലാതെ യക്ഷകുമാരി പിൻതുടർന്നു. പിന്നെ, അനേകമാളുകൾ, ജീവജാലങ്ങളും അനുഗമിച്ചു. ആരുടെയും കാലടികൾ നനഞ്ഞില്ല.

ആ യാത്രയും സൂര്യനും വിദൂരങ്ങളിൽ അസ്തമിക്കെ, മണ്ണൊലിച്ചിടിയുന്ന ഈ ദ്വീപിൽ സംശയാലുക്കൾ മാത്രം ശേഷിച്ചു.

പേടിതന്നെ പേടിയുടെ ശമ്പളം.

(ആ കൂട്ടത്തിൽ ഞാനും പെട്ടുപോയി, എഡിറ്റർസാർ. തളർച്ചയാൽ ഒന്നു മയങ്ങി ഉണർന്നപ്പോഴോ ഈ തുരുത്തിൽ മറ്റൊരു മനുഷ്യജീവിയെയും കാണാനില്ല. പകൽവെട്ടം മായാറായി. മൊബൈലിലെ ബാറ്ററി വീക്കാണ്. വീണ്ടും വിളിക്കാൻ പറ്റുന്ന ലക്ഷണമില്ല. കഴിയും വേഗം കരകയറ്റി രക്ഷിക്കണം - സ്വ.ലേ.) ■

അവനിവാഴ്‌വുകളുടെ
അടിവേരാഴങ്ങൾ

ശ്രീകൃഷ്ണൻ പൊട്ടിമുത്തശ്ശിക്ക് കിച്ചുവാണ്. മുത്തശ്ശിയുടെതന്നെ ഭാഷയിൽ, മദിരാശിയിലെവിടെയോ പോയി വലിയ പടിപ്പു കഴിഞ്ഞ് ഇഞ്ചിനീരായി ഒരു പെണ്ണിഞ്ചിനീരിനെ ഓർക്കാപ്പുറത്തു കല്യാണവും കഴിച്ചു. കണ്ടു കൊതി തീരുമ്മുമ്പ് ദൂരെദൂരെ അമേരിക്ക എന്നൊരു നാട്ടിലേക്കു പോയി. മിടുമിടുക്കൻ. ഇപ്പൊ വലിയ സ്ഥിതിയാണ്. നാമൂസും പടിപ്പും പരിവട്ടും ഒന്നും ഇല്ല്യാത്ത പൊട്ടിമുത്തശ്ശീടെ മടിയിൽ കിടന്നാണ് കിച്ചു വളർന്നത്. കുളിപ്പിച്ചതും കളിപ്പിച്ചതും ഉറക്കിയതും ഉണർത്തിയതും കഥ പറഞ്ഞുകൊടുത്തതും മറ്റാരുമല്ല.

മുത്തശ്ശിയുടെ തായ്‌വേരും താവഴിയും ഒക്കെ വേറെയാണ്. പൊട്ടിമുത്തശ്ശിക്കൊരു ചേച്ചിമുത്തശ്ശിയും ഉണ്ടായിരുന്നു. ഇരുവരും സംബന്ധക്കാരും കുട്ടികളും ഇല്ലാത്തവർ. തറവാട് ഒന്നായതുകൊണ്ട് അതു ഭാഗിച്ചു പിരിഞ്ഞപ്പോൾ ഇരുവരും അമ്മയില്ലാത്ത കുഞ്ഞു ലക്ഷ്മിയുടെ കൂടെ നിന്നു. മൂവരും കൂടി പത്തായപ്പുരയുടെ അവകാശികളായി അവിടെ കുടിയേറി.

കുഞ്ഞിലക്ഷ്മിയെ വളർത്തിയതും പഠിപ്പിച്ചതും ടീച്ചറമ്മയാക്കിയതും 'മനുഷ്യപ്പറ്റുള്ള' ഒരു മാഷ്ക്ക് കല്യാണം കഴിച്ചു കൊടുത്തതും എല്ലാം ചേച്ചിമുത്തശ്ശിയാണ്. 'പൊട്ടിപ്രാണി'യായ അനിയത്തിയെ കാത്തതും പുലർത്തിയതും അവർതന്നെ.

പൊട്ടിത്തമെന്നാൽ വിശേഷിച്ചൊന്നും ഇല്ല. വെറുതെ ചിരിക്കും. ചിലപ്പോൾ തന്നോടുതന്നെ സംസാരിക്കും. കുമ്പളങ്ങ മുളകൂഷ്യത്തിൽ ഉപ്പിടുന്നതിന്റെ മുതൽ ഒരു കണക്കും വശമില്ല. അലക്കാൻ കൊടുക്കുന്ന തുണിയുടെ എണ്ണമെടുത്ത് ഓർമ്മിക്കാൻപോലും ആവില്ല എന്നു പറഞ്ഞാൽ മതിയല്ലോ. വകതിരിവും കഷ്ടി. എണ്ണക്കാരൻ കുഞ്ഞവറാന് കൊടുക്കാനുള്ള കാശെടുത്ത് പിച്ചക്കാർക്കു കൊടുക്കും. പിച്ചക്കാർക്കു വെച്ച് അളുക്കിൽനിന്ന് ചെമ്പുനാണ്യം

എടുത്ത് അമ്പലത്തിലെ ചുറ്റുവിളക്കിന് ചെലവുതുക കൈപ്പറ്റാൻ എഴുന്നള്ളുന്ന തിരുമേനിക്കും. പോരേ പൂരം?

പക്ഷേ, ആരെന്തു വഴക്കു പറഞ്ഞാലും പരിഭവമോ പരാതിയോ ഇല്ല. വല്യമ്മാമൻ ഉണ്ടായിരുന്ന കാലത്ത് ദിവസം പത്തു വട്ടമെങ്കിലും പഴിക്കും, "ഈ കഴുതയെക്കൊണ്ടു തോറ്റു." വലിയ വാത്സല്യമായിരുന്നു. വയ്യായ്കയല്ല ശ്രദ്ധയില്ലായ്മയാണ് അമ്മിണിയുടെ പോഴത്തത്തിന് കാരണമെന്നായിരുന്നു മൂപ്പരുടെ ധാരണ.

എഴുത്തും വായനയും വശമാക്കാൻ അമ്മിണിക്കു കഴിഞ്ഞില്ല. വെളിയമ്പറമ്പത്തെ പേരു കേട്ട നാണു എഴുത്തച്ഛൻ വിചാരിച്ചിട്ടും നടന്നില്ല. ഇന്നു പഠിച്ച അക്ഷരം നാളെ ഓർമ്മ തോന്നില്ല. പക്ഷേ, സ്തോത്രങ്ങൾ കേട്ടു പഠിച്ചു. ഒരു വിധം നന്നായി പാടുകയും ചെയ്യും. ഐതിഹ്യമാലയും പഞ്ചതന്ത്രവും ഭാഗവതകഥകളും പഠിപ്പിക്കാൻ ആശാൻ നടത്തിയ ശ്രമങ്ങളും പാഴായി. പഠിപ്പിച്ച കഥ അമ്മിണിക്കുട്ടി പറയുമ്പോൾ അതു വെറൊരു കഥയാവും.

ചേച്ചിമുത്തശ്ശിയാണ് എന്തിനുമേതിനും താങ്ങ്. രണ്ടു പെൺതരികളെ പ്രസവിച്ച് മീനാക്ഷി എന്നും അമ്മിണി എന്നും പേരുമിട്ട് അമ്മ പോയി, തറവാടെന്നാൽ ഒരു സമുദ്രം. ഒന്നിനും ഒരു കുറവും ഇല്ലെന്നാണ് വെപ്പ്. പക്ഷേ, അടുക്കളയിൽ അന്നത്തിനു മുട്ടില്ല എന്നതൊഴികെ മറ്റൊന്നും ആരും അന്വേഷിക്കില്ല. ഓണത്തിന് ചേന്ദമംഗലത്തുനിന്ന് കുറെ മുണ്ടും ശീലയും കിടക്കത്തുണിയും വിളക്കിലെ തിരിയും തോർത്തും ഒക്കെ കൊണ്ടുവരും. കിട്ടിയവർക്കു കിട്ടി. തേക്കാനും കുളിക്കാനുമുള്ള വക അവകാശം പറഞ്ഞു കലവറക്കാരനോടു വാങ്ങണം. നാലു വയസ്സിന്റെ മൂപ്പേ ഉള്ളൂ എങ്കിലും അനിയത്തിക്കു വേണ്ടി എല്ലാം ചോദിച്ചും തർക്കിച്ചും കെഞ്ചിയും കരഞ്ഞുമൊക്കെ വാങ്ങിയത് ചേച്ചിയാണ്. എണ്ണം പറഞ്ഞ ആണുങ്ങൾ അന്വേഷിച്ചു വരാഞ്ഞല്ല വിവാഹം കഴിക്കാത്തത്. കൊളംബിൽ നിന്നുവരെ അന്വേഷണം വന്നു. 'കുട്ടി'ക്ക് നാഥനില്ലാതായാലോ എന്നു കരുതി മറ്റെല്ലാ 'കെട്ടുപാടു'കളും ഉപേക്ഷിച്ചു.

അനിയത്തിയെ ചേച്ചി ഒരിക്കലെങ്കിലും ശിക്ഷിക്കുകയോ ശകാരിക്കുകയോ ഉണ്ടായിട്ടില്ല. മുഖം കറുപ്പിച്ചൊരു വാക്കു പറഞ്ഞിട്ടുമില്ല. ശല്യമുളവാക്കുന്ന പൊട്ടത്തങ്ങൾ കാണിച്ചതിന് ആരെങ്കിലും വഴക്കു പറയുമ്പോൾ ഓടിയെത്തി ഇടപെടും, "അവളേയ്, കാലുഷ്യം കൊണ്ടല്ല, കരുതിക്കൂട്ടീം അല്ല എന്നറിയാലോ. ഒന്നും വിചാരിക്കരുത്."

കിച്ചുവിന്റെ വളർച്ചയിൽ മുഖ്യമായ പങ്കു വഹിച്ചതും ഈ മുത്തശ്ശിമാരാണ്. രക്ഷാകർത്താവായത് ചേച്ചിമുത്തശ്ശി. കുട്ടിക്ക്

സ്കൂളിൽ പോകാൻ പ്രായമാകുവോളം പകലന്തിയോളം അച്ഛനും അമ്മയുമെല്ലാം അവർതന്നെ. കളിക്കൂട്ടിന് പൊട്ടിമുത്തശ്ശി. വയസ്സും വലുപ്പവും ഒന്നും ചിന്തിക്കാതെ എന്തു കളിയിലും പൊട്ടിമുത്തശ്ശി ചേരും. തല നരച്ചതൊന്നും പ്രശ്നമല്ല. വടക്കെ മുറ്റത്ത് കളം വരച്ച് ഒറ്റക്കാലിൽ ചാടി വട്ടു കളിച്ച് വീണ് 'കയ്പലായ'ക്ക് ചതവേറ്റാൽ അതു വെച്ചും ചാടും. കുട്ടിക്കും പൊട്ടിക്കും വയസ്സ് ഒപ്പമാണല്ലോ! കിച്ചുവിന്റെ ഉറക്കം രണ്ടു മുത്തശ്ശിമാരുടെയും നടുവിലും.

'ഒന്നിനു മാത്രം പോന്ന'തോടെ കിച്ചു വേറൊരു ലോകത്തിലായി. രാപ്പകൽ വായന എന്ന മുറയായി, പിന്നെപ്പിന്നെ. ''ഇങ്ങനെണ്ടാ ഒരു പടിത്തം. പുറ്റു വന്നു മൂടും.'' എന്നു ചേച്ചിമുത്തശ്ശി പിറുപിറുത്ത കാലം കഴിഞ്ഞ് കിച്ചു മദിരാശിക്കു പോയതോടെ ചേച്ചിമുത്തശ്ശിയുടെ ജീവിതം ശൂന്യമാകാതിരുന്നത് പൊട്ടി അപ്പോഴും കൂടെ ഉണ്ടായതിനാലാണ്.

പടിത്തം കഴിഞ്ഞപ്പോഴോ, കിച്ചു അമേരിക്ക എന്ന ഏതോ ഒരു നാട്ടിലേക്കു പുറപ്പാടായി. ആ ശ്രമത്തിനിടെയാണ് കല്യാണവും നടന്നത്, അമേരിക്കയിൽ പോകാൻ തന്നെ മോഹമുള്ള ആളായിരുന്നു ആ പെണ്ണൊരുത്തിയും. കർണ്ണാടകക്കാരി. നാട്ടുഭാഷ അറിയില്ല. മുത്തശ്ശിമാർക്ക് ആ കുട്ടിയുടെ സംസാരം മൊഴി മാറ്റിക്കിട്ടാൻ കിച്ചുവിന്റെ സഹായം വേണ്ടിവന്നു. പൊട്ടിമുത്തശ്ശിയോട് സംസാരിക്കാനാണ് അവർ കൂടുതൽ താല്പര്യം കാട്ടിയത്. അതിനൊരു പ്രത്യേക ഭാഷയും കുറഞ്ഞ സമയംകൊണ്ട് ഉരുത്തിരിഞ്ഞു, ആംഗ്യവും ശബ്ദവും ഭാവവും ചേർന്ന ഒരു അവിയൽ.

താമസിയാതെ വരാമെന്ന് എല്ലാവരോടുമായി യാത്ര പറഞ്ഞാണ് ഇരുവരും പറന്നുപോയതെന്നാലും അതിൽപ്പിന്നെ കൊല്ലം ആറു കഴിഞ്ഞു. വിമാനത്തിന്റെ വിദൂരമുഴക്കം കേൾക്കുമ്പോഴെല്ലാം പൊട്ടിമുത്തശ്ശി ഓടിയും ചേച്ചിമുത്തശ്ശി പിന്നാലെയും മുറ്റത്തിറങ്ങി വെയിലിന് കൈപ്പത്തി തടവു പിടിച്ച് ആകാശം പരിശോധിച്ചു. ''ഒരു പിടുത്തും എങ്ങും ഇല്ല്യാണ്ട് ഇത്ര ഉയരെ. അന്തല്ല്യായാന്നല്ലാതെ എന്താ പറയ്യാ'' എന്ന് ചേച്ചിമുത്തശ്ശി പിറുപിറുത്തു, ''തിരുവില്വാമലത്തേവരേ നീതന്നെ തുണ' എന്നു മാറത്തു കൈ വെച്ചു.

അവർ പോയി കൊല്ലം തികയുമ്മുമ്പ് ഒരു മഹാനഷ്ടവും ഒരു മഹാലാഭവും ഉണ്ടായി. ചേച്ചിമുത്തശ്ശി മരിച്ചുപോയി. വളരെ പൊടുന്നനെ. സന്ധ്യയ്ക്ക് കാലും മുഖവും കഴുകി വന്ന് ഭസ്മം തൊട്ട് പതിവുപോലെ നാമം ജപിച്ച് എഴുന്നേൽക്കെ കട്ടിൽക്കാലിൽ താങ്ങു പിടിച്ച് കട്ടിലിൽ തിരികെ ഇരിക്കാൻ ശ്രമിച്ചു. ആ പിടി വിട്ടു കുഴഞ്ഞുരുസി നിലത്തടിഞ്ഞു. കണ്ടുനിന്ന പൊട്ടിമുത്തശ്ശി ''ഇതെന്തു കൂത്താ, ഏട്ത്ത്യേ'' എന്നു ചോദിച്ചതിന് മറുപടി കിട്ടാഞ്ഞ് ഉറക്കെ

വിളിച്ചതു കേട്ടാണ് കുഞ്ഞിലക്ഷ്മി വന്നത്. അതിനിടെ, കഴിഞ്ഞിരുന്നു.

തറവാട്ടിലെ 'ഇണങ്ങൻ' നാണുവേട്ടൻ വിവരമറിഞ്ഞെത്തി ഇറക്കി കിടത്തി ഉടനെ 'വേണ്ടതൊക്കെ' ചെയ്തതിൽപ്പിന്നെ പൂമുഖത്തിരുന്ന് വിസ്തിരിച്ചു മുറുക്കി പ്രത്യേകിച്ച് ആരേയുമല്ലാതെ അറിയിച്ചു, ''മരിക്ക്യാച്ചാൽ ഇങ്ങനെ വേണം. ഇതാണ് അനായാസേന മരണം.''

ചേച്ചിമുത്തശ്ശിയെ ചിതയിലേക്കെടുക്കുമ്പോഴും ചിരിച്ചുതന്നെ നോക്കിനിന്ന പൊട്ടിയെ ഉദ്ദേശിച്ച് ഏതോ ഒരമ്മായി പറഞ്ഞു, ''വിശേഷബുദ്ധിയില്ലെങ്കിൽ ഇങ്ങനെ ചെല മെച്ചണ്ട്, ട്ട്വാ!''

''ഏട്ത്തി സ്വർഗ്ഗത്തിലിക്കാണ് പോണതേയ്. ഞാമ്പിന്നെന്തിന് കരേണം?'' എന്നായിരുന്നു പൊട്ടിയുടെ മറുചോദ്യം.

അതു കഴിഞ്ഞ് ഏതാനും ദിവസങ്ങൾക്കകം അമേരിക്കയിൽ കിച്ചുവിന് പെൺകുഞ്ഞു പിറന്നു. പ്രസവത്തിന് നാട്ടിലേക്കു പോരാൻ കിച്ചുവിനോട് ടീച്ചറും മാഷും പലവുരു പറഞ്ഞു. ആഴ്ചയിലൊരിക്കലുള്ള ഫോൺവിളി ആയിടയ്ക്ക് ഈ ഒരു അപേക്ഷയ്ക്കായാണ് വീട്ടിലേവരും ഉപയോഗിച്ചത്. കുട്ടി അവിടെ ജനിച്ച് അവിടത്തെ ആളാവുകയാണ് നാളേയ്ക്കു നല്ലതെന്ന് കിച്ചു പറഞ്ഞു. എന്നാൽ, പ്രസവവും പ്രസവശുശ്രൂഷയും കഴിഞ്ഞിട്ടെങ്കിലും ഒന്നു വന്നുവോ? അതുമില്ല. അവരിരുവരും അവിടത്തുകാരാവാൻ അപേക്ഷ കൊടുത്തിരിക്കയാണെന്നും അതിന്റെ നടപടിക്രമം തീരുംവരെ സ്ഥലംവിടാൻ വയ്യെന്നും. ''അവടത്തെ സുഖം കണ്ട അവരൊന്നും ഇനി വര്ണ്ടാവ്ല്ല്യോ'' എന്നുവരെ എത്തി നാട്ടുവാർത്താവിശേഷം.

അമ്മയെയും അച്ഛനെയും അങ്ങോട്ടു കൊണ്ടുപോകാൻ കിച്ചു പരിശ്രമിച്ചു. മുത്തശ്ശിക്ക് പിന്നെ ആരുണ്ടിവിടെ എന്ന അമ്മയുടെ ചോദ്യത്തിന് പക്ഷേ, മറുപടി പറയാനായില്ല. അങ്ങനെയങ്ങനെ, നീണ്ട ആറു വർഷം കഴിഞ്ഞാണ് കിച്ചു കുടുംബത്തോടെ വന്നത്.

വന്നപ്പോഴൊ അച്ഛമ്മയുടെയും അച്ഛച്ഛന്റെയും മലയാളഭാഷ എന്നല്ല ഇംഗ്ലീഷുപോലും ആതിരയ്ക്കു മനസ്സിലാവുന്നതല്ല. ആതിരയുടെ അമ്മയും മലയാളം പഠിക്കാൻ കാര്യമായ ഒരു ശ്രമവും നടത്തിയതിനു തെളിവില്ല.

വിമാനത്താവളത്തിൽനിന്ന് അവരെത്തിയപ്പോൾ രാവിലെ ഒമ്പതു മണി കഴിഞ്ഞു. കുഞ്ഞുലക്ഷ്മിയും മാഷും അവരെ കൂട്ടാൻ ചെന്നിരുന്നു. പൊട്ടിമുത്തശ്ശിക്ക് അയൽവക്കത്തെ താവഴിക്കാർ കൂട്ട്. കാറിന്റെ പിന്നാലെ അവർ ചൂടോടെ പ്രാതലും കൊണ്ടുവന്നു. അതു

കഴിക്കാനല്ല, കുളിച്ച് ഒന്നു തല ചായ്ക്കാനാണ് കിച്ചുവും ആ പെൺ കിടാവും ആഗ്രഹിച്ചത്. നാല്പതു നാഴിക നേരം ആകാശത്ത് ഒരേ ഇരിപ്പായിരുന്നുപോലും. തകണപൊകണാന്ന് വീഴാതെ ഇങ്ങെത്തീത് കൊട്ട്ളയ്ക്കലെമ്മടെ കൃപ.

കാറിൽനിന്നിറങ്ങിയ ആതിര, ഏവരെയും അത്ഭുതപ്പെടുത്തി ക്കൊണ്ട്, വേറെ ആരേയും ഗൗനിക്കാതെ, നേരെ പൊട്ടിമുത്തശ്ശി യുടെ അരികിലേക്കു ചെന്ന് അവരെ കെട്ടിപ്പിടിച്ചു. എത്രയോ കാലത്തെ പരിചയമുള്ളപോലെ.

''ഇതാരാ ഇത്.'' മുത്തശ്ശി എഴുപത്തഞ്ചിന്റെ പരിമിതി വക വെക്കാതെ ആതിരയെ പണിപ്പെട്ടു പിടിച്ചുവാരി മടിയിൽ കയറ്റി യിരുത്തി, ''മുത്തശ്ശീടെ സുന്ദരിക്കുട്ടി.''

കിച്ചുവും ഭാര്യയും ആ സമാഗമം അല്പം വിസ്മയത്തോടെ കാണുന്നുണ്ടായിരുന്നു. പരിചയമില്ലാത്ത ആരിൽനിന്നും എപ്പോഴും അകന്നു നിൽക്കുന്നതാണ് ആതിരയുടെ പ്രകൃതം. മാത്രമല്ല, മുത്തശ്ശി പറയുന്ന ഒരക്ഷരവും അവൾക്ക് മനസ്സിലാവുകയും ഇല്ലെന്നിരിക്കെ....

കുഞ്ഞുലക്ഷ്മി ചോദിച്ചു, ''വല്ല്യമ്മക്കോർമ്മയുണ്ടോ അവളുടെ പേര്?''

''ഇല്ല്യാതെ പിന്നെ.'' മുത്തശ്ശിയുടെ പല്ലില്ലാച്ചിരി ആവോളം വികസിച്ചു, ''ആ...തി...ര.''

''അല്ല.'' മുത്തശ്ശിയുടെ മാറിൽ തല ചായ്ച്ച് ആതിര പറഞ്ഞു, ''മീനാക്ഷി.''

ശരീരത്തിലൂടെ വൈദ്യുതി കടന്നുപോയപോലെ കുഞ്ഞു ലക്ഷ്മിയും മാഷും തരിച്ചിരുന്നു. അത്രത്തോളം അമ്പരന്നില്ലെന്നാലും കിച്ചുവിന്റെ നെറ്റിയും ചുളിഞ്ഞു. ഇതെങ്ങനെ? നാക്കിനു വഴങ്ങാത്ത പേരാണ് അവൾ പറഞ്ഞത്. അല്ല എന്നും ഇല്ല എന്നും മലയാള ത്തിൽ പറയാൻ ആതിരയ്ക്കറിയാം. പക്ഷേ, ഈ സൗഹൃദവും ആ പേരും.

ചേച്ചിമുത്തശ്ശിയുടെ മരണശേഷം വിശേഷിച്ചും മീനാക്ഷി എന്ന പേര് ഫോൺ സംഭാഷണങ്ങളിലും ഊൺമേശയിലെ വർത്തമാന ത്തിലും ആതിര കേട്ടിരിക്കാം. ഏതാണ്ട് ഒരാണ്ടായി അവൾ തനിക്ക് ആതിര എന്ന പേര് ഇഷ്ടമല്ലെന്നും തന്റെ പേര് മീനാക്ഷി എന്നാ ണെന്നും ചിണുങ്ങാറുമുണ്ട്. ഇത്രയും അക്ഷരവ്യക്തതയോടെ ആ പേരു പറയാൻ പക്ഷേ, ഇന്നോളം ഒരിക്കലുമവൾക്കു കഴിഞ്ഞിട്ടില്ല.

അപ്പോഴാണ് കിച്ചു ഒരു കാര്യം ഓർത്തത്. അവർ വന്ന കാർ പുഴയിലെ പാലത്തിൽ കയറിയപ്പോൾ ആതിര 'ഹായ്, പപ്പാ, ഇതാ

പുതിയ പാലം' എന്നു പറയുകയും 'നമ്മുടെ പുഴ, നമ്മുടെ പുഴ' എന്നു തുള്ളിച്ചാടുകയും ചെയ്തു. ഭാരതപ്പുഴ അവൾ മുൻപു കണ്ടതല്ല.

ഭാര്യയുടെ മുഖത്ത് അങ്കലാപ്പൊന്നുമില്ലെന്നു കണ്ടപ്പോൾ കിച്ചു സ്വയം ശാസിച്ചു, ''ഓ, ഞാൻ വെറുതെ ഓരോന്ന്.''

പക്ഷേ, ആതിരയുടെ തുടർന്നുണ്ടായ പെരുമാറ്റം കിച്ചുവിന്റെ അലംഭാവവും മനസ്സാന്നിദ്ധ്യവും ഒരുമിച്ചു നഷ്ടപ്പെടുത്തി. വീട്ടിലെ മുക്കും മൂലയുംപോലും ആതിരയ്ക്ക് നല്ല പരിചയം.

താഴത്തെ നിലയിലെ വടക്കെ അറയിലാണ് രണ്ടു മുത്തശ്ശിമാരും ഉറങ്ങാറ്. കട്ടിള കടന്നാൽ ഇടതും വലതുമായി ഒരേ വലുപ്പമുള്ള രണ്ടു കോസടിക്കട്ടിലുകൾ. രണ്ടിലും കോസടി നിവർത്തി വിരിച്ചിട്ടിരിക്കുന്നു. രണ്ടിന്റെയും തലയ്ക്കൽ അയിനിക്കാതലിൽ തീർത്ത ഒരേപോലത്തെ തുണിപ്പെട്ടികൾ. തുറന്നാൽ ഇരുവശങ്ങളിലും കള്ളറകളുള്ളത്. കാശോ ആഭരണമോ സൂക്ഷിക്കാൻ. അനിയത്തിയുടെ പെട്ടിയിൽ ഒന്നും വെക്കാറില്ല. ആ തുണികളും ചേച്ചിയുടെ സൂക്ഷിപ്പിലാണ്. ചേച്ചിയുടെ പെട്ടിയിലുമില്ല പണമൊന്നും. ആ പെട്ടിയുടെ കള്ളറയിൽ ആകെ ഉണ്ടായിരുന്നത് രണ്ടു തോടകളാണ്. പ്രതാപിയായ അച്ഛൻ തിരുമേനി കാതുകുത്തിനു സമ്മാനമായി പ്രത്യേകം പണിയിച്ചു കൊടുത്തയച്ചതാണ്, അയ്യഞ്ചു പവനാണ് ഓരോന്നും. അടുത്ത കാലത്ത് പൊട്ടും പൊടിയുമായി വീട്ടിലുള്ള 'മിന്നി'യെല്ലാം സുരക്ഷ വിചാരിച്ച് ബാങ്ക് ലോക്കറിലേക്കു മാറ്റിയപ്പോൾ അതും എടുത്തു.

രണ്ടു കട്ടിലിലും കിടക്കുന്നവർക്ക് രാവിലെ ഉണർന്നാൽ കണികാണാൻ പാകത്തിൽ എതിർച്ചുവരിൽ ഗുരുവായൂരപ്പന്റെ ചില്ലിട്ട ചിത്രം. മുറിയിലെ പാതിയിരുട്ടിൽ കണ്ണന്റെ മേനിക്കറുപ്പ് തിരിച്ചറിയാൻ പ്രയാസം, അതു കരുതിയാവാം, കണ്ണിന്റെ കൃഷ്ണമണികളുടെ സ്ഥാനത്ത് ചെറിയ മിന്നുകല്ലുകളുണ്ട്. പീലിക്കണ്ണിന്റെ നടുവിലുമുണ്ട് ഒരു മിന്നുകല്ല്.

കിച്ചു കുട്ടിയായിരുന്നപ്പോൾ രണ്ടു കട്ടിലും മുറിയുടെ നടുവിൽ ചേർത്താണിട്ടത്.

'തട്ടും തുലാനും' ഉള്ളതിനാൽ അറ്റ വേനലിലെ നട്ടുച്ചയ്ക്കും മുറിയിൽ കുളിരാണ്. കിഴക്കെ ഇടനാഴിയും പുറകോലായയും രാവിലെയും പടിഞ്ഞാട്ടുള്ള താഴുപുര ഉച്ചയ്ക്കു ശേഷവും വെയിലിന്റെ നേർവീഴ്ച തടയുന്നു.

ചേച്ചി പോയിട്ടും പൊട്ടിമുത്തശ്ശി ആ മുറിയിൽത്തന്നെ കിടന്നു. ഗുരുവായൂരെ കളഭത്തിന്റെ ഗന്ധമുള്ള ആ അറയിൽ കട്ടിലിൽ ഇരുന്ന് ഉറക്കം വരുവോളം ചേച്ചിയോട് വർത്തമാനം പറയുകയും

പതിവാണ്. ടീച്ചർക്കും മാഷക്കും അതു കേട്ടു ശീലമായി. ഓരോ ദിവസത്തെയും ഗുണദോഷങ്ങൾ പറഞ്ഞ് അനിയത്തിക്ക് വകതിരിവു വർദ്ധിപ്പിക്കാൻ ചേച്ചി കട്ടിലിൽ നേർക്കുനേർ ഇരുത്തുമായിരുന്നു. മരിക്കുന്നതിനു തലേന്നാളും ഇതുണ്ടായി. ഒരേ സംഗതിയാവും മിക്കവാറും എന്നും ആവർത്തിക്കുക. പൊട്ടിയായ അനിയത്തിക്കും അതു കാണാപ്പാഠമായി. ഇപ്പോൾ ചേച്ചി പറയുന്നതും താൻ പറയുന്നതും രണ്ടും താൻതന്നെ.

ആരും വഴി കാട്ടാതെ ആതിര നേരെ പോയത് ആ മുറിയിലേക്കാണ്. അകത്തെ വെളിച്ചക്കുറവുമായി കിച്ചുവിനുപോലും പുതുതായി പരിചയപ്പെടേണ്ട സാഹചര്യം. കൂടെ ചെന്ന് ഭാര്യ അതിലേറെ വിഷമിച്ചു. ആതിരയ്ക്കു പക്ഷേ, ഒരു പ്രയാസവും ഇല്ല.

അറയുടെ മരവാതിൽ അടഞ്ഞാണ് കിടന്നത്. അത് കരകരയെന്ന് തള്ളിത്തുറന്ന് ആതിര അകത്തു കടന്നു, സംശയം കൂടാതെ ചേച്ചിമുത്തശ്ശിയുടെ കിടക്കയിലേക്ക് ചാഞ്ഞു. മറ്റുള്ളവർ ഒപ്പമെത്തിയതിനകം ഇത്രയും കഴിഞ്ഞു.

ചേച്ചി പോയതിനു ശേഷവും പൊട്ടിയനിയത്തി ആ കിടക്ക ഒരു ആചാരംപോലെ എപ്പോഴും 'ഒരുക്കി' വെച്ചുപോന്നു. 'കിടപ്പിന്റെ വട്ട'ത്തിൽ ചേച്ചിക്ക് കണിശമായ നിഷ്കർഷയുണ്ടായിരുന്നു. തട്ടിക്കുടയണം, വെള്ള വിരിക്കണം, വിരി ഒന്നരാടം അലക്കി നീലം മുക്കണം, കറയോ പാടോ പാടില്ല, കരടും പൊടിയും കണ്ടാൽ മട്ടുമാറും. തന്റെ കിടക്കയിലോ വിരിയിലോ അനിയത്തിപോലും കിടക്കാനോ ഇരിക്കാനോ പാടില്ല. കിച്ചുവിനു മാത്രമാണ് ഇക്കാര്യത്തിൽ നീക്കുപോക്കനുവദിച്ചിരുന്നത്.

ആ കട്ടിലിൽ വീണ ക്ഷണത്തിൽ ആതിര ഉറങ്ങി. കിച്ചു കാലിലെ ഷൂസും സോക്സും ഊരി. ഓർമ്മയുടെ കൂടാരമായ ആ മുറിയിൽ നിൽക്കെ കിച്ചുവിനു തോന്നി. മുത്തശ്ശി ഇപ്പോഴും ആ കിടക്കയിൽ കിടപ്പുണ്ടെന്ന്. ആസ്വാദനീയമായ ആ വിഭ്രമത്തിൽ നിന്നുണർന്ന് പരിസരബോധത്തിലേക്കു തിരികെ വന്നത്, കുറച്ചൊന്നുറങ്ങിയാൽ ആതിരയുടെ മട്ടും മാതിരിയും ശരിപ്പെട്ടുകിട്ടുമെന്ന ആശ്വാസത്തിലേക്കാണ്.

കുളത്തിലെ കുളിർവെള്ളത്തിൽ മുങ്ങി നിവർന്നതോടെ കണ്ണുകൾ താനേ അടഞ്ഞുതുടങ്ങിയിരുന്നതിനാൽ കിച്ചു രണ്ട് ഇഡ്ഡലി കഴിച്ചെന്നു വരുത്തി മുകളിലെ അറയിൽ ചെന്നു കിടന്നു. ഇഴ പിരിക്കാനാവാത്ത ഗതകാലാനുഭവങ്ങളുടെ ഓർമ്മയോളങ്ങളിൽ ചാഞ്ചാടി നിമിഷങ്ങൾക്കകം ഉറക്കത്തിലേക്കു തെന്നുകയും ചെയ്തു.

ഉണർന്നത് താഴെ ആതിരയുടെ ബഹളം കേട്ട്. അവൾ ഉറക്കമുണർന്നിരിക്കുന്നു. മുറിയിലെ കനത്ത മരപ്പെട്ടി തുറന്നുവെച്ചിരിക്കുന്നു.

അതിലെ വർഷങ്ങൾ പഴകിയ സെറ്റുമുണ്ടുകളും റൗക്കകളും വിരികളും പുറത്തിട്ടിരിക്കുന്നു. പെട്ടിക്കു മുന്നിൽ ഇരുന്നാണ് എണ്ണിപ്പെറുക്കി ഉറക്കെ കരയുന്നത്. പറയുന്നതെന്തെന്ന് മനസ്സിലാകുന്നില്ല. പെട്ടിയുടെ കള്ളറയും തുറന്നാണിരിക്കുന്നത്.

കുട്ടിയുടെ കരച്ചിൽ കേട്ട് അമ്മയും മുത്തശ്ശിയും എത്തിയിട്ടുണ്ട്. അമ്മ പകച്ചു നിൽക്കുന്നു. കാരണം, ആ പെട്ടിയുടെ താക്കോൽ കിടക്കയുടെ താഴെ, തല വെക്കുന്നേടത്തിനു കൃത്യമായും ചുവടെ, സൂക്ഷിക്കുകയാണ് പതിവ്. അതിപ്പോഴും തെറ്റിക്കാറില്ല. പക്ഷേ, മാഷ്ക്കു പോലും വിവരമില്ലാത്ത ആ കാര്യം ആതിരയെങ്ങനെ അറിഞ്ഞു.

ആതിര നിലത്തമർത്തിച്ചവിട്ടി തല കുടയുന്നു, ‘‘എന്റെ തോട.’’

കുട്ടിയെ അനുനയിപ്പിക്കാൻ ശ്രമിക്കുന്നതിനൊപ്പം അമ്മ പൊട്ടിമുത്തശ്ശിയോട് ചോദിച്ചു, ‘‘വല്ല്യമ്മ എന്തിനേ ഈ പെട്ടി തുറന്നു വെച്ചത്?’’

‘‘ശിവ ശിവ! ഞാനോ? ഞാൻ ഒരു പെട്ടീം തുറുന്നുമ്മറ്റും ഇല്ല്യ. അഞ്ചാമ്പെരേല് വെള്ളരിക്ക നുറുക്ക്ണേലെടക്ക് ബഹളം കേട്ട് ഇപ്പൊ ഇങ്ങട് കേറീതാ. ഇദാ, കയ്യൊണങ്ങീട്ട്ല്ല്യ.’’

‘‘അല്ലാതെ, പിന്നെ, ആര്...’’ അമ്മയ്ക്ക് വഴി മുട്ടി.

ആതിരയുടെ ബഹളം മറ്റെല്ലാതും അപ്രസക്തമാക്കി. ഗാഢമായ ഉറക്കത്തിൽനിന്ന് ഉണർന്നു വന്ന ഭാര്യയുടെ സഹായത്തോടെ കിച്ചു കുട്ടിയെ ‘നല്ല മൂഡി’ലാക്കാൻ കിണഞ്ഞു പിടിച്ചു. അതിനിടെ ചോദിച്ചു, ‘‘തോട എന്നാൽ എന്താണമ്മേ?’’

അമേരിക്കയിൽനിന്നു പോരുമ്പോൾ അങ്ങനെ ഒരു ഉരുപ്പടി കൊണ്ടുവന്നിട്ടില്ല. എന്തിന്, അങ്ങനെ ഒന്നിനെപ്പറ്റി കേട്ടിട്ടേ ഇല്ല.

കാര്യം പറഞ്ഞു മനസ്സിലാക്കുന്നതിന്റെ ഭാഗമായി അമ്മ പെട്ടിയുടെ താക്കോൽ ഒളിപ്പിച്ചുവെക്കുക പതിവുള്ളതും പെട്ടിയുടെ കള്ളറ തുറക്കാൻ ഒരു കള്ളസ്സാക്ഷ നീക്കേണ്ടതുണ്ടെന്ന രഹസ്യവും വെളിപ്പെടുത്തി. അതോടെ കിച്ചുവിന് മനസ്സാന്നിദ്ധ്യം പറ്റേ നഷ്ടപ്പെട്ടു.

ആതിരയെ ശാന്തയാക്കാൻ മറ്റെല്ലാരും നടത്തിയ എല്ലാ ശ്രമവും പാഴിലായപ്പോൾ പൊട്ടിമുത്തശ്ശി ആതിരയുടെ മുന്നിൽ ചെന്നു കുനിഞ്ഞു നിന്ന് ‘പ്രാന്തു’ പറയാൻ തുടങ്ങി, ‘ഏട്ത്തി വെറുതെ എന്ത്നാ എല്ലാരേം വെഷമിപ്പിക്കണത്? ഇപ്പൊ എന്ത്നാ ആ തോട? കള്ളമ്മാര് റാഞ്ചാതിരിക്കാൻ അത് കുട്ട്യോള് എവടെയൊ കൊണ്ടോയി സൂക്ഷിച്ചു വെച്ചിരിക്ക്ണു. പൊട്ടത്തം എനിക്കേ ഉള്ളൂന്നേ ഞാൻ നിരീച്ചേ. ഇതേപ്പൊ നന്നായ്യേ. ഈ തുണി ഒക്കെ വാരി വലിച്ച്... ആയ്യ്യായീ.’

''വല്ല്യമ്മ എന്തു വിചാരിച്ചാ....?'' എന്നു തുടങ്ങിയ ടീച്ചർ, പൊട്ടി മുത്തശ്ശിയുടെ വാക്കുകൾ കേട്ട് ആതിര ശാന്തയാകുന്നത് അത്ഭുത ത്തോടെ കണ്ടു.

പൊട്ടിമുത്തശ്ശി ആതിരയോട് തുടർന്നു, ''എട്ത്തി ഇത്തിരീം കൂടി ഉറങ്ങിക്കോളൂ. ഞാൻ വേണെങ്കിൽ പപ്പടക്കാരന്റെ കഥ പറഞ്ഞു തരാം. പകലന്തിയോളം 'പീട്ടു' കുഴച്ച് അരിപ്പൊടിയിൽ കുളിച്ച് വഴിയെ പോകുന്ന അയാളെ കണ്ട് മന്ത്രവാദി മാധവൻനായര് പേടിച്ചോടീത് ഏട്ത്തി അറിഞ്ഞ്ട്ട്ണ്ടാവില്ല്യ! കഴിഞ്ഞ കൊല്ലത്തെ വിഷൂന്റന്നാ.''

ഇതു കേൾക്കെ ഉറക്കത്തിലേക്കു തിരിച്ചുപോയ ആതിരയെ വാരിയെടുത്ത് കിച്ചു കട്ടിലിൽ തിരികെ കിടത്തി.

പൊട്ടിമുത്തശ്ശി ചിരിച്ചു, ''അതന്നെ.''

കിച്ചു ചങ്കിടിപ്പോടെ ഭാര്യയോടു ചോദിച്ചു, ''നിനക്കെന്തു തോന്നുന്നു?'

അവർ ആശ്വസിപ്പിച്ചു, ''ജെറ്റ് ലാഗൊ മറ്റോ തലയ്ക്കു പിടിച്ചു കാണും. കുറച്ചുറങ്ങട്ടെ. ശരിയാവും.''

''എനിക്കല്പം ആശങ്ക തോന്നുന്നു. ഓർമ്മയുണ്ടോ, അവൾ കുറച്ചു മാസങ്ങളായി 'എനിക്കു വീട്ടിൽ പോകണം' എന്ന് കൂടെ ക്കൂടെ പറയുമായിരുന്നു. ഒരിക്കലും നേരിൽ കാണാത്ത മുത്തശ്ശി യുടെ ചിത്രം അവൾ തന്റെ കിടപ്പുമുറിയിൽ വെച്ചിരുന്നു. ആരും പറഞ്ഞറിയാത്ത വാക്കുകളും സാധനങ്ങളും ഇപ്പോൾ അവൾ അനാ യാസം കൈകാര്യം ചെയ്യുന്നതും.''

''അതുകൊണ്ട്?''

''അതീന്ദ്രിയാനുഭവങ്ങളിൽ എനിക്കും വിശ്വാസമുണ്ടായിരുന്നില്ല.''

''എനിക്ക് ഇപ്പോഴും ഇല്ല.'' എന്നായിരുന്നു തറപ്പിച്ച മറുപടി.

ഹൈസ്കൂളിൽ പോകാൻ തുടങ്ങിയതുമുതൽ കിച്ചു ഉപയോ ഗിച്ചത് മുകളിലെ മുറിയാണ്. അത് അച്ഛനുമമ്മയും അതേപടി സൂക്ഷിച്ചിരുന്നു. താറുമാറായ ഉറക്കം തുടരാൻ കിച്ചുവും ഭാര്യയും അവിടേക്ക് വീണ്ടും കോണി കയറി. ചെന്ന് കിടന്നു എങ്കിലും കിച്ചു വിന് ഉറക്കം വന്നില്ല. പക്ഷേ, എത്ര ആലോചിച്ചിട്ടും യാതൊരു എത്തും പിടിയും കിട്ടിയില്ല. ജീവിതപങ്കാളിയുടെ ഉറക്കത്താളക്രമ ത്തിലുള്ള ശ്വാസഗതി ഈ വിചിന്തനത്തിൽ തനിക്കാരും കൂട്ടില്ല എന്ന അധികസങ്കടംകൂടി ജനിപ്പിച്ചു.

മുജ്ജന്മസ്മൃതിയുടെ ലക്ഷണങ്ങളാണോ കുട്ടിയിൽ കാണുന്ന തെന്ന് ആലോചന നീണ്ടെത്തിയതോടെ കിച്ചു എഴുന്നേറ്റു പുറത്തു

പോയി ലാപ്ടോപ്പ് വഴി സുഹൃത്തായ ഒരു അമേരിക്കൻ ഡോക്ടറുടെ മുന്നിൽ ഇന്റർനെറ്റുവഴി പ്രശ്നം അവതരിപ്പിച്ച് അഭിപ്രായം തേടി. ആ സുഹൃത്ത് ഒരു സൈക്യാട്രിസ്റ്റുമായും അയാൾ അതീന്ദ്രിയാനുഭൂതി പഠിക്കുന്ന രാഷ്ട്രാന്തരീയ സംഘടനയുടെ നേതൃത്വവുമായും ബന്ധപ്പെട്ടു. പത്തിരുപതു മിനിറ്റുകൾക്കകം കൊൽക്കൊത്തയിൽ നിന്ന് ഒരു വിളി വന്നു, ''ഞാൻ അശുതോഷ് ബാനർജി. ഇയെസ്പി ഇന്റർനാഷണലിന്റെ വൈസ് പ്രസിഡന്റാണ്. കേട്ട വിവരങ്ങൾ വെച്ചു നോക്കിയാൽ കുട്ടിക്ക് കുഴപ്പമൊന്നുമില്ല. വളർച്ചയ്ക്കോ വികാസത്തിനോ തടസ്സവും ആവില്ല. സാധാരണജീവിതത്തിനൊരു അധികമാനംപോലെ. ഒരു പ്രായപരിധി കഴിയുമ്പോൾ ഈ സവിശേഷത താനേ നഷ്ടമാകാം. വിരോധമില്ലെങ്കിൽ എനിക്ക് ആതിരയെ നേരിൽ കാണാൻ ആഗ്രഹമുണ്ട്. ഇത്തരം കേസുകൾ അപൂർവമാണ്, ഇനിയും ഈ പ്രതിഭാസത്തെപ്പറ്റി ഒട്ടേറെ പഠിക്കാനുമുണ്ട്.''

''വരൂ, ഡോ. അശുതോഷ്, താങ്കൾക്ക് സ്വാഗതം.''

തിരികെ മുറിയിൽ പോയി സമാധാനമായി അല്പം ഉറങ്ങാമെന്നു കരുതി ലാപ്ടോപ്പ് ഓഫാക്കിയ കിച്ചുവിന് പക്ഷേ, വീണ്ടും ആതിരയുടെ അടുക്കലേക്കുതന്നെ ചെല്ലേണ്ടിവന്നു. ആ കൃത്യനേരത്തുതന്നെയാണ് അമ്മ 'കിച്ചു' എന്ന് ഉറക്കെ വിളിച്ചുകൊണ്ട് മുകളിലേക്കു വന്നത്.

ഉറക്കമുണർന്ന ആതിര അമ്മയെ 'കുഞ്ഞീ' എന്നും 'കണ്ണേ' എന്നും വിളിച്ചതായിരുന്നു പ്രകോപനം. ചേച്ചിമുത്തശ്ശിയൊരാളേ അങ്ങനെ വിളിക്കാറുള്ളൂ. ഇതും പോരെങ്കിൽ അച്ഛനെ 'അപ്പൂട്ടൻ' എന്നും. സ്വന്തം വീട്ടിൽ അച്ഛന് അങ്ങനെയൊരു വിളിപ്പേരുണ്ടായിരുന്ന കഥ അമ്മപോലും ഏറെക്കുറെ മറന്നുപോയിരുന്നു.

കിച്ചുവിനെ ആതിര സന്തോഷപൂർവ്വം എതിരേറ്റത് 'ഹായ്, കിച്ചുപിച്ചു' എന്നും. 'കിച്ചു' എന്നു വിളിച്ചുപോന്ന ഭാര്യയും 'കിച്ചുപിച്ചു' എന്നു പറയാറില്ല. അത് ചേച്ചിമുത്തശ്ശി തന്റെ സ്നേഹവാത്സല്യങ്ങൾക്ക് സ്വയം കണ്ടെത്തിയ കുത്തകയായ ശബ്ദാവിഷ്കാരമായിരുന്നു.

ആ കൃത്യനേരത്ത് ഇണങ്ങൻ എന്ന സ്വാതന്ത്ര്യത്തിൽ, ആരുടെയും സമ്മതത്തിനോ ക്ഷണത്തിനോ കാക്കാതെ, നേരെ അകത്തളത്തിലെത്തിയ നാണുവാശാനെ കണ്ട ആതിര 'നാണപ്പൻ' എന്നും അഭിസംബോധന ചെയ്തു.

''ഏട്ത്തി അമേരിക്കേന്ന് വന്നതാ, ഇന്നെ കാണാൻ.'' പൊട്ടിമുത്തശ്ശി സസന്തോഷം എല്ലാവരെയും അറിയിച്ചു, ''വര്ണൂന്ന് മുമ്പ് പറഞ്ഞും ഇല്ല്യ.''

'കാരണവൻമാരെത്തു'ന്ന നാടകം പഴയ തറവാടുകളിൽ പലപ്പോഴും അരങ്ങേറാറുണ്ട്. വീട്ടിലെ ആരെങ്കിലുമൊരാൾ താൻ ഇന്ന കാരണവരാണ് എന്നങ്ങ് പൊടുന്നനെ ഉറഞ്ഞുതുള്ളി അവകാശപ്പെടും.

പരീക്ഷണാർത്ഥം നാണുവാശാൻ ആതിരയോടു ചോദിച്ചു, ''ആട്ടെ, എന്നാൽ പറയ്, എന്റെ ഭാര്യടെ പേരെന്താ?''

''സംബന്ധം മത്യാക്കീതും പോരാ, നിയ്യ് നാണപ്പാ, വെളുത്ത അമ്മാളു എന്ന പേരും മറന്ന്വോ?''

നാട്ടിൽ രണ്ട് അമ്മാളുമാരുണ്ട്. വെളുത്ത അമ്മാളു നാണുവാശാന്റെ പഴയ സംബന്ധക്കാരി, കറുത്ത അമ്മാളു കോൽക്കാരൻ ഗോപാലൻകുട്ടിയുടെ നിലവിലെയും.

പഞ്ഞിക്കായ പൊട്ടിയപോലെ ഈ വിവരം നാട്ടിലെങ്ങും പരന്നു. സന്ദർശകരുടെ പ്രവാഹമായി. വീടും വീട്ടുകാരുമായി പരിചയമുണ്ടായിരുന്നവരൊക്കെ 'എന്നെ അറിയാമോ', 'ഞാനാരാണ്?' എന്നു തുടങ്ങിയ ചോദ്യങ്ങളുമായി ആതിരയുടെ മുന്നിലെത്തി. ഒരു പരിചയവുമില്ലാത്തവർ ഈ മഹാത്ഭുതം ഒരു നോക്കു കാണാനും.

ദിവസത്തിൽ എപ്പോഴെങ്കിലും കുറച്ചു നേരമേ ആതിര ചേച്ചി മുത്തശ്ശി ആയുള്ളൂ. ബാക്കി നേരമത്രയും അഞ്ചു വയസ്സുകാരി ആതിര തന്നെ. മലയാളമോ വീടോ നാടോ മുൻപരിചയമില്ല. മുത്തശ്ശിയായി ഇരിക്കെ പറഞ്ഞതും ചെയ്തതും ഒന്നും ഓർമ്മയും ഇല്ല. പക്ഷേ, എപ്പോഴാണ് പ്രകൃതമാറ്റം സംഭവിക്കുക എന്ന് ഒരു നിശ്ചയവും ഇല്ല. അതു ചിലപ്പോൾ ഏതാനും മണിക്കൂറുകൾ വരെ നീണ്ടുനിന്നു.

ആകെ തകർന്നുപോയത് അവളുടെ അമ്മയാണ്. ആധുനിക ഭൗതികം അസാദ്ധ്യമെന്നു ശഠിക്കുന്ന സംഗതിയുടെ അങ്കലാപ്പല്ല, തന്റെ കുട്ടിക്ക് നാളെ എന്തു സംഭവിക്കുമെന്ന സംഭ്രാന്തിയാണ് അവരെ കടപുഴക്കിയത്. പകൽ സമനില പാലിച്ച് നിന്നുവെങ്കിലും രാത്രി പുലരുവോളം കിച്ചുവിന്റെ മാറിൽ തല ചായച്ച് കരഞ്ഞു. ആശ്വസിപ്പിക്കാൻ ആകെ ഉണ്ടായിരുന്നത് ഡോ. അശുതോഷിന്റെ വാക്കുകൾ മാത്രമാണ്. അന്യരാരെയും ഈ വിഷമം അറിയിക്കേണ്ട എന്ന് ആദ്യം നിഷ്കർഷിച്ച് ആൾ ഇപ്പോൾ അശുതോഷ് ഇങ്ങെത്തിക്കിട്ടാൻ നോമ്പുനോറ്റ് ഇരിപ്പായി.

സൂക്ഷ്മമായി നിരീക്ഷിച്ചപ്പോൾ കിച്ചു കണ്ടെടുത്ത ഒരു കാര്യം പൊട്ടിമുത്തശ്ശിയുടെ സാന്നിദ്ധ്യത്തിലാണ് ആതിരയ്ക്ക് മിക്കപ്പോഴും ഭാവമാറ്റം സംഭവിക്കുന്നതെന്നാണ്. സാന്നിദ്ധ്യം ഒഴിവാക്കി പരീക്ഷിക്കാൻ നിശ്ചയിച്ചു. ഈ കാര്യം സ്ഥിരീകരിച്ചാൽ അമേരിക്കയിൽ

തിരികെ എത്തുന്നതോടെ തീരുന്നതേ ഉള്ളൂ പ്രശ്നമെന്ന് ഉറപ്പാവുമല്ലോ.

ഗുരുവായൂർക്കു പുറപ്പെടുമ്പോൾ മുത്തശ്ശിയും കൂടെ പോരാൻ തുനിയുമോ എന്ന ശങ്ക വെറുതെ ആയി. വീടു വിട്ട് എങ്ങുമേ പോകാൻ അവർക്ക് ഒരു താല്പര്യവും ഇല്ലായിരന്നു. വീട്ടിൽ മുത്തശ്ശിയെ തനിച്ചാക്കാൻ വയ്യാത്തതിനാൽ അച്ഛനുമമ്മയും കൂടി പിൻവാങ്ങി.

അമ്പലത്തിലെ അന്തരീക്ഷം ആരോഗ്യകരമായ മാറ്റമായി മൂന്നാൾക്കും അനുഭവപ്പെട്ടു. ആതിരയ്ക്ക് വെണ്ണകൊണ്ട് തുലാഭാരം നടത്തി. വലിയ തിരക്കായതുകൊണ്ട് രാവിലെ അകത്തു കടന്ന് തൊഴാൻ പറ്റിയില്ല. പക്ഷേ, നിരാശയൊന്നും തോന്നിയില്ല. കാരണം, തുടർച്ചയായി രണ്ടു ദിവസമെങ്കിലും വീട്ടിൽനിന്ന് മാറി നിൽക്കാനായിരുന്നു പരിപാടി. ധാരാളം സമയമുണ്ട്.

ഹോട്ടലിൽ വെച്ച് ആരോ പറഞ്ഞു, ''നിർമ്മാല്യം തൊഴാതെ എന്ത് കൃഷ്ണദർശനം? വെച്ചുകെട്ടും വാരിത്തേപ്പുമില്ലാതെ ഭഗവാനെ കാണണമെങ്കിൽ ആ നേരത്തു ചെല്ലണം.''

കിച്ചുവിനുള്ളത്രയും വിശ്വാസം ഭാര്യയ്ക്കില്ലെങ്കിലും ഇതൊരു അപൂർവാനുഭവമാകയാൽ അവരും തയ്യാറായി. അമേരിക്കയിൽ തിരികെ ചെന്നാൽ സുഹൃത്തുക്കളോട് പറയാൻ ഒരു വിശേഷം.

പുലർച്ചെ രണ്ടു മണിക്ക് കുളിച്ചു തയ്യാറായി ആതിരയെ ഉറക്കച്ചടവോടെ കുളിപ്പിച്ചെടുത്ത് ചുമലിലേറ്റി കിച്ചു നടന്നു. നട തുറന്നപ്പോൾ തിരക്കിനിടയിൽ എങ്ങനേയോ മുന്നിൽ എത്തിപ്പെട്ടു. ആതിരയെ തട്ടിത്തട്ടിയുണർത്തി എടുത്തുയർത്തി ദർശനം സാധിപ്പിച്ച ഉടൻ ചേച്ചിമുത്തശ്ശി സംസാരിച്ചു. ഇത്തവണ മുത്തശ്ശിയുടെ സ്വരവുംകൂടി തികഞ്ഞായിരുന്നു ആൾമാറാട്ടം, ''കുട്ടീ കിച്ചുപിച്ചു, ആ പൊട്ടിപ്രാണ്യേങ്കൂടി കൊണ്ടോരായിരുന്നു. കഷ്ടായി. അവൾക്ക്ണ്ടൊ ഇതു വല്ലതും ഈ ജന്മം ഇനി സാധിക്കണൂ.''

ഹതാശരായ കിച്ചുവും ഭാര്യയും ശേഷിച്ച ഒരു ദിവസത്തെ പരിപാടി ഉപേക്ഷിച്ച് നാട്ടിലേക്കു മടങ്ങാൻ നിശ്ചയിച്ചു. പാതിവഴിയായപ്പോൾ ഡോ. അശുതോഷിന്റെ ഫോൺ വന്നു, ''ഞാൻ വീട്ടിൽ എത്തിയിരിക്കുന്നു.''

തങ്ങൾ വഴിയിലാണെന്ന് കിച്ചു ക്ഷമാപണത്തോടെ അറിയിച്ചു. നേരത്തെ മടങ്ങാൻ തോന്നിയതിൽ സ്വയം അഭിനന്ദിച്ചു.

വീടെത്തിയപ്പോൾ ആതിര പറഞ്ഞു, ''അറിയാത്ത ആരോ വന്നിരിക്ക്ണൂ.''

പക്ഷേ, ആ ആളെ ഒന്നു നോക്കുകപോലും ചെയ്യാതെ അകത്തു കടന്ന് മുത്തശ്ശിയുടെ മുറിയിൽ ചെന്ന് പ്രസാദവും പൂവും അനിയത്തിക്കു കൊടുത്തു, ''പോരായിരുന്നൂന്ന് ഇപ്പൊ തോന്നണുണ്ടോ?''

''ഇല്ല.'' പൊട്ടിമുത്തശ്ശി ചിരിച്ചു. ''പോന്ന ഫലായീലോ.''

''വരാത്തത് നന്നായി. എന്താ തെരക്ക്. വയ്യാത്തോരക്ക്ണ്ടോ പറ്റ്ണൂ, അതിന്റെടേല്?''

''ഏട്ത്തി വല്ലാണ്ട് ബുദ്ധിമുട്ട്യോ, തൊഴാൻ?''

''ഒട്ടും വെഷമിച്ച്ല്യാന്ന് പറഞ്ഞൂടാ. എന്തായ്യാലും കണ്ണനെ കണ്ടു. കൃഷ്ണാ, ഗുരുവായൂരപ്പാ. ആട്ടെ, ഇനി ഒന്ന് നടുനീർത്താം. ന്താ?''

അതു പറയലും തന്റെ കട്ടിലിൽ കയറി കിടക്കലും ഉറക്കവും ഒപ്പമെന്നപോലെ നടന്നു.

ഈ നാടകത്തിന്റെ അവസാനത്തെ ഏതാനും നിമിഷങ്ങളേ അശുതോഷിന് കാണാനും രേഖപ്പെടുത്താനും ഒത്തുള്ളൂ. നേരത്തെ ഉണ്ടായതൊക്കെ കിച്ചു കൃത്യമായി അറിയിച്ചു. കുടുംബത്തിന്റെ മുഴുവൻ പശ്ചാത്തലവും അശുതോഷ് കുറിച്ചെടുത്തു. കിച്ചുവിനെയും ഭാര്യയെയും അശുതോഷ് തന്നാലാവുംവിധം ആശ്വസിപ്പിച്ചു.

''പേടിക്കേണ്ട, ഇതൊരു രോഗമല്ല. ഉവ്വ്, ഈ അവസ്ഥയിൽ നമുക്കു വിശദീകരിക്കാനാവാത്ത പലതുമുണ്ട്. അതുകൊണ്ടു മാത്രം ഇത് അസത്യമോ അടിസ്ഥാനരഹിതമോ ആവുന്നില്ല. ഏതായാലും ഒരു വിഷമവും ആതിരയ്ക്ക് ഇതുകൊണ്ടുണ്ടാവില്ല എന്നേ സമാന സംഭവങ്ങളുടെ ചരിത്രം വെച്ചു നോക്കുമ്പോൾ കരുതാനൊക്കൂ.

ന്യൂജെൻ വേഷവും മഹർഷിയുടെ പ്രകൃതവുമുള്ള അശുതോഷിനെ കിച്ചുവിന് ഇഷ്ടമായി. യുനെസ്കൊ ഗ്രാന്റുമായി ഈ വിഷയത്തിൽ അന്വേഷണം നടത്തുന്നതിനാൽ അമേരിക്കയിൽ വരാറുണ്ടെന്നും അവിടെ കൂടെക്കൂടെ കാണാമെന്നും അശുതോഷ് പറഞ്ഞു. ഒരു താക്കീതും നൽകി, ''ഇവിടം വിട്ടു പോകാൻ ആതിരയ്ക്ക് ഇഷ്ടമുണ്ടാവില്ല. പുറപ്പെടുമ്പോൾ കുട്ടിക്ക് കടുത്ത മനക്ഷോഭത്തിനിടയാകാതെ ശ്രദ്ധിച്ചാൽ നന്ന്.''

രണ്ടു ദിവസം കൂടെ തങ്ങി പിരിയുന്നേരം അശുതോഷ് ഏല്പിച്ചു, ''ഇവിടന്നങ്ങോട്ട് എങ്ങനെ ഇരിക്കുന്നു എന്നുകൂടി അറിയിച്ച് ഗവേഷണവുമായി സഹകരിക്കണം.''

തിരികെ പോകുന്ന കാര്യം പറഞ്ഞപ്പോഴേ ''ഐയാം നോട്ട് ഗോയിങ് നോ വേർ' എന്ന് 'കരിമ്പൻ' ശൈലിയിലായിരുന്നു ആതിരയുടെ കടുത്ത പ്രതികരണം. അതു വിട്ടുവീഴ്ചയേ ഇല്ലാത്ത പ്രതിഷേധത്തിന്റെ മുദ്രാവാക്യമെങ്കിൽ, മുത്തശ്ശിയുടേത് ദാരുണപ്രരോദനത്തിന്റെ മുഖവുര. ''എല്ലാരും പോയാപ്പിന്നെ മറ്റ്ള്ളോര് ഇര്ന്ന്ട്ടെന്താ കാര്യം?' എന്ന്. അല്ലെങ്കിലേ ഒരു നേരം മാത്രമേ വല്ലതും

കഴിക്കാറുള്ളൂ. ഇപ്പോൾ അതും ഇല്ലാതായി. കിച്ചുവും അച്ഛനമ്മമാരും ഭാര്യയും ആതിരതന്നെയും പറഞ്ഞിട്ടും ഫലമുണ്ടായില്ല.

ഒരിക്കൽ, ചേച്ചിമുത്തശ്ശിയായി ഭാവം പകർന്ന ആതിര കർശനമായി ശാസിച്ചിട്ടുപോലും ഒന്നും കഴിക്കാൻ കൂട്ടാക്കിയില്ല. ഏട്ത്തി അന്യേത്തിയോട് ക്ഷോഭിച്ചു, ''നീയിത് എന്തു കണ്ടിട്ടാ? നിന്റെ കാര്യം ഇനി ആര് നോക്കാനാ?''

ചേച്ചിമുത്തശ്ശി ജീവിതത്തിൽ അവസാനമായി പറഞ്ഞ വാക്കുകൾ ഇങ്ങനെ: ''ഞാൻ ഏട്ത്തിടെ കൂടെ പോര്ാണലൊ, പിന്നെന്താ.''

ചുണ്ടത്തെ ചിരി മാഞ്ഞില്ലെന്നാലും പിന്നെ ദിവസം ചെല്ലുന്തോറും ആരോഗ്യനില മോശമായി. ഒന്നും ചെയ്യാനില്ലെന്ന് ഡോക്ടർ പറഞ്ഞു. അമ്മയുടെ നിർദ്ദേശപ്രകാരം കിച്ചുവും കുടുംബവും യാത്ര നീട്ടി. ആഷാഢപൗർണ്ണമിനാൾ പുലരാൻകാലത്ത് പൊട്ടിമുത്തശ്ശി മരിച്ചു. ഒരു പൂമ്പാറ്റ പൂവിലമർന്ന് ചിറകടി പതുക്കെ ഒതുക്കി കാണെക്കാണേ നിശ്ചലമാകുന്നപോലെ.

താനും കൂടെ വരുന്നെന്നു മുത്തശ്ശി പറഞ്ഞ ദിവസത്തിനു ശേഷം ആതിരയ്ക്ക് ഒരിക്കലും ഭാവമാറ്റം വന്നില്ല. മുത്തശ്ശിയുടെ അരികിൽ ചെന്ന് ഏറെനേരം ഇരിക്കാറുണ്ടായിരുന്നെങ്കിലും കരയുകയോ ചെറുതായിപ്പോലും വിഷമിക്കയോ ചെയ്തില്ല. മുത്തശ്ശി മരിച്ചിട്ടും ആതിര എന്ന കുട്ടിയായിത്തന്നെ ഇരുന്നു. ശവദാഹച്ചടങ്ങുകൾ സാകൂതം നോക്കി നിന്നു. അപ്പോൾ മാത്രമാണ് കണ്ണീർമുത്തുതിർന്നത്. ചിതാഭസ്മം ഒഴുക്കാൻ തിരുന്നാവായിലേക്ക് അച്ഛന്റെ കൂടെ പോയി.

എല്ലാം കഴിഞ്ഞ് തിരികെ പുറപ്പെടേണ്ട ദിവസം രാവിലെ പ്രാതലിനിരിക്കെ കിച്ചു അച്ഛനമ്മമാരെ ക്ഷണിച്ചു, ''ഇവിടം നോക്കാൻ ആരെയെങ്കിലും ഏല്പ്പിച്ച് ഇനി അങ്ങോട്ടു പോരൂ.''

''ഇവിടെ അന്തിത്തിരി കത്തിക്കണം. ആണ്ടിലൊരിക്കൽ നിങ്ങൾ ഇങ്ങോട്ടു വന്നാൽ മതി.'' അമ്മ പറഞ്ഞു, ''ഞങ്ങളിലൊരാൾ മാത്രമാവും കാലം എങ്ങോട്ടു വേണമെങ്കിലും പോരാം. അല്ലെങ്കിൽ, ഞങ്ങളെക്കൊണ്ട് നിങ്ങൾക്കവിടെ കാര്യമായ ആവശ്യം വല്ലതും വരുമ്പോൾ ആലോചിക്കാം.''

കാർ വരുവോളം ആതിര വീട്ടിലെ മുറികളിലും തൊടിയിലും ചുറ്റിപ്പറ്റി നടന്നു. അമ്മ വിടാതെ കൂടെ കൂടി. പൊട്ടിമുത്തശ്ശിയെ ദഹിപ്പിച്ചേടത്ത് കട വെട്ടി നട്ട വാഴയുടെ നെടുന്തുമ്പ് ഒഴികെ ഉണങ്ങിപ്പോയിരുന്നു.

മുത്തശ്ശിയുടെ മരണസമയത്തുപോലും ആതിരയ്ക്കൊരു വിഷമവും ഉണ്ടായില്ല എന്നത് ഉൾപ്പെടെയുള്ള വിവരങ്ങൾക്ക് അയച്ച

മെയിലിന് അശുതോഷന്റെ മറുപടി വന്നു കിടന്നത് കിച്ചു തുറന്നു. ഭാര്യയെ വിളിച്ചു കൂടെ ഇരുത്തി ഒരുമിച്ച് ഒരാവർത്തികൂടി വായിച്ചു.

ആതിരയ്ക്ക് അഞ്ചു വയസ്സായാൽ ഒരു കുഞ്ഞുകൂടി ആവാം എന്നായിരുന്നു, എവിടെയോ ജനിച്ച് മറ്റെവിടെയൊ വളർന്ന് മറ്റെവിടെയൊ എത്തിപ്പെട്ട അവർ ഒന്നിക്കുമ്മുമ്പ് കൈക്കൊണ്ട തീരുമാനം.

കിച്ചു കൂട്ടുകാരിയുടെ കണ്ണുകളുടെ ആഴങ്ങളിലേക്കു നോക്കി.

സമ്മിശ്രവികാരങ്ങളോട് മുഖം തെല്ലു കുനിച്ച് ആ അമ്മ പതുക്കെ ഉരുവിട്ടു. ''ഒന്നിനും ഒരു ഉറപ്പുമില്ലാത്ത ഈ ലോകത്ത് നമ്മുടെ കുഞ്ഞുങ്ങൾക്ക് ശക്തമായ സാഹോദര്യമെങ്കിലും...''

''എനിക്കുറപ്പുണ്ട്.'' കിച്ചു ഉള്ളറിഞ്ഞ് പുഞ്ചിരിച്ചു. ''നല്ല ജീവനുകൾക്ക് നല്ല ജീവനുകൾ പല രൂപഭാവങ്ങളിലും എന്നും കൂട്ടുണ്ടാവും!'

പരിചയപ്പെട്ടതിൽപ്പിന്നെ ഇന്നാദ്യമായി ആതിരയുടെ അമ്മ നിറകണ്ണുകളോടെ ഉരുവിട്ടു. ''ഈശ്വരാ!''

■

ചാവേറുകൾ ഉണ്ടാകുന്നതും ഇല്ലാതാകുന്നതും

ഒന്ന്

''ഭാമേ,'' ദിലീപ് ചോദിച്ചു, ''ഇത്രയും വെള്ളത്തെ തടഞ്ഞു നിർത്തിയിരിക്കുന്ന ആ അണയെക്കുറിച്ച് ഒരു വേവലാതിയും തോന്നുന്നില്ലേ?''

മധുവിധുവിന്റെ ഭാഗമായുള്ള വിനോദയാത്രയ്ക്കിടെ മലമ്പുഴയിൽ വന്നതാണ്. ശീതീകരിച്ച് ഹോട്ടൽമുറിയുടെ കണ്ണാടിജനാലയിലൂടെ ആകാശംമുട്ടെ ഉയർന്നു നിൽക്കുന്ന അണ കാണാം. അതിനു താഴെ പരന്നു കിടക്കുന്ന പൂന്തോട്ടവും. പശ്ചാത്തല കാവലിന് പശ്ചിമഘട്ടനിരകൾ.

കത്തുന്ന വെയിലാണ് പുറത്ത്. ഹോട്ടലിൽ വന്നു കയറിയപ്പോൾ രാത്രിയായി. നേരം പുലർന്ന് ഒരു മണിക്കൂറിനകം ചൂട് അസഹ്യം. പുറത്തിറങ്ങാൻ വയ്യ.

താൻ കുളിമുറിയിൽനിന്ന് ഇറങ്ങാൻ കാത്തിരിക്കയായിരുന്നു ദിലീപ് ഇതു ചോദിക്കാൻ എന്നു തോന്നി ഭാമയ്ക്ക്. ഒരു ചെറിയ കുട്ടിയുടെ സ്വഭാവം ദിലീപിൽ കണ്ടതാണ് ഭാമയെ ഒറ്റ നോട്ടത്തിൽ ദിലീപിലേക്ക് ആകർഷിച്ച ഒരു കാര്യം. ഇരുവരും ഐടി പ്രൊഫഷണലുകൾ. അംഗസംഖ്യ ധാരാളമുള്ള സമൂഹം, ബഹുസ്വരത സുലഭം. ഇണയെ കണ്ടെത്താൻ എളുപ്പമാണ്. ഒന്നുരണ്ടുപേരെ മനസ്സിലിരുത്തി തുലാഭാരം തൂക്കി ഒഴിവാക്കിയതിനു ശേഷമാണ് ദിലീപിൽ എത്തി ഭാമ അന്വേഷണപർവ്വം അവസാനിപ്പിച്ചത്.

കുട്ടിത്തത്തിന്റെ ഭാഗമായോ അല്ലാതെയോ മറ്റൊരു സൗകുമാര്യംകൂടി ദിലീപിന്റെ മുഖത്ത് സ്ഥായിയാണ്. എന്തിനെയെന്നില്ലാത്ത പേടി. ഇതുകൂടി ആകുമ്പോഴാണ് ശാലീനത തികയുക. കണ്ടുമുട്ടി ഏതാനും ആഴ്ചകൾക്കകംതന്നെ ഒരുമിച്ചു കഴിയാനുള്ള തീരുമാനം

ഇരുവരുടെയും ഉള്ളിൽ നാമ്പിട്ടെന്നാലും ഏതാനും മാസങ്ങൾകൂടി അന്യോന്യനിരീക്ഷണം എന്ന കുസൃതിക്കായി നീക്കിവെച്ചു. ഔപചാരികമായ തീരുമാനം കരുതിക്കൂട്ടി വൈകിച്ചു.

പൊതുവെ പ്രസന്നനാണെന്നാലും ദിലീപിന് ശരാശരിയിൽ കവിഞ്ഞ ആശങ്കകളുണ്ടെന്ന് ഭാമ കണ്ടു. അതും പക്ഷേ, രസകരമായ ഇടപെടലുകളിലേക്കു നയിച്ചതിനാൽ അനിഷ്ടം ഉളവാക്കിയില്ല. ഉദാഹരണത്തിന്, കൂട്ടുജീവിതത്തിനൊരു താവളം തേടി അപ്പാർട്ടുമെന്റുകൾ കയറിയിറങ്ങുമ്പോൾ ലിഫ്റ്റ് മൂന്നോ നാലോ നില വിട്ട് പിന്നെയും മുകളിലേക്കു പോകെ ഓരോ നില പൊങ്ങുമ്പോഴും ദിലീപ് കൂടുതൽ അസ്വസ്ഥനാവും. ആശങ്ക പെരുകുന്തോറും ഭാമയോട് അത്രയ്ക്കത്രയ്ക്ക് ചേർന്നുനിൽക്കുകയും ചെയ്യും.

ഒരിക്കൽ ഒരു സ്റ്റാർ ഹോട്ടലിൽ ഭക്ഷണം കഴിക്കാൻ ഇരിക്കെ ദിലീപ് പിറുപിറുത്തു, ''ഇതിനകത്ത് കുറച്ചുകൂടി വെളിച്ചമുണ്ടായിരുന്നെങ്കിൽ ഭക്ഷണത്തിൽ കൃമികളോ കീടങ്ങളോ ഇല്ല എന്ന് ഉറപ്പു വരുത്താൻ എളുപ്പമായിരുന്നു.''

ഇരുട്ടിനെ പേടിയുള്ളതായിരുന്നു പരാതിയുടെ യഥാർത്ഥ കാരണം.

''പുഴുക്കളെയും കീടങ്ങളെയും വിളമ്പിക്കിട്ടാൻ നാമിപ്പോൾ ചൈനയിലൊന്നുമല്ലല്ലോ!''

''അപ്പോൾ, ചൈനീസ് വിഭവം എന്ന് പുറത്തെഴുത്ത് വെറുതെയാണല്ലേ?''

''ഏതായാലും ചൈനയിലെ ആളുകൾ അതൊക്കയല്ലാതെ വേറെ വല്ലതും കഴിക്കുമോ എന്നൊന്നു കണ്ടുപിടിച്ചുകളയാം.''

നാണത്തിന്റെ ചന്തത്തുടിപ്പോടെ ദിലീപ് തുറന്നുതന്നെ പറഞ്ഞു. ''ഇരുട്ടാകുന്തോറും ആർക്കെങ്കിലും എന്തെങ്കിലും അപകടം പറ്റിയാലോ എന്ന ആശങ്കയുണ്ടാവുന്നു.''

നാട്ടിലായിരുന്നു വിവാഹം. മഹാനഗരത്തിൽ ജനിച്ചു വളർന്ന ദിലീപിൽ ഗ്രാമത്തിലെ രാത്രിയുടെ ഇരുട്ടും കുളത്തിലെ വെള്ളത്തിൽ തെളിയുന്ന ആകാശത്തിന്റെ ആഴവും തെക്കെ വളപ്പിലെ മാവിന്റെ ഉയരവും കനത്ത സന്തോഷത്തോടെ ആഞ്ഞു നിശ്വസിക്കുന്ന പശുക്കളുടെ കൊമ്പാട്ടവും കൂമന്റെയും നത്തിന്റെയും കുറ്റിച്ചൂളാന്റെയും ശബ്ദങ്ങളും ഭയമുളവാക്കി.

ദിവസങ്ങൾ പോകേ മുൻപില്ലാത്ത സങ്കട ഇതളുകൾ ദിലീപിന്റെ കണ്ണുകളിൽ കണ്ടു. അതിനിടെയാണ് മലമ്പുഴയിൽ എത്തിയിരിക്കുന്നത്. ഭാമ ഉണരുമ്പോൾ ദിലീപ് ജനാലയിലൂടെ പുറത്തേക്കും

നോക്കി ഇരിക്കുന്നു. പ്രഭാതകൃത്യങ്ങൾ കഴിഞ്ഞ ലക്ഷണമില്ല, ഉണർന്ന ഉടനെ ചായ കിട്ടാനുള്ള പതിവുപരാക്രമവും ഇല്ല, ഫോണടിക്കുന്നത് എടുക്കാൻ പോലും താല്പര്യമില്ല.

എന്തുപറ്റി എന്ന അന്വേഷണത്തിനു മറുപടിയാണ് അണക്കെട്ടിനെക്കുറിച്ചുള്ള ചോദ്യം.

ഭാമ തിരികെ ചോദിച്ചു. ''എത്രയോ മലകളും പീഠഭൂമികളും ഭൂമിയുടെ ഉപരിതലത്ത് മഹാസാഗരങ്ങൾ ഉൾപ്പെടെ വെള്ളത്തെ തടഞ്ഞു നിർത്തിയിരിക്കുന്നു. അതിന് ആരെന്തിന് വിഷമിക്കണം? വല്ല ഭൂകമ്പവും വന്നാലേ അണക്കെട്ടുകൾ തകരൂ. ആശങ്കയൊന്നും ആവശ്യമില്ല.''

''നമ്മക്കുറിച്ചല്ല എന്റെ വേവലാതി. വളരെ വലിയ ഈ തടയൽ രാപ്പകലില്ലാതെ ഇങ്ങനെ നീണ്ടുനിൽക്കുന്നതു ശരിയോ? എപ്പോഴെങ്കിലും വേണ്ടേ അതിനൊരു അറുതി? ഭാമയ്ക്ക് ഒട്ടും ശ്വാസംമുട്ടനുഭവപ്പെടുന്നില്ലേ?''

നോക്കി ഇരിക്കെ ദിലീപിന്റെ ദൃഷ്ടിയും ചിന്തയും അണയിൽത്തന്നെ ഉറച്ചു. ''ഉപനയനക്കാലത്ത് ആദ്യമായി ഉടുത്ത കൂമ്പാളക്കോണകംപോലെ.'' നടുവിലൊരു ഷട്ടറിലൂടെ പതഞ്ഞുവെളുത്തും പരന്നുമൊഴുകുന്ന വെള്ളം കണ്ട് ദിലീപ് പിറുപിറുത്തു.

പുഴയുടെ വഴിയിലെ കുടിനീർപ്പഞ്ഞം പരിഹരിക്കാനാണതെന്നും അണക്കെട്ട് ഭാരം തടഞ്ഞു വിഷമിക്കുന്നത് ഇങ്ങനെ ഒരു നല്ല കാര്യം നടക്കാനാണെന്നും ബോധിപ്പിക്കാൻ ശ്രമിച്ചിട്ടും വിമ്മിഷ്ടത്തിന് കുറവുണ്ടായില്ല.

ദിലീപ് ചോദിച്ചു, ''ഉപരിതലത്തുള്ള എല്ലാ തടസ്സങ്ങളും ഒരു മിച്ചങ്ങ് അവസാനിപ്പിക്കാൻ ഈ അമ്മഭൂമി തീവ്രമായി ആഗ്രഹിക്കുന്നുണ്ടാവില്ലേ? ഐ മീൻ, ഫോർ എ ടോട്ടൽ റിലീസ്.''

''നമുക്കു ഭൂമിയുടെ മനസ്സറിയാൻ നിവൃത്തിയില്ലാത്തതിനാൽ...''

''ഭൂമിയുടെ സ്ഥാനത്ത് നാം സ്വയം പ്രതിഷ്ഠിച്ചാൽ പോരെ? നൂറു ശതമാനം സ്വാതന്ത്ര്യം കിനാവു കാണാതെ ആരുണ്ട്? നാമെല്ലാം സത്യത്തിൽ ഈ അണയുടെ അവസ്ഥയിലല്ലേ? ഉള്ളിലെ മോഹങ്ങളുടെ തികച്ചും സ്വതന്ത്രമായ ആവിഷ്കാരം എപ്പോഴെങ്കിലും നമ്മിൽ ആർക്കാനും സാധിക്കാറുണ്ടോ? അതല്ല മനുഷ്യരുടെ ലക്ഷ്യമാകേണ്ടത്?''

ഭാമയുടെ മനസ്സിൽ ചോദ്യചിഹ്നങ്ങളുടെ പുതുനാമ്പുകൾ കിളിർത്തു. ഇതിൽ എന്തോ അസ്വാഭാവികതയില്ലേ? കൃത്യമായി ദിലീപെന്താണ് ഉദ്ദേശിക്കുന്നത്?

രണ്ട്

മഹാനേട്ടങ്ങളിലാണ് തനിക്കു തൃപ്തി എന്ന് ദിലീപ് തുടക്കത്തിലേ തുറന്നുപറഞ്ഞിട്ടുണ്ട്. പക്ഷേ, നേട്ടമെന്നാൽ ഉദ്ദേശിക്കുന്നതെന്തെന്ന് വിശദമാക്കാൻ ഇപ്പോഴേ തുനിഞ്ഞുള്ളൂ. നേട്ടത്തിന് 'തികഞ്ഞ മോചനം' എന്നാണ് ദിലീപിന്റെ നിർവ്വചനം. ചെറിയ നേട്ടങ്ങൾ ചെറിയ തൃപ്തികളേ നൽകൂ എന്ന് ദിലീപ് വിശദീകരിച്ചു. ഉദാഹരണത്തിന്, ടെക്നോ പാർക്കിലെ അവിവാഹിതരായ പെൺകിടാങ്ങളിൽ ഏറ്റവും സുന്ദരിയും ശാലീനയും ഭാമയാണെന്നിരിക്കേ മറ്റു പുരുഷന്മാരുടെ ശല്യത്തിൽനിന്നു ഭാമയെ സ്വതന്ത്രയാക്കുക എന്നത് ചെറിയ നേട്ടമല്ല എന്നു കണ്ടു. താൻ വളരെ ആഗ്രഹിക്കുന്ന ഒന്ന് മറ്റാരുടെയെങ്കിലും സ്വന്തമാവുന്നത് കണ്ടുനിൽക്കേണ്ടിവരുന്നത് അസഹ്യമായ സ്ഥിതി വേറെ എന്തുണ്ട്? അത് മരണത്തേക്കാൾ മോശമായ അവസ്ഥയാണ്. പക്ഷേ, അതിൽനിന്നു കരകയറുന്നതിലുള്ള സന്തോഷത്തേക്കാൾ സത്യമായും മുന്നിട്ടു നിന്നത് ഭാമയ്ക്ക് മറ്റു കാമുകരിൽനിന്നു മോചനമൊരുക്കുന്നതിലെ ചാരിതാർത്ഥ്യമാണ്. താനുൾപ്പെടെ എല്ലാറ്റിൽനിന്നുമുള്ള പരമമായ മോചനമാണ് തന്റെ ആത്യന്തികലക്ഷ്യം. ഇക്കാര്യത്തിനു സഹായകമായതിനോടേ പ്രിയമുള്ളൂ. സർവ്വസാധാരണമായ ലാഭങ്ങളിൽ താല്പര്യമില്ല.

മധുരപദങ്ങളുരുവിട്ട് കൈ കോർത്തുപിടിച്ചു നടന്ന മാസങ്ങളിൽ ദിലീപിൽനിന്നു പുറപ്പെടാത്ത സ്വരവും ഭാവവുമാണ് ഇത്. പിടിച്ചു കരയ്ക്കിട്ട മീനിനോട് ചൂണ്ടക്കാരൻ സത്യം പറയുന്ന മട്ട്. കയർ അയച്ചുതന്നത് കൊക്കി ശരിയായി വിഴുങ്ങാൻ എന്ന് നഷ്ടഭയമില്ലാതെ തുറന്നുപറയുന്ന പോലെ. വെള്ളത്തിൽനിന്നു രക്ഷപ്പെടുത്താനാണുപോൽ കരയിലെത്തിച്ചത്.

ജീവിതത്തിലെ നേട്ടങ്ങളെക്കുറിച്ച് ഭാമ സ്വരൂപിച്ച ആശയം വ്യത്യസ്തമാണ്. അതുപ്രകാരം, ബന്ധങ്ങൾ രൂപപ്പെടുന്നതിൽ ഒരാൾക്കു മാത്രമായി ഒരു നേട്ടവുമില്ല. ഇതൊരു ചെറിയ വ്യത്യാസമല്ല. ഇടപഴകലിൽ ജാഗ്രത ആവശ്യമാണെന്നു കണ്ട ഭാമ പ്രശ്നത്തിന്റെ വേരാഴവും കിടപ്പും മനസ്സിലാക്കാൻ വഴിയാരാഞ്ഞു. മനസ്സു മുഴുവനായി തുറന്നു കിട്ടാൻ നല്ലത്, എല്ലാം തുറന്നു പറയാൻ ദിലീപിനെ ആവോളം പ്രോത്സാഹിപ്പിക്കുകതന്നെ എന്നു നിശ്ചയിച്ചു. അതിൽപ്പിന്നെ ദിലീപ് പറയുന്നതിനോടെല്ലാം സംശയരഹിതമായ യോജിപ്പും പ്രിയവും പ്രദർശിപ്പിച്ചു.

ദിലീപ് ജനിച്ചു വളർന്ന സ്ഥലസന്ദർഭങ്ങളുടെ നഖചിത്രമേ ഭാമയുടെ കൈവശം അതുവരെ ഉണ്ടായിരുന്നുള്ളൂ. ആധുനികകാലത്തെ ബന്ധങ്ങൾ പശ്ചാത്തല വിവരങ്ങളെയെന്നതിലേറെ പ്രത്യക്ഷസ്ഥിതിയെയാണല്ലോ ആശ്രയിക്കുക. കുടുംബപശ്ചാത്തലമൊന്നും

ആരുമങ്ങനെ അന്വേഷിക്കുക പതിവില്ല. ചോദിക്കാതെ പറഞ്ഞത് അലസം ശേഖരിച്ചുണ്ടായ വിരസമായ സ്കെച്ച് ഇപ്പോൾ വിശദാംശങ്ങൾ തികഞ്ഞ് മുഴുവർണ്ണചിത്രമായി മാറുന്തോറും ഭാമയുടെ മനസ്സ് ഏറെയേറെ ആശങ്കാകുലമായി.

അമ്മയില്ലാതെയാണ് ദിലീപ് വളർന്നത്. അമ്മയെ കണ്ട ഓർമ്മയേ ഇല്ല. ദിലീപിന് ഒരു വയസ്സുള്ള കാലത്ത് അമ്മ അച്ഛനെ ഉപേക്ഷിച്ചുപോയി. മറ്റൊരാളെ ഇഷ്ടപ്പെട്ട് അയാളുടെ കൂടെ പൊറുക്കാനായിരുന്നു ആ പോക്കെന്നതിനാൽ ദിലീപിനെ അച്ഛനു നിരുപാധികം വിട്ടുകൊടുത്തു. അതിനുശേഷം പല സ്ത്രീകളും വീട്ടിൽ വരികയും തന്നെ ഓമനിക്കുകയും ഉമ്മവെക്കുക വരെയും പതിവായ കഥ ദിലീപ് ഓർക്കുന്നു. അച്ഛൻ വളരെ തിരക്കുള്ള ഡോക്ടറായിരുന്നു. പക്ഷേ, സമയമില്ലാത്തതുകൊണ്ടു മാത്രമല്ല ആ പെൺസുഹൃത്തുക്കളിൽ ആരുമായും വിവാഹത്തിനു മുതിരാത്തത്. പെൺകുലത്തോട് അകമേ അവജ്ഞയായിരുന്നു. തെളിച്ചു പറഞ്ഞാൽ, മൊത്തം മനുഷ്യകുലത്തോടുതന്നെ.

മൂന്ന്

മധുവിധു കഴിഞ്ഞ് തിരികെ ചെന്നിട്ടും ദിലീപ് മലമ്പുഴയിൽ കെട്ടിനിൽക്കുന്ന വെള്ളത്തിന്റെ മോചനത്തെക്കുറിച്ച് സംസാരിച്ചു. ജോലിക്കു പോകാനോ പുതുതായി വാടകയ്ക്കെടുത്ത ഫ്ളാറ്റ് ഫർണിഷ് ചെയ്യാനോ ഒന്നും ഉത്സാഹം കാണിച്ചില്ല. ഫ്ളാറ്റിൽ തന്റെ സാന്നിദ്ധ്യമുണ്ടെന്ന ബോധംപോലും പെട്ടെന്ന് ഇല്ലാതായപോലെ.

അടുപ്പമുള്ളവരോട് കുട്ടികളെപ്പോലെ വാ തോരാതെ സംസാരിക്കുന്ന സ്വഭാവക്കാരനാണ്. പക്ഷേ, ഇപ്പോൾ തികച്ചും മൗനി! അതേ സമയം, മറ്റാരോടെല്ലാമോ ഫോണിൽ സ്വരം താഴ്ത്തി സംസാരിച്ചു. 'കുറച്ചു പതുക്കെ പോരേ' എന്നു ചോദിക്കേണ്ടിവരുന്നത്ര ഉറക്കെയാണ് ഫോണിലെ വർത്തമാനം സ്വതവെ പതിവ്. കേൾവിപ്പുറത്ത് താനൊരാളേ ഉള്ളൂ എന്നിരിക്കെ ഇപ്പോഴെന്തിനീ രഹസ്യസ്വഭാവം?

ഡ്രഗ്ഗാണോ എന്നുപോലും സംശയിച്ചു. ആവില്ലെന്നു നിശ്ചയിക്കാനായത്, രാത്രി വൈകുവോളം കമ്പ്യൂട്ടറിൽ പണിയെടുക്കുന്ന ആൾ മയക്കുമരുന്നിന് അടിമയാകാനിടയില്ലെന്ന ന്യായംവെച്ചാണ്. പക്ഷേ, കൃത്രിമജീവനും റോബോട്ടിക്സും പഠിച്ച ആളുടെ പുതിയ ശ്രദ്ധാവിഷയം ലോകത്തെ വലിയ അണക്കെട്ടുകളുടെ രൂപരേഖകൾ.

ഒരു രാത്രിയിൽ, നേരം പുലരാറായിട്ടും ഉറങ്ങാൻ വരാത്ത ആളെ അന്വേഷിച്ചു ചെന്നപ്പോൾ കമ്പ്യൂട്ടർ സ്ക്രീനിൽ ഈ രൂപരേഖകൾ കണ്ട ഭാമയിൽനിന്ന് ഓർക്കാപ്പുറത്തു പുറപ്പെട്ട അത്ഭുതസ്വരം ദിലീപിനെ ഞെട്ടിച്ചു.

പക്ഷേ, അതിൽനിന്നു വേഗം കര കയറി ക്ഷീണമോ ഉറക്ക ച്ചടവോ ഒന്നും തൊട്ടുതീണ്ടാത്ത മട്ടിൽ ദിലീപ് ചോദിച്ചു, 'ഭാമ ഇനിയും ഉറങ്ങിയില്ലേ?''

''ഉറക്കം വന്നില്ല.''

''രാത്രി തീരെ ഉറങ്ങാതിരുന്നാൽ പകൽ ഓഫീസിൽ ജോലി ചെയ്യാനൊക്കുമോ?''

കൂടെ കഴിയുന്ന ആളുടെ ക്ഷേമത്തിലുള്ള ആത്മാർത്ഥമായ താല്പര്യം സ്വരത്തിലും ഭാവത്തിലും നിറഞ്ഞു നിന്നു. മാത്രമല്ല, പുതുതായി ശ്രദ്ധ ആകർഷിച്ച വിഷയത്തിന്റെ പ്രാധാന്യം മറച്ചു വെക്കാൻ തുനിഞ്ഞുമില്ല. ''കണ്ടോ, ഇതാണ് ഇപ്പോൾ നിലവിലുള്ള ഒരു ശരാശരി അണയുടെ അസ്ഥിപഞ്ജരചിതം. നോക്കൂ, എത്ര ദുർബലമാണത്. ഞാൻ അടയാളപ്പെടുത്തിയേടമെല്ലാം അതിന്റെ ശരീരത്തിലെ മർമ്മങ്ങളാണ്.''

ഭാമ തിരക്കി, ''ഞാൻ ഓഫീസിൽ റെഗുലറായി പോയി ഉറക്കം തൂങ്ങുകയെങ്കിലും ചെയ്യുന്നുണ്ട്. അത് എങ്കിലും എന്നാണാവോ ഇയാൾ ഇനി ചെയ്യുക.''

''ഒരു മഹാവിജയമെങ്കിലും രുചിച്ചല്ലാതെ ഇനി ഞാൻ മറ്റു ജോലി കൾക്കില്ല.''

''ഭൂഗോളത്തെ സൂര്യന്റെ പിടിയിൽനിന്ന് മോചിപ്പിക്കാനോ മറ്റോ?''

''കളിയാക്കുകയാണോ? അതും അസാദ്ധ്യമൊന്നും അല്ല.''

''എല്ലാം മറ്റെല്ലാറ്റിൽനിന്നും മോചിതമായാൽ ഒന്നിനും ഒരി ടത്തും പിടിച്ചു നിൽക്കാൻ ആകാതെ വരില്ലേ? എല്ലാ പരസ്പര ബന്ധങ്ങളും അറ്റ് പ്രപഞ്ചഘടകങ്ങൾ അനാഥങ്ങളാവുകയും ചെയ്യില്ലേ ദിലീപ്?''

''ഉവ്വ്.'' ദിലീപ് മന്ദഹസിച്ചു. ''പക്ഷേ, അതുതന്നെയല്ലേ പരമ മായ മോക്ഷം.''

ഭാമ തന്റെ സ്ഥാനം ദിലീപിന്റെ മുന്നിലേക്കു മാറ്റി. കമ്പ്യൂട്ടർ ടേബിളിന്റെ ഓരം ചാരി നിന്ന് കൈകൾ മാറത്തു പിണച്ചു കെട്ടി നേർക്കുനേരാണ് പറഞ്ഞത്. ''എന്റെ ധാരണ നേരെ മറിച്ചാണ്. പ്രപഞ്ചത്തിലുള്ള ഓരോന്നും മറ്റോരോന്നുമായുള്ള സ്വാഭാവിക ബന്ധം കണ്ടെത്തി അതിൽ രമിക്കുന്ന അവസ്ഥയാണ് അഭികാമ്യം.''

''ആ പഴഞ്ചൻ കാഴ്ചപ്പാടോ ഇപ്പോഴും.''

''അല്ലാതെ, പ്രപഞ്ചഹൃദയം നുറുങ്ങിപ്പോകുന്നതാണോ സന്തോ ഷകരം?''

''മോചനത്തിന്റെ ആനന്ദമേ എനിക്കിതുവരെ ആശാസ്യമായി തോന്നിയിട്ടുള്ളൂ.''

“എനിക്ക് ബന്ധങ്ങളുടെ ആനന്ദത്തേക്കാൾ സുഖകരമായി ഒന്നും രുചിക്കാനായിട്ടില്ല.” ഭാമ ഉറപ്പിച്ചുതന്നെ പറഞ്ഞു. പക്ഷേ, പുഞ്ചിരി കൈവിടാതെയും നിഷേധഭാവമില്ലാതെയും ആയിരുന്നു അത്. അതേ മട്ടിൽ തുടർന്നു. “ബന്ധപ്പെട്ട രണ്ടുപേർക്കല്ലേ ഒരു പൊതുമനസ്സുള്ളൂ? ഉപാംഗങ്ങളെല്ലാം പരസ്പരം ബന്ധപ്പെട്ട കൂട്ടായ്മകൾക്കല്ലെ ജീവൻ ഉണ്ടാവൂ? ആ കൂട്ടായ്മകളുടെ കൂട്ടായ്മയായിരിക്കുന്നതിനാലല്ലേ പ്രപഞ്ചം സജീവമായി ഇരിക്കുന്നതും അതിന് മൊത്തമായി ഒരു മനസ്സുള്ളതും ആ മനസ്സിനെ നാം ഈശ്വരൻ എന്നു വിളിക്കുന്നതും?”

“മനുഷ്യസാദ്ധ്യമായ പല സങ്കല്പനിർമ്മിതികളിൽ ഒന്നു മാത്രമല്ലെ ഈ ഈശ്വരൻ? ആകട്ടെ, ഇപ്പറഞ്ഞ ഈശ്വരനുമായി ബന്ധപ്പെടാൻ ഭാമയ്ക്ക് എപ്പോഴെങ്കിലും സാധിച്ചിട്ടുണ്ടോ?”

“തീർച്ചയായും.” ഭാമ ഗൃഹാതുരതയോടെ പറഞ്ഞു. “ഭൗതികമായ അനുഭവങ്ങളിലെ ചാരുതയുടെ പരമകാഷ്ഠയിൽ നൈമിഷികമായെന്നാലും പലപ്പോഴും കിട്ടിയിട്ടുള്ളതാണ് എനിക്ക് പൂർണ്ണവും സ്വതന്ത്രവുമായ നിർവൃതി. പ്രപഞ്ചമനസ്സിന്റെ ഭാവമാണല്ലോ അത്.”

ദിലീപ് പക്ഷേ, വിയോജിച്ചു. “ഒരു ഇഷ്ടബന്ധം സുദൃഢവും ശാശ്വതവുമാക്കാൻ കിണഞ്ഞുപിടിച്ച് പരാജയപ്പെടുന്ന അനുഭവമേ ലൈംഗികവേഴ്ചയുടെ ഔന്നത്യത്തിലും ലഭ്യമാകുന്നുള്ളൂ. അതിനാൽ, ശൈഥില്യത്തിന്റെ ദിശയിൽ പോയാലേ ശരിയായ ആനന്ദത്തിൽ എത്തിച്ചേരാനാവൂ എന്നാണ് എന്റെ നിഗമനം.”

നാല്

തെല്ലിട ആലോചിച്ച് ഭാമ പെട്ടെന്നു നിലപാടു മാറ്റി, ദിലീപിനടുത്തേക്ക് കുറച്ചുകൂടി നീങ്ങി നിന്നു. “ദിലീപ് പറയുന്നതാവാം കൂടുതൽ ശരി.”

ദിലീപിന്റെ പദ്ധതി എങ്ങോട്ടാണ് പോകുന്നതെന്നറിയാനും അപകടത്തിലേക്കെങ്കിൽ തടയാൻ ശ്രമിക്കാനും നല്ലത് എതിർത്തു നിൽക്കയല്ല, കൂടെ പോകലാണ് എന്ന തിരിച്ചറിവ് ശരിയാണെന്ന് ഭാമയ്ക്ക് കൂടുതൽ ബോദ്ധ്യമായി.

കുളി കഴിഞ്ഞ് ഇറങ്ങിയ ദിലീപിനോട് ഭാമ ചോദിച്ചു. “ദിലീപിന്റെ പുതിയ പ്രൊജക്റ്റിൽ എന്നെയും കൂട്ടാമോ?”

“കാര്യമായാണോ?”

ഭാമ ചിരിച്ചു നിന്നു.

“പാതിവഴി വന്ന് പിൻതിരിയരുത്.”

“നോക്കാം.” ഭാമ ഉറപ്പു നൽകി. “ഇഷ്ടമറിയാൻ കുറച്ചു ദൂരമല്ലേ കൂടെ വരേണ്ടിവരൂ.”

അഞ്ച്

അണക്കെട്ട് തകർക്കാൻ പ്ലാനിടുകയാണ് ദിലീപെന്നറിഞ്ഞ് ഭാമ ഉള്ളാലേ നടുങ്ങി. വിധ്വംസപ്രവർത്തകരായ ഏതോ അന്താരാഷ്ട്ര സംഘത്തിന്റെ സഹകരണം അതിനായി തേടിക്കഴിഞ്ഞിരുന്നു. സ്ഫോടകവസ്തുവും ഫ്യൂസും എക്സ്പ്ലോസീവ് എക്സ്പെർട്ടിന്റെ സഹായവും അവർ നൽകും. ട്രിഗർ തന്റെ കൈയിൽ ആയിരിക്കണമെന്നതാണ് ദിലീപിന്റെ മുഖ്യ നിബന്ധന. ദിലീപ് നിശ്ചയിക്കുന്നിടത്ത് ചാർജ് വെക്കുന്നതിന് അവർ തുണയ്ക്കും.

ഞെട്ടൽ മറച്ചു പിടിക്കാൻ ഭാമയ്ക്ക് നന്നേ പാടുപെടേണ്ടിവന്നു. അതിൽ ഒരുവിധം വിജയിക്കേ, ഇനി എന്തു നിലപാടെടുക്കും എന്നതായിരുന്നു അടുത്ത പ്രശ്നം. ദിലീപിനോട് യോജിക്കാൻ വയ്യ, വിയോജിപ്പ് വഴിപിരിയലിലേ കലാശിക്കയുമുള്ളൂ.

അവസാനത്തെ അത്താണിതന്നെ ശരണം എന്ന് അച്ഛനെ സമീപിക്കാൻ ഭാമ നിശ്ചയിച്ചു. ഓഫീസിലെ പാർക്കിങ്ങ് ലോട്ടിൽ കാർ നിർത്തി അതിലിരുന്ന് അച്ഛനെ വിളിച്ചു.

സ്ഥിതിഗതി അറിഞ്ഞ് അച്ഛൻ ചിരിച്ചു, ''കളിയോ കാര്യമോ കുട്ടീ?''

''സംശയമില്ലച്ഛാ.''

തന്റെ പതിവു പ്രസന്നത നിലനിർത്താൻ അച്ഛൻ പാടുപെടുന്നത് ഭാമ അറിഞ്ഞു, ''എങ്കിൽ ആ കളി നടക്കട്ടെ. കൈ ചുടുമ്പോൾ ശരിയാവും.''

''അച്ഛാ.''

''ശരി.'' അപൂർവ്വമായി മാത്രം പ്രകടമാവുന്ന വാത്സല്യം അച്ഛന്റെ സ്വരത്തിൽ കനത്തു. ''ചെവി പിടിച്ചു തിരിക്കാൻ സാദ്ധ്യമല്ല എന്ന് തീർച്ചയായോ?''

സ്നേഹിക്കുന്ന കുട്ടിയെ നേർവഴി വളർത്താൻ കഴിയാത്ത അമ്മയുടെ നൊമ്പരം തന്നിൽ കിളിർക്കുന്നതറിഞ്ഞ ഭാമ മൗനിയായി.

''എങ്കിൽ ഒരു മനോരോഗവിദഗ്ധന്റെ സഹായംതന്നെ വേണ്ടിവരും.''

''സ്വമേധയാ ദിലീപ് വഴങ്ങില്ല. നിയമപാലകർ വഴി പോയാൽ വിശ്വാസവഞ്ചനയും വേർപാടിനു മുന്നോടിയുമാവുമെന്നു മാത്രമല്ല പിന്നീടൊരിക്കലും ഒരു പ്രൊഫഷണലായി എവിടെയും ജോലി ചെയ്യാൻ ദിലീപിന് അവസരം കിട്ടില്ല.''

കൃത്രിമബുദ്ധിയുടെ അഖിലലോക മുന്നണിപ്പോരാളികളിൽ ഒരാളാണ് ദിലീപ്. മനസ്സിനോ ബുദ്ധിക്കോ എന്തെങ്കിലും ചെറിയ

പ്രശ്നമുണ്ടെന്ന സംശയത്തിന്റെ ലാഞ്ഛന മതി ഫീൽഡൗട്ടാകാൻ. വീണ്ടുമൊരവസരത്തിന് സാദ്ധ്യതയേ പിന്നെ ഉദിക്കുന്നില്ല.

അച്ഛൻ മൗനിയായി അപ്പുറത്തും ഭാമ പ്രതീക്ഷയോടെ ഇപ്പുറത്തുമായി ഏതാനും നിമിഷങ്ങൾ കടന്നുപോയി. ഇങ്ങനെ ഒരു നില മുൻപൊരിക്കലും ഉണ്ടായിട്ടില്ലെന്ന് ഭാമ വേദനയോടെ ഓർത്തു. പ്രായപൂർത്തിയെത്തി സ്വന്തം കാര്യം നോക്കാറായിട്ടും താൻ അച്ഛനെ വിഷമിപ്പിക്കുന്നു എന്ന തിരിച്ചറിവ് ഭാമയെ വേദനിപ്പിച്ചു.

ഒരു വെളിപാടുണ്ടായപോലെ ഭാമ പറഞ്ഞു, ''വഴിയുണ്ടച്ഛാ.''

എന്ത് എന്നല്ല തീർച്ചയാണോ എന്നാണ് അച്ഛൻ ചോദിച്ചത്. കള്ളം കണ്ടുപിടിച്ചു എന്ന ധ്വനി സ്വരത്തിൽ നിഴലിക്കുകയും ചെയ്തു.

''അതെയച്ഛാ.'' ഭാമ പിടിച്ചു നിന്നു, ''വളരെ എളുപ്പം. ഞാൻ എന്തേ ഇത് ഇതുവരെ ഓർക്കാത്തത്, ആവോ.'' കാറിന്റെ ഏസി ഓഫാക്കി ഇറങ്ങി വാതിലടയ്ക്കുമ്പോൾ ആത്മവിശ്വാസത്തോടെ തുടർന്നു, ''ഞാൻ വൈകാതെ വീണ്ടും വിളിക്കാം.''

ആറ്

പോംവഴി ഉണ്ടെന്ന് അച്ഛനോട് പറഞ്ഞത് അച്ഛന്റെ മനോവിഷമം നീക്കാനുള്ള ഉത്സാഹത്താൽ മാത്രമായിരുന്നെന്നാലും അടുത്ത നിമിഷത്തിൽ ഭാമയ്ക്ക് വെളിപാടുപോലെ ഒരു പിടിവള്ളി കണ്ടു കിട്ടി. അപകടം പിടിച്ചതാണ്, പക്ഷേ, ഗത്യന്തരമില്ലായ്മ അതിനെ സ്വീകാര്യമാക്കി.

പാർക്കിങ്ങ് ലോട്ടിൽനിന്ന് ഓഫീസിലേക്കു നടക്കേ അച്ഛനെ വീണ്ടും വിളിച്ചു, ''അച്ഛാ, കൂടെ ചെല്ലുകയേ വഴിയുള്ളൂ. നേരെയാക്കാമെന്ന വിശ്വാസം എനിക്കുണ്ട്.''

കൃത്യമായി എന്താണ് ചെയ്യാൻ ഉദ്ദേശിക്കുന്നതെന്ന് അച്ഛൻ ചോദിച്ചില്ല. ഭാമ സ്വയം മുൻകൈയെടുത്ത് വിസ്തരിച്ചുമില്ല. ഒരുങ്ങുന്നതെന്തിനാണെന്ന് അച്ഛന് ശരിയായി ഊഹിക്കാൻ കഴിയും. ഊഹിച്ചെന്നതിന് മതിയായ തെളിവ് ഏതാനും നിമിഷത്തെ മൗനത്തിന്റെ ഇടവേള. 'നന്നായിരിക്കട്ടെ' എന്ന പതിവു ഭരതവാക്യത്തിനു പകരം വന്നതോ, 'ശ്രദ്ധിക്കണം' എന്ന താക്കീതും.

ജോലിയുടെ ഭാഗമായ പ്രൊജക്റ്റിൽ മനസ്സു നിന്നതേ ഇല്ല. അവധിക്ക് അപേക്ഷിച്ചത് അനുവദിച്ചു കിട്ടാൻ പ്രയാസമുണ്ടാകാത്തത് ഭാഗ്യം. വിവാഹത്തിനും മധുവിധുവിനുമായി തുടരെ അവധിയെടുത്തതാണ്. ഈയിടെയായി വിദേശരാജ്യങ്ങൾ ഔട്ട്സോഴ്സിങ്ങിൽ നിയന്ത്രണം പാലിക്കുന്നതിനാലാകാം, ജോലിഭാരം കുറവാണ്. അടിയന്തരസ്വഭാവമുള്ള പ്രൊജക്റ്റൊന്നും മേശപ്പുറത്തില്ല.

ഭാമ തന്റെ താക്കോൽ ഉപയോഗിച്ച് മുന്നറിയിപ്പില്ലാതെ അപ്പാർട്ട്മെന്റിനകത്തു കടന്നെത്തിയപ്പോൾ ദിലീപ് ചെറുതായി പരുങ്ങിയത് ഭാമയുടെ ശ്രദ്ധയിൽപെടാതിരുന്നില്ല. കമ്പ്യൂട്ടർ സ്ക്രീനിൽ ഉപയോഗത്തിലിരുന്ന സോഫ്റ്റ്‌വെയറുകളും ഫയലുകളും ക്ലോസ് ചെയ്യാൻ ദിലീപ് ബദ്ധപ്പെടുന്നതായി തോന്നി.

"എന്തുപറ്റി, ഭാമാ?"

"ദിലീപെന്നോട് ക്ഷമിക്കണം. ഒരാളിവിടെ രാവും പകലും എന്തോ ഒരു കാര്യത്തിന് പരിശ്രമിക്കുമ്പോൾ ഞാൻ സഹായിക്കേണ്ടേ? എന്തുകൊണ്ടത് എനിക്ക് ഓർമ്മ വന്നില്ല എന്നോർത്തത് ഓഫീസിലെ ലിഫ്റ്റിൽ നിൽക്കുമ്പോഴാണ്." കുറ്റകരമായ അനാസ്ഥ തിരുത്താൻ ഇപ്പോഴെങ്കിലും കഴിയുന്നതിലെ ചാരിതാർത്ഥ്യം ഭാമ മുഖത്ത് പ്രദർശിപ്പിച്ചു, "ചെയ്യുന്നതെന്തായാലും എന്നെയും കൂടെ കൂട്ടൂ."

നിരാശാജനകമായിരുന്നു ദിലീപിന്റെ ആദ്യപ്രതികരണം.

"ഇതിൽ ഭാമയ്ക്കെന്നെ തുണയ്ക്കാനാവുമെന്നു തോന്നുന്നില്ല." ന്യായീകരണമായി ഇങ്ങനെയും. "പെണ്ണുങ്ങൾക്കു പറ്റിയ പണിയല്ല." അങ്ങനെ പറയരുതല്ലോ എന്ന തിരിച്ചറിവ് ഉടനെ ഉണ്ടായതിനാലാകാം, ഇതിനൊരു അനുബന്ധം വന്നത്. "ധൈര്യം കുറച്ചധികം വേണം."

ഭാമ മൂക്കത്ത് വിരൽ വെച്ച് മന്ദഹസിച്ചു. "കൃത്രിമബുദ്ധി എന്ന ശാസ്ത്രശാഖയിൽ ഞാൻ പഠിച്ച ആദ്യപാഠം മുൻവിധി എന്ന പരാധീനത ഇല്ലാത്തതാണ് ജൈവബുദ്ധിയുടെ പ്രധാന മെച്ചം എന്നാണ്. പെണ്ണായതിനാൽ എനിക്കു ധൈര്യം കുറവാണെന്നതൊരു മുൻവിധിയല്ലേ?"

"ആയിരിക്കാം. മറിച്ചു തെളിയുവോളമെങ്കിലും അങ്ങനെ കരുതണ്ടേ."

"നമുക്കു നോക്കാം."

"ഞാൻ വിഭാവനം ചെയ്യുന്ന പരിപാടി ഏറെ അപകടം പിടിച്ചതാണ്."

"അറിയാം." ഭാമയുടെ ചിരി വികസിച്ചു.

"എന്തറിയാം?"

"ഒരു അണക്കെട്ട് തകർക്കുന്നു, ലോകം ഞെട്ടുന്നു. അത്രയല്ലേ ഉള്ളൂ?"

"അങ്ങനെ ലഘൂകരിച്ച് കാണാവുന്നതല്ല സംഗതി."

"അല്ലായിരിക്കാം. പക്ഷേ, രത്നച്ചുരുക്കം അത്രയുമല്ലേ?"

"കോടിക്കണക്കിന് ഘനയടി വെള്ളത്തിന് മോചനം. ആ ജലകാരാഗൃഹം പണിത അസുരന്മാരുടെ മഹാപാപത്തിനുള്ള പരിഹാരം.

ജലസമാധിയിലായിപ്പോയ അനേകായിരം ഹെക്റ്റർ ഭൂമിക്കും മോചനം.''

ദിലീപ് ഭാമയെ അണച്ചുപിടിച്ചു. തന്റെ വിശ്വാസപ്രമാണം പൂർണ്ണമായും അംഗീകരിക്കുന്നവരോട് തൻപ്രാമുഖ്യം മാനിക്കുന്നവർക്കുള്ള പ്രത്യേകമായ ആഭിമുഖ്യത്തിന്റെ ഊഷ്മളതകൂടി ആ ആശ്ലേഷത്തിലുണ്ടായി.

ഏഴ്

ആസൂത്രണം ഏറെ മുന്നോട്ടു പോയിരിക്കുന്നു എന്ന് ഭാമ മനോവേദനയോടെ തിരിച്ചറിഞ്ഞു. അന്താരാഷ്ട്രതലത്തിൽ പ്രവർത്തിക്കുന്ന കള്ളക്കടത്തുകാരിൽനിന്ന് സ്ഫോടകവസ്തു വാങ്ങാൻ വില പേശി കരാറിലെത്തിയിരിക്കുന്നു. എന്തിനുപയോഗിക്കുന്നു എന്നു ചോദിക്കാതെയാണ് അവരുടെ വില്പന. ആർക്കു വിൽക്കുന്നു എന്ന പ്രശ്നവും അവർക്കില്ല. ഇടപാടുകൾ ഒരിക്കലും പുറംലോകം അറിയാതെ കാക്കുക എന്നത് അവരുടെ ചുമതലയാണ്, അവരുടെ കൂടി ആവശ്യവുമാണ്.

ഡാമിന്റെ മൂന്നു മർമ്മങ്ങളിൽ ഓരോന്നിലും ചാർജ്ജ് വെക്കാനായിരുന്നു പദ്ധതി. മൂന്നും ഒപ്പം പൊട്ടും. വശങ്ങളിൽനിന്നു പുറപ്പെടുന്ന പ്രകമ്പനതരംഗങ്ങൾ നടുവിലുള്ളതുമായി ഏകോപിക്കുന്ന നിമിഷം അണ നടുവെ പിളർന്നടിയും.

ദിവസവും നേരവും വരെ നിശ്ചയിച്ചു കഴിഞ്ഞിരിക്കുന്നു.

എന്തിനിത്ര കഷ്ടപ്പെട്ട് ഇങ്ങനെ ഒരു വേണ്ടാവൃത്തി എന്ന് ഭാമയുടെ മനസ്സ് ഉറക്കെ ചോദിക്കയും കരയുകയും ചെയ്തു. പക്ഷേ, ഒന്നും പുറത്തു കാട്ടിയില്ല. ദിലീപിന്റെ ദിനംപ്രതി വർദ്ധിച്ചു വരുന്ന ഉത്സാഹത്തിൽ പങ്കു ചേരുന്നതായി നടിച്ചു.

തന്റെ അന്നേവരെയുള്ള സമ്പാദ്യത്തിന്റെ മുക്കാൽ പങ്കും സ്ഫോടകവസ്തുവിന്റെ വിലയായി നൽകേണ്ടിവന്നപ്പോഴും ദിലീപ് തരിമ്പും ചാഞ്ചല്യം കാണിച്ചില്ല. ഭാമയോ, ഇടയിൽ അച്ഛൻ വിളിച്ച് സുഖമാണോ എന്നന്വേഷിക്കേ, അതേ എല്ലാം ഭംഗിയായി പോകുന്നു എന്നു ചിരിച്ചു. അവധിയാണ് എന്ന് അച്ഛനെ അറിയിച്ചിരുന്നു. ഫ്ളാറ്റിലാണ്, ദിലീപിന്റെ കൂടെയുമാണ് എന്ന് അച്ഛന് അറിയാം. കൂടുതലൊന്നും ചോദിക്കില്ല, പറയാൻ സൗകര്യവുമില്ല. മകളുടെ കഴിവിൽ പൂർണ്ണവിശ്വാസമാണെന്നാലും അച്ഛന് ഇരിക്കപ്പൊറുതി ഇല്ല എന്ന് ഭാമ ഊഹിച്ചു. അതു പ്രസക്തവുമാണ്. ചെറിയ വാതുവെച്ചല്ല കളി. നദിയിലെ അണയ്ക്കു പകരം ദിലീപിന്റെ മനസ്സിലെ വിമ്മിഷ്ടങ്ങളുടെ വലിയ അണ അടിയന്തരമായും സുരക്ഷിതമായും തകർന്നേ പറ്റൂ.

ഒരാഴ്ചയ്ക്കകം പക്ഷേ, തന്റെ ലക്ഷ്യവും മാർഗ്ഗവും ഒരിക്കൽ കൂടി പുനരവലോകനം ചെയ്ത് അടിമുടി വിലയിരുത്താൻ ഭാമ നിർബ്ബന്ധിതയായി. മാസമുറ തെറ്റി എന്ന അറിവാണ് അടിയന്തര പുനരാലോചന അനിവാര്യമാക്കിയത്. ആകെ തളർന്നുപോയി. സ്വന്തജീവൻ പണയം വെച്ചു കളിക്കാൻ ആർക്കും അവകാശമുണ്ട്. പക്ഷേ, ആ കളിയിൽ അമൂല്യവും നിഷ്കളങ്കവുമായ മറ്റൊരു ജീവനെക്കൂടി പണയം വെക്കേണ്ടി വരുമ്പോൾ...

പുതിയ കാര്യം അച്ഛനെ തൽക്കാലം അറിയിക്കേണ്ടെന്നു നിശ്ച യിച്ചു. സ്നേഹാധിക്യം എന്ത് അവസ്ഥയിലും ചെയ്തിയിലുമാണ് അച്ഛനെ കൊണ്ടെത്തിക്കുക എന്നു പറയാനാവില്ല.

പക്ഷേ, അച്ഛൻ പണ്ടെന്നോ പാടിക്കൊടുത്ത ഒരു ഈരടി ഭാമ യ്ക്കു തുണയായി. പും എന്നു പേരുള്ള ഘോരനരകത്തിൽനിന്ന് പിതാവിനെ ത്രാണനം ചെയ്യുന്നതുകൊണ്ടാണത്രെ പുത്രൻ എന്ന പേരുണ്ടായത്. ആണായാലും പെണ്ണായാലും പുത്രധർമ്മം ഒന്നു തന്നെ. ദിലീപിന്റെ സന്തതിക്ക്, അതു കുരുക്കുമ്പോഴേ, ദിലീപിനെ മഹാനരകത്തിൽനിന്ന് രക്ഷിക്കാൻ കഴിയണം. ഇല്ലെങ്കിൽ ആ സന്തതി ജനിച്ചിട്ടോ ജീവിച്ചിട്ടോ കാര്യമില്ല.

അമ്മയാകാൻ പോകുന്ന കാര്യം ദിലീപിനോടു പറയുന്നതും ഉചിതമായ ഒരു സമയബിന്ദുവിലേക്കു ഭാമ നീട്ടി വെച്ചു. അവസാ നത്തെ തുരുപ്പുചീട്ടായിരിക്കട്ടെ എന്നുതന്നെ.

എട്ട്

നല്ല കാലത്തിന്, മൂന്നാമതൊരാളുമായി ദിലീപ് തന്റെ പദ്ധതി ചർച്ച ചെയ്തിരുന്നില്ല. മഹാവിജയത്തിന്റെ ക്രെഡിറ്റ് പങ്കുവെക്കേണ്ടി വരരുത് എന്നുതന്നെ ശാഠ്യം. പ്രകൃതിയുടെ നൈസർഗ്ഗികാവസ്ഥ വീണ്ടെടുക്കാനും ജലമഹാശേഖരത്തിന്റെ മോചനത്തിനും മാത്ര മായി ലോകത്ത് ആദ്യത്തെ അണ തകർത്തത് ഗിന്നസ് ബുക്കിൽ ഒരേ ഒരാളേ ആയിരിക്കാവൂ.

മുൻപു താമസിച്ച അതേ ഹോട്ടലിലാണ് അവർ ചെക്കിൻ ചെയ്തത്. പക്ഷേ, ഇത്തവണ ഭാമ വീൽചെയറിൽ. അതിനടിയിലൊളിപ്പിച്ചാണ് ചാർജ്ജുകൾ കടത്തിയതും ഇപ്പോഴും ഉള്ളതും. ബംഗളൂരുവിൽ നിന്നുള്ള നിരത്തിലോ ഇവിടെയോ സ്ഫോടകവസ്തു മണത്തറി യാൻ ഡോഗ് സ്ക്വാഡൊന്നും ഉണ്ടാവില്ലെന്ന വിചാരം പിഴച്ചില്ല. തിരിച്ചറിയൽ കാർഡിന്റെ പകർപ്പിലേറെ ഒന്നും സുരക്ഷയുടെ പേരിൽ ഹോട്ടലിൽ പരിശോധിക്കുക പതിവുമില്ല.

രണ്ടു ദിവസം രാവിലെയും വൈകുന്നേരവും ദിലീപ് ഭാമയെ ആ വീൽചെയറിൽ ഇരുത്തി ഉന്തി അവിടെയെങ്ങും നടന്നു. സെക്യൂരിറ്റിക്കാരും കാവൽക്കാരും പരിചയക്കാരായി മാറി, സുഹൃത്തുക്കൾ വരെ ആയി.

മൂന്നാം നാൾ സന്ധ്യയ്ക്ക് മുൻനിശ്ചയമനുസരിച്ച് ഓപ്പറേഷന്റെ അവസാനഘട്ടം തുടങ്ങി. നടക്കാൻ വയ്യാത്ത കൂട്ടുകാരിക്ക് ടണലിനകം കാണാൻ താല്പര്യമുണ്ടെന്ന് ദിലീപ് കാവൽക്കാരെ അറിയിച്ചു. അണ തകരുമ്പോൾ അവരോ ആ ഹോട്ടൽപോലുമോ ശേഷിക്കില്ലെന്നതിനാൽ തിരിച്ചറിയാൻ ആരെങ്കിലുമുണ്ടാകുമെന്ന് ഭയപ്പെടാനില്ല.

ഒമ്പത്

മർമ്മസ്ഥാനങ്ങളിൽ ചാർജ്ജുകൾ വെച്ച് ഫ്യൂസുമിട്ട് ദിലീപ് പറഞ്ഞു, ''പോകാം.''

ഹോട്ടലിൽനിന്നു ചെക്കൗട്ട് ചെയ്ത് ജലപ്രളയസാദ്ധ്യതയുടെ അതിരുകളും കാറിൽ പിന്നിട്ടതിൽപ്പിന്നെ റിമോട്ടുപയോഗിച്ച് സ്ഫോടനം നടത്താനായിരുന്നു പരിപാടി.

ചാർജു വെക്കേണ്ടിടങ്ങളിൽ വീൽചെയറിൽനിന്നിറങ്ങി ദിലീപിനെ സഹായിച്ചുകൊണ്ടിരുന്ന ഭാമ അവസാനത്തേതും പ്രതിഷ്ഠിച്ചു കഴിഞ്ഞപ്പോൾ പറഞ്ഞു, ''ക്ഷമിക്കണം, ദിലീപ്. ഞാൻ വരുന്നില്ല.''

''കളിതമാശയൊക്കെ പിന്നെ.'' ദിലീപ് ശാസിച്ചു, ''വരൂ, പോകാം.''

''വേണ്ട, ദിലീപ്.'' അതിനു മുൻപ് ഒരിക്കലും ഭാമയിൽനിന്ന് ദിലീപ് കേൾക്കാത്ത സ്വരം. ''എനിക്ക് ഈ മഹാജലപ്രവാഹത്തിനൊപ്പം മോചനം വേണം. ആ പ്രവാഹം മുക്കി മൂടി മരിച്ചുപോകുന്ന അനേകായിരങ്ങളുടെ കൂടെയുള്ള മോചനം.''

ദിലീപ് ചോദിച്ചു. ''ഇതിനായിരുന്നുവൊ ഇതുവരെ?''

''ഇതുവരെ വന്ന വഴിയിൽ എവിടെയെങ്കിലും വെച്ച് ഈ ഭ്രാന്തിൽനിന്ന് എപ്പോഴെങ്കിലും ദിലീപ് സ്വയം പിന്മാറുമെന്ന് ഞാൻ പ്രതീക്ഷിച്ചു. പ്ലീസ് ദിലീപ്, ഒന്നുകിൽ നമുക്കിതു വേണ്ട, അല്ലെങ്കിൽ എനിക്കുമിത് മോചനമാകണം.''

''എന്നെ തോല്പ്പിക്കാമെന്നു വിചാരിക്കേണ്ട.'' ദിലീപ് പൊട്ടിത്തെറിച്ചു. ''ഞാൻ പോകുന്നു. ഭാമയ്ക്ക് ഭാമയുടെ വഴി. നല്ല ജലസമാധി.''

''ദിലീപിന്റെ ഈ ആശംസ എനിക്കു മാത്രമല്ല, എന്റെ അകത്തു വളരുന്ന ദിലീപിന്റെ കുഞ്ഞിനുകൂടിയാണ് എന്നറിയാമോ?''

ദിലീപ് ഞെട്ടിത്തിരിഞ്ഞു. ''എന്താണ് പറഞ്ഞത്?''

''ദിലീപിനെയും ഒപ്പം ലോകത്തെയും ഈ ഭ്രാന്തിൽനിന്നു രക്ഷിക്കാൻ കഴിയാത്ത എനിക്കും കുഞ്ഞിനും ജീവിച്ചിരിക്കാൻ അവകാശമില്ലെന്നുതന്നെ.''

ഈർപ്പത്തിന്റെയും പൂപ്പലിന്റെയും മണവും തറയിൽ ഓരു വെള്ളം കെട്ടിനിന്നു വരച്ച എണ്ണച്ചായച്ചിത്രങ്ങളും നാലുപാടും കട്ടിക്കോൺക്രീറ്റിന്റെ പരുപരുത്ത വിട്ടുവീഴ്ചയില്ലായ്മയും ചീവീടുപോലും കരയാത്ത നിതാന്തനിശ്ശബ്ദയെ തുളച്ച് താളമില്ലാതെ ഇറ്റുവീഴുന്ന വെള്ളത്തുള്ളികളും ചെറിയ പ്രകാശത്തെ ചൂഴുന്ന മഹാഅന്ധകാരവും ശ്രുതി ചേർന്ന് അഭിരമിക്കുന്ന പാതാളത്തിൽ അവർ മുഖത്തോടുമുഖം നോക്കി നിന്നു.

ഇത്രയും എഴുതിവെച്ചതു വായിച്ച് എന്റെ വീട്ടുകാരി ചോദിച്ചു, ''എന്നിട്ടോ?''

''അവർ എന്തു തീരുമാനിക്കുമെന്നാണ് തോന്നുന്നത്? ആലോചിച്ചു നോക്കൂ. ഞാനൊരാൾ നിശ്ചയിക്കുന്നപോലെയാണോ എല്ലാം നടക്കുക? ശേഷം ആരാലും ചിന്ത്യം.''

''ഒരു സൂചനയെങ്കിലും...''

''ഉണ്ടല്ലോ. മലമ്പുഴ അണയും പശ്ചിമഘട്ടവും ഇപ്പോഴും പഴയ പടി...''

■

അക്കരപ്പച്ച

ഒന്ന്

ഇരട്ടക്കുട്ടികളാണ് അരുണും കിരണും. തമ്മിൽ തിരിച്ചറിയാൻ പ്രയാസം. ദിവാകരനും അമ്മുക്കുട്ടിക്കും ആറ്റുനോറ്റുണ്ടായവർ. ഏറെ നേർച്ചകളും വഴിപാടുകളും നടത്തിയിട്ടും അതൊന്നും ഫലിക്കാഞ്ഞ് പിന്നെ ചെലവേറിയ ചികിത്സ കഴിഞ്ഞ് പിറന്നവർ. 'കണ്ടാൽ കൈ കഴുകി തൊടണം' എന്ന് ആരും മനസ്സാലെയെങ്കിലും പറഞ്ഞുപോകാവുന്നത്ര ഓമനത്തവും സൗകുമാര്യവുമുള്ളതിനാൽ മുത്തശ്ശിയും അമ്മയും കൂടി എന്നും അന്തിക്ക് ഉപ്പും കടുകും ഉഴിഞ്ഞ് അടുപ്പിലിട്ടു, രണ്ടും പൊട്ടുമ്പോൾ കരിനാക്കുണ്ടായിരുന്നെന്നും ആ പിശാച് പൊട്ടിക്കരിഞ്ഞുപോയി എന്നും ദീർഘമായി നിശ്വസിച്ചു.

ജനനസമയത്തിലെ മാറ്റം അരമണിക്കൂറേ ഉള്ളൂ എങ്കിലും അരുൺ മുതിർന്നവൻ, അതിനാൽ ചേട്ടൻ. ചേട്ടന് ഒരു പൊടിക്ക് ശരീരപുഷ്ടി അധികമുണ്ടെന്നതൊഴികെ ഇരുവരുടെയും ചിരിയും ചേഷ്ടകളും നൂറുശതമാനവും ഒരുപോലെ. ആർ ആരെന്നു തീരുമാനിക്കാൻ അടുത്ത ബന്ധുക്കൾപോലും കുഴങ്ങി.

മുത്തച്ഛനും മുത്തശ്ശിയും തെക്കൻ തിരുവിതാംകൂറിൽനിന്ന് കുടിയേറി. കാലാകാലമായുള്ള കുടുംബവൃത്തി കൃഷിയാണ്. ജന്മനാട്ടിലെ തറവാട് വീതംവെച്ചു കിട്ടിയ ഇരുപതു സെന്റ് വിറ്റ വക ഈ മലമ്പ്രദേശത്ത് അന്ന് നാലേക്കർ കാടു വാങ്ങാൻ മതിയായി. അണലിയോടും അട്ടയോടും കാട്ടുപന്നികളോടും പലപ്പോഴും കാട്ടാനക്കൂട്ടങ്ങളോടുപോലും മല്ലിട്ട് അഹോരാത്രം അദ്ധ്വാനിച്ച് അവർ ഈ മണ്ണു പൊന്നാക്കുന്നതിൽ ജയിച്ചു.

ഇരുപത്തിനാലാമത്തെ വയസ്സിൽ, കല്യാണം കഴിഞ്ഞ് എട്ടാം മാസത്തിൽ, നാടുവിട്ടു പോന്നതാണ്. ഇവിടെ എത്തി ആറുമാസം തികയുമ്മുമ്പ് ദാമോദരൻ ജനിച്ചു. കരിമ്പനപ്പട്ട മേഞ്ഞ കൊച്ചുകൂരയിലായിരുന്നു ജനനം. അമ്മയെയും കുഞ്ഞിനെയും ശുശ്രൂഷിക്കാനും അവർക്കു ഭക്ഷണം പാകം ചെയ്യാനും ആളും തുണയുമില്ല.

റോഡും വാഹനവും അന്നില്ല, ഒരു പിടി ഉപ്പു വാങ്ങാൻ ആറു കിലോമീറ്റർ നടക്കണം. ഒരേ ഒരു കുടിയേറ്റ കുടുംബമാണ് അത്യാവശ്യത്തിന് സഹായം. അവരോ, ഒന്നര കിലോമീറ്റർ അപ്പുറത്തും.

രണ്ടുമൂന്നു കൊല്ലംകൊണ്ട് വേറെയും കുടിയേറ്റക്കാർ വന്നു. ജീപ്പുകൾക്കു കയറാൻ വഴി തെളിഞ്ഞു. നിന്നു പൊറുക്കാനുള്ള വരുമാനം കൃഷിയിൽനിന്നു കിട്ടാൻ തുടങ്ങി. പക്ഷേ, ദാമോദരനെ സ്കൂളിൽ ചേർക്കാനുള്ള പ്രായമായിട്ടും ഇവിടെ സ്കൂളൊന്നും വന്നില്ല. കുട്ടിയെ ജന്മനാട്ടിൽ വല്ല ബന്ധുക്കളുടെയും കൂടെ നിർത്തി സ്കൂളിലയയ്ക്കാമെന്നു തോന്നായ്കയല്ല. "അവനെ കൂടാതെ നമ്മളെങ്ങനെ കഴിയും" എന്ന വീട്ടുകാരിയുടെ സങ്കടത്തിൽ കാമ്പുണ്ടെന്നുകണ്ട് അച്ഛൻ ദാമോദരനെ കൃഷിക്കു പുറമെ എഴുത്തും വായനയും നിത്യജീവിതക്കണക്കും പഠിപ്പിച്ചു. പത്താന്തരത്തിൽ എത്തി നിൽക്കെ, ഫീസു കൊടുക്കാൻ വകയില്ലാത്തതിനാൽ, മുടങ്ങിയ സ്വന്തം വിദ്യാഭ്യാസകാലത്തും അതിൽപ്പിന്നെയും താൻ നേടിയ പൊതുഅറിവുകളും അതോടപ്പം പകർന്നുകൊടുത്തു. രണ്ടാമതൊരു കുഞ്ഞു പിറക്കാത്ത സ്ഥിതിക്ക് ദാമോദരൻ ഒരാൾക്കല്ലേ കഴിയേണ്ടൂ, അതിന് ഇത്രയും സ്ഥലത്തെ കൃഷി മതി എന്ന് സമാധാനിച്ചു. ഇവിടെ അദ്ധ്വാനിച്ചാൽ കഴിഞ്ഞുകൂടാൻ ആരുടെയും മുഖം നോക്കേണ്ട എന്നിരിക്കെ എന്തിന് പഠിപ്പും പത്രാസും തേടി എവിടെയെങ്കിലും പോയി അവസാനം ആരുടെയെങ്കിലും കൂലിവേല ചെയ്യണം? തങ്ങൾക്കു പിന്നെ ആർ തുണ? കഷ്ടപ്പെട്ടുണ്ടാക്കിയ കൃഷിയിടത്തിന്റെ സ്ഥിതി എന്താവും.

പിന്നാലെ വന്ന കുടിയേറ്റക്കാരിൽ മിക്കവരുടെയും കുട്ടികൾ പഠിച്ചുകൊണ്ടിരിക്കുന്നവരോ പഠിച്ചവരോ ആയിരുന്നു. ഏറെ വൈകാതെ സ്കൂൾ ഉണ്ടാവുകയും ചെയ്തു. ഒന്നും പഠിക്കാത്ത ചെറുപ്പക്കാർ രണ്ടോ മൂന്നോ മാത്രം എന്നായി. അവർക്കു കൂട്ടും കെട്ടും ഒന്നും ഇല്ലാതെ വന്നു. ചെറുതല്ലാത്ത അപകർഷതാബോധം അവരെ അലട്ടി എന്നു മാത്രമല്ല പിന്നീട് വിവാഹം ആലോചിക്കേ ഇവരുടെ 'പടിപ്പും പിടിപ്പുമില്ലായ്മ' വലിയ പോരായ്കയുമായി.

നല്ല കാലത്തിന്, അമ്മുവിനെ കണ്ടുകിട്ടി. പഴയൊരു സഹപാഠിയുടെ മകളായ അമ്മു പത്താന്തരം കഴിഞ്ഞും നിറഞ്ഞും നിൽക്കുന്ന നേരത്താണ് മടിച്ചാണെങ്കിലും ചെന്ന് പെണ്ണു ചോദിച്ചത്. മകളെ 'മേലോട്ട്' പഠിപ്പിക്കാൻ അവളുടെ അച്ഛന് പാങ്ങില്ലായിരുന്നു, താഴെ മൂന്നു പെൺകുട്ടികൾ വേറെ.

അമ്മുവും ദാമോദരനും തമ്മിൽ കണ്ട് ഇഷ്ടമാണെങ്കിൽ ആവാം എന്ന മറുപടിയെ തുടർന്ന് ദാമു ചെന്ന് അമ്മുവുമായി മുഖാമുഖം

കണ്ടു. ദാമുവിന്റെ ചന്തവും ഉറപ്പുമുള്ള ദേഹപ്രകൃതിയും തുറന്ന പെരുമാറ്റവും മട്ടും മാതിരിയും അമ്മുവിന് ഇഷ്ടമായി. അമ്മുവിന്റെ പ്രസന്നതയും പോരിമയും ദാമുവിനും പിടിച്ചു.

ദാമുവിന്റെ അദ്ധ്വാനവീര്യം വർദ്ധിക്കുകയും കാർഷികോൽപ്പന്ന ങ്ങൾക്ക് ഭേദപ്പെട്ട വില കിട്ടാൻ തുടങ്ങുകയും ചെയ്തതോടെ ഐശ്വര്യം അമ്മുവിന്റെ പിന്നാലെ എത്തി. പക്ഷേ, അഞ്ചാറാണ്ടു കഴിഞ്ഞിട്ടും സന്തതിയുണ്ടായില്ല. ജാതകദോഷമില്ലെന്നിരിക്കെ പിന്നെന്ത് എന്നായി. മറ്റു ദോഷങ്ങൾ ആരായാൻ 'നോട്ടക്കാരെ' വിളിച്ചു. അവർ നിർദ്ദേശിച്ച പരിഹാരക്രിയകളും വഴിപാടുകളും വിസ്തരിച്ചു നടത്തി.

ദാമുവിന് ഈ വക ഏർപ്പാടുകളിലൊന്നും വിശ്വാസമില്ലായി രുന്നു. നിറയെ കുലച്ച വാഴത്തോട്ടം അപ്പാടെ നശിപ്പിക്കുന്ന ആനയും ഏക്കർകണക്കിന് കപ്പ മൂടു മാന്തി നശിപ്പിക്കുന്ന പന്നിയും തെങ്ങിൽ കുരുക്കുന്ന മച്ചിങ്ങകളത്രയും കടിച്ചെറിയുന്ന കുരങ്ങന്മാരും ഒക്കെ ദൈവങ്ങളാവുന്നതെങ്ങനെ എന്ന് ദാമുവിനെ പറഞ്ഞു മനസ്സിലാക്കാൻ അച്ഛനും കഴിഞ്ഞില്ല. സകലജീവസമാനത എന്നു തുടങ്ങിയ വലിയ കാര്യങ്ങളുടെ കഥ പിന്നെ പറയാനുമില്ലല്ലോ.

പക്ഷേ, അമ്മയുടെ നിർബന്ധത്തിനു വഴങ്ങി അച്ഛനും അച്ഛന്റെ ഇംഗിതത്തിന് എതിർനിൽക്കുന്ന പതിവ് ഇല്ലാത്തതിനാൽ ദാമുവും ക്രിയകൾക്കൊന്നും എതിർ നിന്നില്ല. ഏതായാലും, ദൈവശക്തി യിൽ ദാമുവിനുണ്ടായിരുന്ന അല്പവിശ്വാസംപോലും കൈമോശം വന്നതാണ് ഇതൊക്കെയുംകൊണ്ടു കൈവന്ന ആകെ മെച്ചം.

അപ്പോഴേക്കു പക്ഷേ, സർക്കാരിന്റെയും സ്വകാര്യവുമായി രണ്ട് ആസ്പത്രികൾ വന്നു. അവിടെയുമുണ്ടായിരുന്നു കാര്യമായ ഒരു കടമ്പ. ഇംഗ്ലീഷും പരിഷ്കാരവുമുള്ളവരുടെ മുന്നിൽ ചെല്ലാൻ തനി ക്കുള്ള അനിഷ്ടം ദാമു മറികടന്നത് നന്നേ ക്ലേശിച്ചാണ്. ഇക്കാര്യ ത്തിൽ അമ്മുവിന്റെ സ്നേഹത്തോടെയുള്ള നിർബ്ബന്ധമാണ് ജയിച്ചത്.

ശ്രമകരമായിരുന്നു, മലയിറങ്ങി അടുത്ത പട്ടണത്തിലെ വലിയ ആസ്പത്രിയിലേക്കുള്ള യാത്രയും അവിടത്തെ ചികിത്സയും. കാര്യം സാധിച്ചുകിട്ടിയതോടെ ആ പ്രയാസങ്ങളെല്ലാം പക്ഷേ, പുലരിവെയി ലിൽ മഞ്ഞുപോലെ അലിഞ്ഞുപോയി.

അമ്മുവിന്റെ വയറ്റിൽ കുട്ടികൾ രണ്ടുണ്ടെന്നു കണ്ടെത്തിയ ഡോക്ടറുടെ ശുപാർശ അനുസരിച്ച് പ്രസവം ആ വലിയ ആസ്പത്രി യിൽത്തന്നെ മതി എന്നു വെച്ചതുകൊണ്ടാണ് അമ്മയും കുഞ്ഞു ങ്ങളും രക്ഷപ്പെട്ടത്. കുട്ടികളെ വയറു കീറി എടുക്കേണ്ടിവന്നു. പത്തുനാളോളം ആസ്പത്രിയിൽ കിടക്കേണ്ടിയും വന്നു.

'തങ്കംപോലത്തെ' രണ്ടു കുട്ടികളുമായി മലകയറിയെത്തിയ അമ്മു ആ വീട്ടിലേക്ക് രണ്ടാമതും ഒരു മഹോത്സവം കൊണ്ടു വരികയായിരുന്നു. ദാമുവിന്റെ വിവാഹത്തിനു മുൻപാണ് വീട് എന്നു പറയാവുന്ന ഒന്ന് പണിതത്. തുടർന്നുള്ള വർഷങ്ങളിൽ സൗകര്യങ്ങൾ ഓരോന്നായി കൂട്ടിച്ചേർത്തു. വൈദ്യുതി ഉൾപ്പെടെ ലഭ്യമായ എല്ലാരും ഒത്തിടത്തേക്കാണ് പുതിയ പിറവികൾ കൂടേറിയത്. തൊഴുത്തും കന്നുകാലികളും വേണ്ടത്ര ഉള്ളതിനാൽ പാലിനും മോരിനും ക്ഷാമവുമില്ലായിരുന്നു. അച്ഛന്റെ കാഫല-കൃഷി എന്ന വൃത്തിയിലേക്ക് ദാമുവിന്റെ സ്വന്തം സംഭാവനയായിരുന്നു പാലുല്പാദനം. തേങ്ങയും റബ്ബറും പാലും മാസവരുമാനം ഉറപ്പാക്കി. അതു മതിയായി, ദിവസം കഴിയാൻ. ഏലവും കുരുമുളകും ഗ്രാമ്പൂവും ജാതിയും മറ്റും വിറ്റു കിട്ടുന്നത് നീക്കിവെക്കാവുന്ന വരുമാനമായി.

തന്റെ കുട്ടികളുടെ ഭാവിയെക്കുറിച്ച് ദാമു പുലർത്തിയ കനവുകൾക്ക് ദാമുവിന്റെ ജീവിതത്തെക്കുറിച്ച് ദാമുവിന്റെ അച്ഛന് ഉണ്ടായിരുന്ന മോഹങ്ങളുടെ സ്വഭാവമായിരുന്നില്ല. അവരെ ദാമു കണ്ടത് ഏറ്റവും നന്നായി പഠിച്ച് മാനം മുട്ടെ വളർന്ന് ഏറ്റവും മുകളിലെത്തുന്ന ഡോക്ടറും ഭരണാധികാരിയുമൊക്കെ ആയാണ്. അതിന് ഒരുപാട് പണം വേണം. ആവുംവേഗം സ്വരൂപിക്കയും വേണം. കഠിനാദ്ധ്വാനത്തിന്റെ തുടരദ്ധ്യായങ്ങളുടെ പുസ്തകമായീ ദാമുവിന്റെ ജീവിതം. കൂട്ടുജീവിതത്തിൽ അമ്മുവിനോട് ദാമു ആകെ വിയോജിച്ചത് ഈ പന്തയത്തിൽ അല്പം സാവകാശം ഉപദേശിക്കുമ്പോഴും കുട്ടികളെപ്രതി വഴിപാടുകളും പൂജകളും ഹോമങ്ങളും കഴിക്കാൻ ചെലവേറിയ നേർച്ചകൾ നേരുമ്പോഴും മാത്രം.

കുട്ടികൾ മത്സരിച്ചു വളരുന്നതോടെ അരുണാണ് കൂടുതൽ മിടുക്കൻ എന്നു തീർച്ചയായി. 'പോരാത്തവ'നായ കിരണിനോട്, അതോടൊപ്പം വാത്സല്യക്കൂടുതലും നിലവിൽ വന്നു. പിടിവാശികൾപോലും അവന് അനുവദിച്ചു കിട്ടി.

മൂന്നു വയസ്സായതോടെ അരുൺ തനിക്കു കണ്ടുകിട്ടിയ എന്തു ലൊട്ടുലൊടുക്കുകൊണ്ടും എന്തെങ്കിലും കളിപ്പാട്ടമുണ്ടാക്കാൻ വിരുതനായി. അരുൺ എന്തുണ്ടാക്കിയാലും അതു തനിക്കു വേണമെന്ന് കിരൺ ശാഠ്യം പിടിക്കുകയും കരച്ചിലും ബഹളവുമാവുമ്പോൾ അമ്മ അതു വാങ്ങി കിരണിന് കൊടുക്കുകയും പതിവുമായി. കണ്ണു നിറഞ്ഞാണെങ്കിലും അരുൺ അടങ്ങും. കാരണം, കളിപ്പാട്ടം കൊടുക്കില്ലെന്നു വഴക്കിട്ട് അമ്മയോട് ശിക്ഷ വാങ്ങിയ ആദ്യദിവസം മുത്തച്ഛൻ അവനോടു പറഞ്ഞിരുന്നു, ''നിന്റെ കൂടെപ്പിറപ്പിന് നീയേ തുണയുള്ളൂ, നിനക്ക് അവനും. ഈ കാര്യം നിങ്ങൾ രണ്ടാളും അറിയണം. നീ ഒരാളെങ്കിലും അറിഞ്ഞാലും മതി.''

അരുണിന് കൃഷിയിലാണ് താല്പര്യം എന്ന് ആ ഇളംപ്രായത്തിലേ തെളിഞ്ഞു. അവൻ തൊടിയിലും വയലിലും മുത്തച്ഛന്റെ നിഴലുപോലെ നടക്കാൻ ഇഷ്ടപ്പെട്ടു. അതു കാണുമ്പോഴൊക്കെ അച്ഛൻ അവനെ 'പഠിത്ത'ത്തിലേക്ക് ഓടിച്ചു, പലപ്പോഴും ചെവി പിടിച്ചു തൂക്കി കൊണ്ടുപോകേണ്ടിവന്നു.

മൂന്നു വയസ്സു മുതൽ അവരെ ഇംഗ്ലീഷ് പഠിപ്പിക്കാൻ പ്രത്യേകം ആളെ വെച്ചിരുന്നു. പറഞ്ഞുകൊടുക്കുന്നതൊക്കെ നന്നായി പഠിഞ്ഞു എങ്കിലും അരുൺ തരമുണ്ടെങ്കിൽ മുങ്ങും. മുളക്കുന്ന വിത്തിലും വിരിയുന്ന കൂമ്പിലും വിടരുന്ന മൊട്ടിലും ചായുന്ന കായ്കളിലുമാണ് കൂടുതൽ താല്പര്യം. അതു കഴിഞ്ഞാൽ കുരുവിയിലും അണ്ണാനിലും കുളക്കോഴിയിലും. തരംകിട്ടുമ്പോഴൊക്കെ വെയിലേൽക്കുന്നതിനാൽ അവന്റെ ശരീരത്തിന്റെ കാന്തിക്ക് മാറ്റുകുറവുപോലും വന്നുതുടങ്ങി. മുത്തച്ഛന്റെ ഒത്താശയോട വളർത്തുന്ന അണ്ണാൻകുഞ്ഞുങ്ങൾ അവന്റെ ദേഹത്തിൽ നിർബാധം ഓടിനടന്നു, വേറെ ആരെങ്കിലും അടുത്തു ചെന്നാൽ അവ അവന്റെ പോക്കറ്റിൽ ഒളിച്ചു മൂക്ക് പുറത്തു കാട്ടി പരിഹസിച്ചു ചിലച്ചു. എവിടന്നോ വന്ന പട്ടിക്കുട്ടികൾ അവന്റെ സന്തതസഹചാരികളുമായി.

കുട്ടികളുടെ പിറന്നാൾ ആകാവുന്നത്ര ആർഭാടമായി നടത്തിപ്പോന്നു. അയൽക്കാരായ കുട്ടികളെ വിളിക്കും. മുത്തച്ഛൻ അവർക്കൊക്കെ സമ്മാനം കൊടുക്കും. മുത്തശ്ശിയും അമ്മയും കൂടി ഭക്ഷണം വെച്ചുവിളമ്പും.

ഇരട്ടകൾക്ക് നാലു വയസ്സാവുന്ന ജന്മദിനത്തിൽ ഒരു പ്രശ്നമുണ്ടായി. അരുണിനെ 'ആരു' എന്നും കിരണിനെ 'കീരു' എന്നുമാണ് വീട്ടിൽ വിളിച്ചുപോന്നത്. പിറന്നാളാഘോഷിക്കാൻ വന്ന കുട്ടികൾ കിരണുമായി 'ഒന്നും രണ്ടും പറഞ്ഞ് പിണങ്ങി' അവനെ 'കീ, കീരി' എന്നു കളിയാക്കി വിളിച്ചു ചിരിച്ചു. അവൻ അവരെ തല്ലി, അവർ തിരികെയും. 'ചാതിക്കാരം പിടിക്കാൻ' ചെന്ന അരുണിനെയും അവൻ ഉപദ്രവിച്ചു. പിറന്നാൾ അലങ്കോലമായി, വിരുന്നു വന്ന കുട്ടികൾ ഒന്നും കഴിക്കാതെയും സമ്മാനങ്ങൾ വാങ്ങാതെയും പോയി. ഇതൊന്നും പോരാഞ്ഞ് കിരൺ ഉറക്കെ കരയാനും തുടങ്ങി. കിരൺ എന്ന പേര് തനിക്കു വേണ്ട എന്ന് അലമുറ.

''ശരി, നമുക്കു വേറെ നല്ലൊരു പേര് കണ്ടുപിടിക്കാം'' എന്ന് മുത്തച്ഛൻ പറഞ്ഞു നോക്കി.

പക്ഷേ, അവന് മറ്റേതെങ്കിലും പേര് മതിയായില്ല, ''എനിക്ക് അരുണിന്റെ പേരു മതി.''

അരുണും വാശിയിലായി. ''എന്റെ പേര് എനിക്കു വേണം.''

അവസാനവിധിയായി അച്ഛൻ അരുണിനോടു പറഞ്ഞു. ''നീയാണല്ലോ മൂത്തവൻ. അവനെ കരയിക്കരുത്. അതിനാൽ, നിന്റെ പേര് ഇനി അവന്. മാത്രമല്ല, അവന്റെ പേര് നിനക്കും. കാരണം, നീ വാഴ്കെ ആ പേര് കുടുംബത്ത് ഇല്ലാതാകാൻ പാടില്ല.'

പ്രതിഷേധിച്ചിട്ടു ഫലമില്ലെന്നു കണ്ട് അരുൺ സമ്മതിച്ചു. പക്ഷേ, തന്നെ 'കീരു' എന്ന് ആരും വിളിക്കരുതെന്നൊരു നിബന്ധന വെച്ചു. അത് അംഗീകരിക്കപ്പെടുകയും ചെയ്തു.

മുത്തച്ഛൻ പലതും പറഞ്ഞ് ആശ്വസിപ്പിച്ച കൂട്ടത്തിൽ, വീട്ടിൽ നിലവിലുണ്ടായിരുന്ന ഒരു പേര് ഇല്ലാതാകുന്നത് അപശകുനമാണെന്നു സ്ഥിരീകരിച്ചു. എന്തു പേരുകൊണ്ടും വിശേഷിച്ച് ഒരു കാര്യവുമില്ലെന്നും ദൈവത്തിനുതന്നെ അനേകായിരം പേരുകളുണ്ടായിട്ടും അദ്ദേഹത്തെ ഇപ്പോഴും മിക്കവർക്കും ശരിയായി അറിയില്ലെന്നുമൊക്കെ പറഞ്ഞ് ആ പ്രതിസന്ധി നർമ്മത്തിൽ അവസാനിപ്പിക്കയും ചെയ്തു.

ഏതായാലും പിറ്റേ കൊല്ലം സ്കൂളിൽ ചേർത്തപ്പോൾ അരുൺ കിരണായി, കിരൺ അരുണും.

രണ്ട്

പഠിക്കാൻ മിടുക്കരായിരുന്നു ഇരുവരും. പക്ഷേ, ചേട്ടൻ എന്തിനുമേതിനും ഒരുപടി മുന്നിൽ നിന്നു. എല്ലാറ്റിലും താല്പര്യം കാണിച്ചു. അച്ഛന്റെ കൂടെ തോട്ടത്തിലും തൊഴുത്തിലും പോയി, മുത്തച്ഛന്റെ മുന്നിലിരുന്ന് സ്തോത്രം പഠിച്ചു. ക്ലാസ്സിൽ ഒരിക്കൽ കേട്ട പാഠം പിന്നീട് എപ്പോൾ വേണമെങ്കിലും ഓർത്തെടുത്തു. ഓട്ടത്തിലും ചാട്ടത്തിലും പോലും മുന്നിൽ.

പഠിത്തത്തിൽ ഒപ്പത്തിനൊപ്പമാണെന്നാലും ഒരിക്കലും ഒരു വിഷയത്തിലും ചേട്ടനേക്കാൾ അനിയന് ഒരു മാർക്കുപോലും ഏറെ വാങ്ങാനൊത്തില്ല. അതവനെ വല്ലാതെ സങ്കടപ്പെടുത്തി, വാശിക്കാരനുമാക്കി. അവന് അകമേ, ചേട്ടനെ ഇഷ്ടമില്ലാതായി. ''ഇവനെ കണ്ടു പഠിക്കണം'' എന്ന് ചേട്ടനെ മുൻനിർത്തി ടീച്ചറും അച്ഛൻ തന്നെയും പലവുരു പറയുന്നതുകേട്ട് ഞെളിപിരി കൊണ്ടു.

ടീച്ചർ എന്തെങ്കിലും പറയട്ടെ, അച്ഛൻ ചേട്ടനെ താനുമായി താരതമ്യം ചെയ്ത് പുകഴ്ത്തുന്നതാണ് അനിയന് സർവോപരി അസഹ്യമായത്. ആരും കാണാതെ ചേട്ടന്റെ ഷർട്ടിൽ മഷി കുടഞ്ഞുവെക്കുക, പുസ്തകത്താളുകൾ കീറുക എന്നിങ്ങനെയാണ് അനിയൻ തന്റെ

ഈൗർഷ്യ പ്രകടിപ്പിക്കാൻ വഴി കണ്ടത്. കൈയോടെ പിടിച്ചാൽ അബദ്ധം പറ്റി എന്ന് നടിക്കും. അവനെ ഒരിക്കലുമാരും ഒന്നിനും ശിക്ഷിച്ചില്ല.

പ്രായമാവുന്തോറും അനിയന്റെ 'അല്പരസ'വും മുൻകോപവും ശാഠ്യവും വർദ്ധിച്ചു വന്നു. എട്ടാംക്ലാസ്സു കാലത്ത് ഒരു ദിവസം ചേട്ടന്റെ പുസ്തകസ്സഞ്ചിയുടെ മൂട് ബ്ലേഡു വെച്ച് കീറി. അന്ന് ആദ്യമായി ചേട്ടൻ അനിയന്റെ തലയ്ക്കൊരു മേട്ടം വെച്ചുകൊടുത്തു.

അനിയൻ അലമുറയിട്ടു. വലിയ വിപ്ലവമായി. അച്ഛൻ പക്ഷേ, അനിയന്റെ ഭാഗം പറഞ്ഞില്ല. ''അസൂയകൊണ്ട് ഉപദ്രവിക്കുന്നത് കുറെയായി കാണുന്നു'' എന്ന് ഒഴിഞ്ഞ ഉള്ളൂ. അച്ഛൻ എന്തു നില പാടെടുത്താലും മറുത്തൊന്നും പറയാത്ത അമ്മയും അനിയന്റെ രക്ഷയ്ക്കെത്തിയില്ല എന്നു മാത്രമല്ല, ''ശിക്ഷിച്ച് മുളയിൽ നുള്ളേണ്ട തായിരുന്നു ഈ വാസന'' എന്ന് അച്ഛന്റെ അറിവിലേക്ക് അപൂർവ മായി ഒരു തിരുത്ത് അവതരിപ്പിക്കുകവരെ ചെയ്തു.

നിഷ്പക്ഷത പാലിച്ച് മുത്തശ്ശി ''ആയ്യായീ, മക്കളേ...'' എന്നുരു വിടുകയേ ഉണ്ടായുമുള്ളൂ.

അച്ഛനെ തിരുത്താൻ മുത്തച്ഛൻ മുതിരാറില്ലെന്നില്ല, പക്ഷേ, വളരെ ചുരുക്കം അവസരങ്ങളിലേ അതുണ്ടാവൂ. അപ്പോഴും പിന്നീട് മാത്രമേ അഭിപ്രായം പറയൂ. അതും, ഒറ്റയ്ക്കു വിളിച്ച്. ചെറിയവനെ ലാളിച്ചു വഷളാക്കരുതെന്ന് നേരത്തേതന്നെ പറഞ്ഞുകാണും.

പക്ഷേ, തനിക്കാരുടെയും പിൻബലമില്ല എന്നു തീർച്ചയായ സങ്കടത്തിൽ അനിയൻ അത്ര വലിയ പോഴത്തത്തിനു മുതിരുമെന്ന് ആരും കരുതിയില്ല. നല്ല കാലം, സ്റ്റോർ മുറിയിൽനിന്ന് അവൻ മണ്ണെണ്ണപ്പാത്രം എടുത്തു കൊണ്ടുപോകുന്നത് അമ്മ കണ്ടു. മൂത്തവൻ ഈ വക ജോലികൾ ചെയ്യാറുണ്ട്, അച്ഛനെ സഹായിക്കാൻ. അനി യൻ പതിവില്ല. അതുമല്ല, തോട്ടത്തിൽ രാവിലെത്തന്നെ മണ്ണെണ്ണ യുടെ ആവശ്യമെന്ത്?

ആറാമിന്ദ്രിയംകൊണ്ട് അപകടം മണത്ത അമ്മ അനിയനെ പിന്തുടർന്നു.

മണ്ണെണ്ണട്ടിന്നുമായി കല്ലുവെട്ടുകുഴിയിലിറങ്ങി അവൻ ടിന്നു തുറന്ന് തലയിലൂടെ ഒഴുക്കിയതും അമ്മ ഉറക്കെ കരഞ്ഞ് ഓടിച്ചെന്നു പിടികൂടി. പിന്നാലെ അച്ഛനും എത്തി. ഇരുവരും ചേർന്ന് അടക്കം പിടിച്ച് അവനെ തിരികെ കൊണ്ടുപോന്നു.

മണ്ണെണ്ണ പുരണ്ട ഉടുപ്പഴിച്ചു വലിച്ചെറിഞ്ഞ് ശരീരം വൃത്തിയാക്കി തന്റെ ചുമലിലെ തോർത്തുടുപ്പിച്ച് അച്ഛനും കൂടെ അമ്മയും അവനെ അടക്കിപ്പിടിച്ച് കരഞ്ഞു.

അതൊരു വല്ലാത്ത ദിവസമായി. ആരും ഒന്നും കഴിച്ചില്ല. അച്ഛൻ ഓർത്തോർത്ത് വീണ്ടും വീണ്ടും നടുങ്ങുകയും നെടുവീർപ്പിടുകയും ചെയ്തു. അമ്മ അച്ഛന്റെ ചുവടു പിടിച്ച് ഉള്ളു കുടഞ്ഞു പുളഞ്ഞു. മുത്തച്ഛൻ അവന്റെ ശിരസ്സും പുറവും തടവി.

ഇതിനെല്ലാം പ്രത്യക്ഷകാരണക്കാരനായ ചേട്ടനെ ആരുമൊട്ടും കുറ്റപ്പെടുത്തിയില്ലെന്നാലും ചേട്ടൻ അകമേ കരഞ്ഞുകൊണ്ടിരുന്നു. ആ കരച്ചിലിനിടെയാണ് ആ പതിമൂന്നുകാരൻ തന്റെ ജീവിതത്തിലെ ഏറ്റവും നിർണ്ണായകമായ തീരുമാനം കൈക്കൊണ്ടത്.

മൂന്ന്

അരക്കൊല്ലപ്പരീക്ഷയുടെ മാർക്കുകൾ കിട്ടിയപ്പോൾ ചേട്ടൻ മൂന്നു വിഷയങ്ങളിൽ അനിയന്റെ പുറകിലായി. അതിശയമായി, എല്ലാവർക്കും. അനിയനായീ, ക്ലാസ്സിലെ ഒന്നാമൻ. അവന് വളരെ സന്തോഷമായി. ‘‘ഇപ്പോൾ എങ്ങനെ ഇരിക്കുന്നു?’’ എന്നൊരു മട്ടിൽ അവൻ ചേട്ടനെ നോക്കുകവരെ ചെയ്തു. പക്ഷേ, ചേട്ടൻ അതു കണ്ടില്ലെന്നു നടിച്ചു. മാർക്കു കുറഞ്ഞതിൽ ഒരു സങ്കടവും കാണിച്ചുമില്ല.

ഇളയവൻ പിന്നിലാക്കിയത് സ്വന്തം ചേട്ടനെയാണെങ്കിലും അച്ഛനു പോലും സന്തോഷമായി. അച്ഛൻ പ്രഖ്യാപിച്ചു, ‘‘ഇവനെ ഞാനൊരു ഡോക്ടറാക്കും. ഒപ്പത്തിനൊപ്പം പഠിച്ചാൽ മൂത്തവനെ എഞ്ചിനീയറും.’’

തനിക്കില്ലാത്ത വിദ്യാഭ്യാസവും പദവിയും മാനവും തന്റെ മക്കൾക്കുണ്ടാകണം എന്നതു മാത്രമായിരുന്നു ആ അച്ഛന്റെ ജീവിതലക്ഷ്യം. സമൂഹത്തിൽ ഏറ്റവുമേറെ സ്ഥാനവും സമ്പത്തും ഉള്ളവരാകണം. ആ വിദ്യാഭ്യാസം തന്റെ കുട്ടികളുടെ അഭിരുചിക്ക് ഒത്തതാകുമോ എന്നും തൊഴിലുകൾ അവർക്ക് യഥാർത്ഥ സന്തോഷവും സമാധാനവും സുഖവും നൽകുമോ എന്നുമൊന്നും ആലോചിക്കാനുള്ള വിവേകം കൈവശമില്ലായിരുന്നു.

അന്നു രാത്രി മുത്തച്ഛൻ മൂത്തവനെ അരികിൽ വിളിച്ചിരുത്തി മുഖത്തു നോക്കി സന്തോഷത്തോടെ പുഞ്ചിരിച്ച് ചെവിയിൽ പറഞ്ഞു, ‘‘നന്നായി.’’

താൻ കരുതിക്കൂട്ടി തോറ്റുകൊടുത്തതാണെന്ന കഥ മുത്തച്ഛന് മനസ്സിലായിരിക്കുന്നു എന്നറിഞ്ഞപ്പോൾ ചേട്ടന്റെ കണ്ണു നിറഞ്ഞു. അവനെ കുറച്ചുകൂടി അണച്ചു നിർത്തി മുത്തച്ഛൻ രഹസ്യമായി ത്തന്നെ തുടർന്നു, ‘‘അവനൊരു എടുത്തുചാട്ടക്കാരനാണ്, അവനെ എന്നും കാത്തോളുക.’’

കുട്ടി താൻ ഉദ്ദേശിച്ചതിലപ്പുറവും ചില തീരുമാനങ്ങൾ എടുത്തിരുന്ന കഥ പക്ഷേ, മുത്തച്ഛൻ പോലും അന്നേരം മനസ്സിലാക്കിയില്ല. തന്റെ ഇഷ്ടവൃത്തി കൃഷിയാണെന്ന് അവൻ തിരിച്ചറിഞ്ഞിരുന്നു. മറ്റൊരു മത്സരപ്പരീക്ഷയുമെഴുതി ഒന്നാമനാകാൻ അവൻ ഇഷ്ടപ്പെട്ടില്ല, ജനിച്ചു വളർന്ന പരിസരം വിട്ട് ജീവിതമാർഗ്ഗം തേടി വേറെ എങ്ങും പോകാനും ഉദ്ദേശിച്ചില്ല.

പരീക്ഷയെഴുതാനല്ല, പഠിക്കാനായാണ് അവൻ വായിച്ചത്. ഒരു പുസ്തകത്തിലൂടെ വെറുതെ ഒന്നു കണ്ണോടിച്ചാൽ അതത്രയും ഓർമ്മയിൽ സൂക്ഷിക്കാൻ തനിക്കു കഴിയുമെന്ന് അവൻ കണ്ടെത്തിയിരുന്നു. കൈയിൽ കിട്ടിയതൊക്കെ വായിച്ചു. പാഠപുസ്തകങ്ങൾ വേഗം കഴിഞ്ഞതോടെ സ്കൂൾ ലൈബ്രറിയിലെ ശേഖരത്തിലേക്കു തിരിഞ്ഞു.

മാർക്കു കൂടുതൽ കിട്ടുന്നത് തുടർന്നാൽ നാട്ടിൽ പ്രചാരമുള്ള മത്സരപ്പരീക്ഷകളിൽ പങ്കെടുക്കാൻ അച്ഛൻ മാത്രമല്ല എല്ലാരും നിർബ്ബന്ധിക്കുമെന്ന് അവൻ ശരിയായി ഊഹിച്ചു. പത്താംക്ലാസ്സിൽ വെച്ച് പൊടുന്നനെ മാർക്കു കുറഞ്ഞാൽ കരുതിക്കൂട്ടിയാണോ എന്നു സംശയിക്കയും ചെയ്യും. കുറെശ്ശയായി പിന്നോട്ടു പോയാൽ രണ്ടു കാര്യവും ഒപ്പം നടക്കും. അനിയന് താൻ രണ്ടാം സ്ഥാനക്കാരനാവുന്നെന്ന സങ്കടം ഇല്ലാതാവും. തനിക്കിവിടങ്ങളിൽ ആജീവനാന്തം കഴിയാനുള്ള വഴി തെളിയുകയും ചെയ്യും.

നാല്

പത്തിലെ പരീക്ഷയുടെ ഫലം പുറത്തു വന്നപ്പോൾ വീട്ടിലും ചുറ്റുവട്ടത്തെല്ലാവർക്കും അത് അവിശ്വസനീയമായി. ചേട്ടന് പ്ലസ്ടുവിൽ ചേരാൻ കഷ്ടി മതിയായ മാർക്കു മാത്രം, അനിയൻ സ്കൂളിലും ജില്ലയിൽത്തന്നെയും ഒന്നാമൻ.

“എന്തു പറ്റി?” എന്ന ചോദ്യം എല്ലാടത്തും ചേട്ടനെ നേരിട്ടു. നാട്ടിലെല്ലാരും അരുൺ എന്നുതന്നെയാണ് അപ്പോഴും അവനെ വിളിച്ചത്. അവൻ കൈ മലർത്തിയും ചിരിച്ചും നിന്നു. പക്ഷേ, വീട്ടിലെ സങ്കടത്തോട് ഇങ്ങനെ പ്രതികരിക്കാൻ പറ്റുമായിരുന്നില്ല. അനിയന്റെ വിജയത്തിളക്കത്തിലെ സന്തോഷത്തോടൊപ്പം തന്റെ പോരായ്മയുടെ നിഴൽ വീട്ടിൽ കനത്തു നിന്നു. അവനു കിട്ടിയ മാർക്കിനെപ്പറ്റി, “അതു ധാരാളമാണല്ലോ!” എന്നു പറഞ്ഞത് മുത്തച്ഛൻ ഒരേ ഒരാൾ, “ഈ പരീക്ഷയിൽ എത്ര മാർക്കു കിട്ടിയാലും പതിനൊന്നിലേക്കു കടക്കാം എന്നല്ലാതെ വേറെ പ്രയാജനമൊന്നും ഇല്ലല്ലോ. കൂടുതൽകൊണ്ട് വല്ല നേട്ടവും പന്ത്രണ്ടിലെ പരീക്ഷയുടെ ഫലം കൊണ്ടല്ലെ കിട്ടാനുള്ളൂ?”

‘‘അങ്ങനെയാണൊ പറയേണ്ടത്?’’ എന്ന് അമ്മ അതൃപ്പൂർവ മായി മുത്തച്ഛനോട് വിയോജിച്ചു. എന്നിട്ട് അച്ഛനോട് പറഞ്ഞു, ‘‘കുട്ടിക്ക് വല്ല കരിനാക്കും പറ്റിക്കാണും. അതിന് എന്തെങ്കിലും മറുകൈ ചെയ്യിക്കണം.’’

‘‘ബുദ്ധി തെളിയാൻ വല്ല ഔഷധുംകൂടി ആവാം’’ എന്നു മുത്ത ശ്ശിയുടെ അകമ്പടി.

അവൻ എതിർപ്പു കൂടാതെ എല്ലാറ്റിനും വഴങ്ങി. കഴിക്കാൻ കിട്ടിയ ഔഷധനെയ്യ് വല്ലാതെ കയ്ക്കുന്നതിനാൽ മാറ്റിക്കിട്ടിയാൽ നന്നായി എന്നൊരു ചെറിയ നീക്കുപോക്കേ ആവശ്യപ്പെട്ടുള്ളൂ.

ട്യൂഷന്റെ സമയവും വീര്യവും കൂടിയതും സാരമായ അലോ സരമായി. ധാരണാശേഷി, ബുദ്ധി, ശ്രദ്ധ എന്നീ കാര്യങ്ങളിലൊന്നും അവന് ഒരു കുഴപ്പവും ഇല്ലെന്ന് ട്യൂഷൻ മാസ്റ്റർമാർ സാക്ഷ്യപ്പെടുത്തി. പക്ഷേ, പതിനൊന്നിലെ പരീക്ഷയിലും മാർക്ക് കുറഞ്ഞു. അതേ സമയം, ഉത്സാഹത്തിനോ സന്തോഷത്തിനോ ഒരു കുറവും കണ്ടു മില്ല. ആകപ്പാടെ ഒരു ‘മന്തൻ’ ആയി മാറുകയാണോ എന്ന് അച്ഛന് സംശയമായി. ആ സംശയം സങ്കടമായി. തന്റെ ജീവിതലക്ഷ്യം നിറവേറാതായിപ്പോയാലൊ എന്ന അങ്കലാപ്പ് പരിഭവത്തിന്റെയും ആക്ഷേപത്തിന്റെയും പരാതിയുടെയും കുറ്റപ്പെടുത്തലിന്റെയും രൂപങ്ങളിൽ പ്രകടമായി.

അനിയനാകട്ടെ, ചേട്ടനെപ്പോലും പിന്നിലാക്കി തനിക്ക് സ്കൂളിൽ കിട്ടിയ മുൻനിരസ്ഥാനം നിലനിർത്താൻ കിണഞ്ഞു പിടിച്ചു. വീട്ടിലും നാട്ടിലും എല്ലാരുടെയും ആദരം ആസ്വദിച്ചു. അതോടൊപ്പം താനൊരു കേമനാണെന്ന വിചാരം ഉള്ളിലുറയ്ക്കുകയും ഉയരങ്ങൾ സ്വപ്നം കാണുകയും ചെയ്തു. വളർന്നു വരുന്ന പെൺകുട്ടികളുള്ള വരും ‘വലിയ നില’യിലുള്ളവരുമായ അച്ഛന്മാർ ആ വീടുമായി കുടുംബസൗഹൃദം സ്ഥാപിക്കാൻ മുതിർന്നുതുടങ്ങി. കുഞ്ഞു പിറ ക്കുന്നതിനു മുൻപ് സ്കൂളിലെ സീറ്റും പെൺകുഞ്ഞിന് പത്തു വയസ്സു തികയുമ്മുമ്പ് വിവാഹവിപണിയിലെ അവധിക്കച്ചവടവും ഉറപ്പിക്കുന്ന കാലം പിറന്നു കഴിഞ്ഞിരുന്നു.

കിരണായി തീർന്ന അരുൺ വീട്ടിൽ തീർത്തും വിശ്വാസത്തി ലെടുത്തത് മുത്തച്ഛനെ മാത്രമാണ്. വീട്ടിലെ മറ്റെല്ലാവരെയും തന്റെ പദ്ധതി സങ്കടപ്പെടുത്തുന്നതുകണ്ട് വല്ലാതെ മനസ്സുഷ്ണിച്ചപ്പോൾ അവൻ മുത്തച്ഛന്റെ സഹായം തേടി. സന്ധ്യയ്ക്ക് മുത്തച്ഛൻ തോട്ട ത്തിലൂടെ നടക്കാനിറങ്ങുമ്പോഴായിരുന്നു അവരുടെ ഉള്ളുതുറക്കൽ.

അത് ട്യൂഷന്റെ സമയമല്ല, അച്ഛന്റെ ടൈംടേബിളനുസരിച്ച് വായിക്കാൻ ഇരിക്കേണ്ടുന്ന നേരവുമല്ല. വെളിച്ചം മങ്ങുന്ന വഴികളിൽ മുത്തച്ഛന് കൂട്ട് അനിവാര്യവും.

''നിനക്ക് സന്തോഷമുണ്ടാക്കുന്നതു മാത്രം ചെയ്യണം'' എന്നായിരുന്നു മുത്തച്ഛന്റെ നിർദ്ദേശം. ''അത് മറ്റുള്ളവർക്കും ലോകത്തിനും നന്മ വരുത്തുന്നതുകൂടി ആവണം. അഥവാ നിനക്കൊരു ഗുണവും ഇല്ലാത്തതായാലും കുഴപ്പമില്ല. സന്തോഷകരമായ എന്തെങ്കിലും ദേഹംകൊണ്ടും മനസ്സുകൊണ്ടും ബുദ്ധികൊണ്ടും എപ്പോഴും കാര്യമായി ചെയ്തുകൊണ്ടേ ഇരിക്കയും വേണം.''

''ജീവനില്ലാത്ത ഒന്നിലും എനിക്ക് താല്പര്യമില്ല.'' അവൻ തീർത്തു പറഞ്ഞു. ''എൻജിനീയറിങ്ങ് പഠിക്കേണ്ട.''

''താല്പര്യമുള്ളത് കണ്ടുപിടിക്കണം. അതിൽ മിടുക്കനാവണം.''

''കൃഷി പഠിക്കാം.''

''മതിയല്ലോ! അതെന്താ മോശമാണോ?''

''പക്ഷേ, അച്ഛന് അത്...''

''അന്വേഷിക്കാം.''

പക്ഷേ, അച്ഛൻ എടുത്തടിച്ചപോലെ തിരിഞ്ഞു നിന്നു. ''കൃഷി പഠിച്ചിട്ടാണോ ഞാനിവിടെ ഇത്രയും കൃഷി ചെയ്യുന്നത്, ഇത് ആർക്കു വേണമെങ്കിലും ചെയ്തുകൂടേ. ഇനിയുള്ള കാലത്ത് കൈയിൽ തൂമ്പയല്ല, കഴുത്തിൽ കുഴലാണ് മാന്യത. എന്തറിഞ്ഞാണ്...''

''അങ്ങനെ അല്ല.'' മുത്തച്ഛൻ തിരുത്തി. ''ഞാൻ പഠിച്ചതൊക്കെ പഠിപ്പിച്ചതുപയോഗിച്ചാണ് നീ പ്രവർത്തിച്ചുപോരുന്നത്. ഇനിയുള്ള കാലം അതു മതിയാവില്ല. പുതിയ രീതികളും അറിവുകളും വരുന്നു. അല്ല, ഇതൊക്കെ വിറ്റുപെറുക്കി സ്ഥലംവിടാനാണെങ്കിൽ...''

''വിറ്റാലും പെറുക്കിയാലും ശരി.'' അച്ഛൻ അവസാനവാക്കു പറഞ്ഞു. ''നാലാളുടെ കണ്ണിൽ നിലയും വിലയും ഇല്ലാത്ത പണിക്ക് എന്റെ കുട്ടികൾ പോകണ്ട.''

''ആട്ടാൻ വാസനയുള്ളവനെ പിടിച്ച് നെയ്യാനാക്കിയാൽ അവനു തുറന്നു കിട്ടുന്നത് നരകമാണ്. നീന്തറിയാതെ വെള്ളം കുടിച്ച് എവ്വിധമോ അക്കരെയെത്തുമ്പോൾ തിരിച്ചറിയുന്നത് അവിടെ യഥാർത്ഥത്തിൽ പച്ചയില്ലെന്നും അതുള്ളത് കൈവിട്ടുപോന്ന കരയിലാണെന്നും വന്നാലോ?''

ഒന്നുകൊണ്ടും അച്ഛൻ വഴങ്ങിയില്ല.

ട്യൂഷൻ മാസ്റ്റർമാർ വഴി ശ്രമിക്കാനും മുത്തച്ഛൻ ശ്രമിച്ചു. അവരോട് അച്ഛൻ കടുപ്പിച്ച് പറഞ്ഞു.

''നിങ്ങൾ ട്യൂഷൻ പഠിപ്പിച്ചാൽ മതി. കുടുംബത്തെ കാര്യങ്ങൾ നിശ്ചയിക്കേണ്ട.''

ഏതായാലും പന്ത്രണ്ടാംക്ലാസ്സിലെ റിസൾട്ട് വന്നപ്പോൾ ചേട്ടൻ വീണ്ടും കഷ്ടി അമ്പതു ശതമാനത്തിനു മുകളിലും അനിയൻ സ്കൂളിന്റെ നെറുകയിലുംതന്നെ. എൻട്രൻസ് കോച്ചിങ്ങ് കോളേജിന്റെ പ്രിൻസിപ്പാൾ തന്നെ അന്തംവിട്ടു നിന്നുപോയി. ''മോഡൽ ടെസ്റ്റുകളിൽ എന്നും മുന്നിൽ നിൽക്കുന്ന കുട്ടിക്ക് പ്ലസ് ടുവിന് ഇത്രയും കുറഞ്ഞ മാർക്കോ? ഇതിൽ എന്തോ പന്തികേടുണ്ട്.'' അദ്ദേഹം അങ്ങനെ സമാധാനിപ്പിച്ചു. ''അവൻ മത്സരപ്പരീക്ഷ എഴുതട്ടെ. അതിനുള്ള മാർക്കുണ്ടല്ലൊ, നമുക്കു നോക്കാം.''

അഞ്ച്

ഇരുവരും പരീക്ഷ എഴുതി. ഫലം പക്ഷേ, തികച്ചും അപ്രതീക്ഷിതം. ചേട്ടന് അഗ്രികൾച്ചറൽ സയൻസസ്സിനേ പ്രവേശനവഴി തെളിഞ്ഞുള്ളൂ. അനിയന് മെഡിസിന് സീറ്റ് കിട്ടിയുമില്ല.

മരണം നടന്നാലെന്നപോലെ മൗനം ഉറന്നു നിറഞ്ഞ വീട്ടിൽ ആരും ആരെയും സമാധാനിപ്പിക്കാൻ മുതിർന്നില്ല. പകലന്തിയോളം ആരും ആരോടും ഒരക്ഷരം ഉരിയാടിയില്ല.

എല്ലാവരും പലവുരു നോക്കിക്കഴിഞ്ഞ പത്രക്കുറിപ്പിലൂടെ കണ്ണോടിക്കുന്ന മുത്തച്ഛന്റെ അരികിൽ മൂത്തവൻ ചെന്നു നിന്നു. തന്റെ ഗൂഢലക്ഷ്യം നിറവേറി എന്ന സന്തോഷമല്ല, അനിയന്റെ തോൽവിയുടെ സങ്കടമാണ് അവനെ അവശനാക്കിയത് എന്ന് മുത്തച്ഛന് പറയാതറിയാൻ കഴിഞ്ഞു. പത്രം മടക്കി ടീപ്പോയിൽ വെച്ച് മുത്തച്ഛൻ ഘനഗംഭീരമായി അച്ഛനെ വിളിച്ചു. ''ദാമോദരാ...''

അങ്ങനെ വിളിക്കാറില്ല. ''മോനേ...'' എന്നല്ലാതെ 'ദാമു' എന്നു പോലും പതിവില്ല. അച്ഛൻ വിളി കേട്ടില്ലെന്നാലും മുത്തച്ഛൻ ഉറക്കെ തുടർന്നു. ''ആകാശം ഇടിഞ്ഞുവീണുമ്മറ്റുമില്ല. പരീക്ഷ ഇനിയും എഴുതാം, ഇനിയും ജയിക്കാം. അഥവാ, വേറെയും പരീക്ഷകൾ കിടക്കുന്നു. കുട്ടികളെ വെറുതെ കുഴയ്ക്കരുത്. കുട്ടികൾ ഒരേ ഒരു പരീക്ഷയേ ജയിക്കേണ്ടൂ. അത് ഈ പരീക്ഷയല്ല, സ്നേഹിക്കാനും സന്തോഷിക്കാനുമുള്ള കഴിവിന്റെ പരീക്ഷയാണ്. ഇങ്ങനെ പോയാൽ നമ്മളെല്ലാരുംകൂടി അവരെ അതിൽ അമ്പേ തോല്പിക്കും. മാത്രവുമല്ല.''

പറഞ്ഞത് മുഴുമിക്കാതെ, ഭാവം മാറി മുത്തച്ഛൻ എഴുന്നേറ്റു, ''ഇളയവൻ എവിടെ?''

അവർ മുറികൾതോറും നടന്നു. അച്ഛനും അമ്മയും മുത്തശ്ശി പോലും ഓരോ മുറിയിൽ കിടപ്പാണ്. മുകളിൽ പ്രത്യേകം സജ്ജമാക്കിയ പഠനമുറിയിലാണ് അനിയൻ. അവന്റെ മുറി പക്ഷേ, അകത്തുനിന്നു പൂട്ടിയിരിക്കുന്നു. മുട്ടി വിളിച്ചിട്ട് തുറന്നില്ല.

കഷ്ടപ്പെട്ട് കോണി കയറിയെത്തിയ മുത്തച്ഛനും മുട്ടി വിളിച്ചു. പിന്നാലെ വന്ന അച്ഛനും അമ്മയും ഒച്ച വെച്ചിട്ടും വാതിൽ തുറന്നില്ലെന്നല്ല ഒരു പ്രതികരണവും ഉണ്ടായില്ല.

മണ്ണിൽ പണിത് കാലുറപ്പു നേടിയ അച്ഛൻ ഒറ്റച്ചവിട്ടിന് വാതിലിന്റെ ബോൾട്ട് ഉടച്ചു.

അനിയൻ കട്ടിലിൽ കിടക്കുന്നു. താഴെ നിലത്തു വെച്ച ബക്കറ്റിലേക്ക് വലതു കൈ നീട്ടിവെച്ചിരിക്കുന്നു. ആ പ്ലാസ്റ്റിക് ബക്കറ്റിൽ രക്തം വീഴുന്നു.

സ്കൂളിൽനിന്നു പഠിച്ച ഫസ്റ്റ് എയ്ഡ് പാഠം മുൻനിർത്തി ചേട്ടൻ അനിയന്റെ കൈയിൽ ബാന്റേജിട്ടു. കരച്ചിലും ബഹളവുമായി പുറകെ വരുന്നവരെ കാക്കാതെ അനിയനെ തനിയെ ചുമന്ന് ജീപ്പിൽ കയറ്റി ആസ്പ്രതിയിലേക്കു കൊണ്ടുപോയി. ജീവന് ഭീഷണി ഇല്ലെന്ന് ഡോക്ടർ വിലയിരുത്തിയിട്ടേ ശ്വാസം നേരെ വീണുള്ളൂ.

പിന്നെ, ഡോക്ടറുടെ നിർദ്ദേശപ്രകാരം തന്റെ രക്തം ആകാവുന്നത്ര കൊടുത്തു.

ഒരാഴ്ചത്തെ ചികിത്സകൊണ്ട് ബാക്കിയെല്ലാം ശരിയായിട്ടും വലതു കൈയിന് പാതിയേ സ്വാധീനം ഉള്ളൂ എന്നു വന്നു. ചെറുപ്പമായതിനാൽ ശരിയായി വരുമെന്ന് ഡോക്ടറുടെ ഉറപ്പു ലഭിച്ചെങ്കിലും നീണ്ട കാലത്തെ ഫിസിയോതെറാപ്പി ആവശ്യമായി.

ആസ്പത്രിക്കിടക്കയിൽ കിടക്കെ, താൻ കണ്ണു തുറന്നു നോക്കുമ്പോഴെല്ലാം ഉറക്കമില്ലാതെ അരികിലിരിക്കുന്ന ചേട്ടനെ കണ്ട അനിയൻ സ്വയമറിയാതെ കരഞ്ഞു. ആ കണ്ണീരിൽ സങ്കടങ്ങളുടെ കൂടെ അവന്റെ അബദ്ധധാരണകളും ഒഴുകിയകന്നുതുടങ്ങി.

കോഴ്സ് തുടങ്ങിയിട്ടും ചേട്ടൻ കാർഷിക കോളേജിൽ പോയില്ല. അനിയന്റെ മരുന്നും ശുശ്രൂഷയുമായി വീട്ടിൽത്തന്നെ നിന്നു. മുത്തച്ഛൻ പോലും പ്രേരിപ്പിച്ചിട്ടും പോയില്ല. ''അതിനിയും എഴുതിയെടുക്കാം'' എന്നായിരുന്നു നീക്കുപോക്കിനിടമില്ലാത്ത മറുപടി.

അതുമല്ല, രോഗം മാറി വരുന്ന മുറയ്ക്ക് അനിയനെ അടുത്ത കൊല്ലത്തെ പ്രവേശനപ്പരീക്ഷയ്ക്ക് ഒരുങ്ങാൻ പ്രേരിപ്പിക്കയും

പ്രോത്സാഹിപ്പിക്കയും ''നമുക്ക് ഒരുമിച്ചെഴുതാം'' എന്നു കൂട്ടുപഠിത്തത്തിന് അവസരമൊരുക്കുകയും ചെയ്തു. ഡോക്ടർ മുതൽ മുത്തച്ഛൻ വരെ കൂടുതൽ വിവേകമുള്ളവർ വിലക്കിയതിനാലാവാം, വീട്ടിൽ പരീക്ഷയെയോ റാങ്കിനെയോപ്പറ്റി ആരും ഒന്നും പറയാതെയുമായി.

മോഡൽ ചോദ്യക്കടലാസ്സുകളുടെ കോപ്പികൾ ഇരുവരും സ്റ്റോപ്പ് വാച്ച് വെച്ച് ചെയ്യാൻ തുടങ്ങിയപ്പോഴേ അനിയന് മനസ്സിലായുള്ളൂ, ഏതു മത്സരപ്പരീക്ഷയും ജയിക്കാനുള്ള കഴിവിൽ ചേട്ടൻ തന്നേക്കാൾ വളരെ മുന്നിലാണ് എന്ന്. സ്വയം പിന്നോക്കക്കാരനായി നടിച്ചത് തന്റെ സങ്കടം നീക്കാനായിരുന്നു എന്നുകൂടി തിരിച്ചറിഞ്ഞതോടെ പരിഭവങ്ങളുടെ മുഴുവൻ തടയണകളും തകർന്ന് പ്രേമപ്രളയമായി.

വ്യായാമത്തിനായുള്ള നടത്തമായാണ് അനിയൻ ചേട്ടന്റെ കൂടെ കൃഷിയിടത്തിൽ സമയം ചെലവഴിച്ചു തുടങ്ങിയത്. പിന്നെപ്പിന്നെ, കൃഷിയുടെ കാതലായ സജീവതയിൽ അനിയനുള്ള ജന്മവാസന ഉണർന്നു. അത്രയ്ക്കത്രയക്ക് ആരോഗ്യവും മെച്ചപ്പെട്ടു.

ഇനിയുമൊരു പരാജയം താങ്ങാൻ അനിയന് കഴിയില്ല എന്ന് ചേട്ടന് നിശ്ചയം തോന്നി. ചേട്ടൻ പറഞ്ഞു, ''ഞാൻ നിനക്ക് മെഡിസിൻ വാങ്ങിത്തരും.''

പരീക്ഷയുടെ ഒരാഴ്ച മുമ്പ് ഇരുവരുംകൂടി ഉണ്ടാക്കിയ രഹസ്യധാരണ അനുസരിച്ച് ഹാൾ ടിക്കറ്റുകൾ പരസ്പരം കൈമാറിയാണ് പരീക്ഷ എഴുതിയത്. ആരും തിരിച്ചറിഞ്ഞില്ല.

''നിനക്കും മെഡിസിൻതന്നെ.'' എന്നായിരുന്നു പരീക്ഷ കഴിഞ്ഞ് അനിയന്റെ ഭരതവാക്യം.

ഫലം വന്നപ്പോൾ ചേട്ടന്റെ നമ്പറിന് നൂറ്റിപ്പത്താമത്തെ റാങ്ക്, അനിയന്റെ നമ്പറിന് നൂറ്റിപ്പന്ത്രണ്ടാമത്തെയും. അവർ പരസ്പരം കെട്ടിപ്പിടിച്ച് തുള്ളിച്ചാടി വിജയം ആഘോഷിച്ചു.

പക്ഷേ, കുട്ടികളുടെ യഥാർത്ഥ മനസ്സിലിരിപ്പ് വെളിപ്പെട്ടപ്പോൾ അച്ഛൻ വീണ്ടും വിഷമിച്ചു. ഇരുവരും കൃഷിയാണ് പഠിക്കാനാഗ്രഹിക്കുന്നത്. മെഡിസിനു വേണ്ടി ഈ കാര്യത്തിൽ അവർ എന്നേ തീരുമാനമെടുത്തിരുന്നു. ഇക്കാര്യം ആദ്യം തുറന്നുപറഞ്ഞത് ചേട്ടനാണ്. ''എനിക്കും അതുതന്നെ മതി'' എന്ന് അനിയനും പറഞ്ഞപ്പോൾ ''നിങ്ങൾ എന്തു മണ്ടത്തമാണ് ഈ പറയുന്നത്?' എന്നു വാപൊളിച്ചു നിന്ന അച്ഛനോട് അനിയൻ ചോദിച്ചു, ''അച്ഛനും മുത്തച്ഛനും മുതുമുത്തച്ഛന്മാരും കാണിച്ച മണ്ടത്തംതന്നെ അല്ലേ ഇത്?''

“കുട്ടികൾ പറയുന്നതാണ് ശരി.” മുത്തച്ഛൻ ചിരിച്ചു. “ചെടികളുടെ വ്യാധികൾ ആദ്യം മാറിയില്ലെങ്കിൽ മനുഷ്യരുടെയും മൃഗങ്ങളുടെയും രോഗങ്ങൾ ഒരിക്കലും സുഖപ്പെടില്ല.”

മുത്തച്ഛന്റെയും മുത്തശ്ശിയുടെയും കാൽ തൊട്ടു വന്ദിച്ച് ഇരുവരും ഒരുമിച്ച് കാർഷിക കോളജിലേക്കു പുറപ്പെടുമ്പോൾ ആ മലയോരഗ്രാമം മുഴുക്കെ അവരെ യാത്രയാക്കാൻ സന്നിഹിതമായി. അവരുടെ മുഖങ്ങളിൽ പുതിയ പ്രതീക്ഷ പൂവിട്ടു നിന്നു. അവിടത്തെ കൃഷിയെ അതനുഭവിക്കുന്ന പരാധീനതകളിൽനിന്നും പോരായ്മകളിൽനിന്നും രക്ഷിക്കാൻ കഴിവും ആത്മാർത്ഥതയുമുള്ള പുതിയ അറിവുകാർ വേണമായിരുന്നു.

യാത്രയാക്കുന്നതിന്റെ ഭാഗമായി അവരെ തമ്മിൽ ചേർത്തു നിർത്തി അമ്മ ആരതി ഉഴിയുമ്പോൾ അത് അന്ധവിശ്വാസമാണെന്ന് അച്ഛൻ പറഞ്ഞില്ല. കണ്ണുകൾ നിറഞ്ഞിരുന്നതിനാൽ ആരതിശിഖ ആയിരമായാണ് അദ്ദേഹത്തിന് കാണായത്, അവിടെ ഒത്തുകൂടിയ കൃഷിക്കാരുടെ പ്രതീക്ഷാനിർഭരമായ മുഖങ്ങളിൽ ഓരോന്നും പതിനായിരമായും.

■

ലോകത്തിലെ ആദ്യത്തെ വിപ്ലവങ്ങൾ

ഞങ്ങളുടെ തറവാട്ടിലെ വലിയമ്മാമന് ഞങ്ങളുടെ നാട്ടിലെ ഏറ്റവും വലിയ കുടവയർ ഉണ്ടായിരുന്നു. ഏറ്റവും വലിയ കുടവയർ എന്നു പറഞ്ഞാൽ പോരാ, ഏറ്റവും നാടകീയമായ കുടവയർ എന്നുതന്നെ പറയണം. കുടവയറിന്റെ ഭൂമിശാസ്ത്രപരമായ പ്രകൃതിയിലായിരുന്നു ഈ നാടകീയത പ്രകടമായിരുന്നത്.

കുറ്റിരോമങ്ങൾ എഴുന്നുനിൽക്കുന്ന വളരെ ചെറിയ തലയായിരുന്നു അദ്ദേഹത്തിന്. ഈ ചെറിയ തലതന്നെ വാസ്തവത്തിൽ രണ്ടു തലയായിരുന്നു. ഇളവൻ കായ്ക്ക് എക്കുണ്ടാകാറുള്ളതുപോലെ ഒരു എക്കുണ്ട് തലയ്ക്ക്. ആ എക്ക് കാലവും നേരവും നോക്കിയുള്ള മുണ്ഡനക്ഷൗരാദികൾക്കു ശേഷം വീണ്ടും കുറ്റിരോമങ്ങൾ മുളയ്ക്കുന്നതിനിടയിലെ ഇടവേളയിൽ മാത്രമേ കാണൂ.

ഈ എക്ക് കാണാൻ കുട്ടികളുടെ വാനരപ്പട പത്തായപ്പുരയുടെ ജനലിലൂടെ വളരെ ശ്രമപ്പെട്ട് എത്തിനോക്കാറുണ്ട്. ഇനി പറയാൻ പോകുന്ന പല വിപ്ലവങ്ങളിൽ ഒന്ന് ഇങ്ങനെ ഒരു എത്തിനോക്കലിന്റെ ഫലമായാണ് ഉണ്ടായത്.

കാച്ചിയ എണ്ണ തിരുമ്മിത്തിരുമ്മി താഴ്ത്തിയതിന്റെ ഫലമാണ് ഈ എക്കെന്നും, അല്ല സ്വന്തം കാര്യവും മറ്റുള്ളവരുടെ കാര്യങ്ങളും തലച്ചോറിൽ വേറിട്ടുകിടക്കുന്ന അതിർത്തി കുറിക്കുന്നതാണ് ഇതെന്നും, അതുമല്ല അമ്മായി തലയിണമന്ത്രം ചൊല്ലി രാത്രികാലങ്ങളിൽ ഊതിയൂതി കുഴിച്ചുണ്ടാക്കിയതാണെന്നും പല അഭിപ്രായങ്ങളും ഉണ്ടായിരുന്നു.

ചെറിയ തലയിലെ വലിയ ചെവികൾ ആനച്ചെവികളെ ഓർമ്മിപ്പിച്ചു, ചെവികളിൽ ചുരുണ്ടു മടങ്ങിക്കിടക്കുന്ന രോമങ്ങളുണ്ടായിരുന്നു. ഈ രോമങ്ങളും പുരികങ്ങളിൽ വളഞ്ഞു നിൽക്കുന്നവയും മാത്രമാണ് ക്ഷൗരക്രിയയിൽ രക്ഷപ്പെടാറ്.

ചുവന്ന കല്ലുകൾവെച്ച രണ്ടു വലിയ കടുക്കൻ ചെവിത്തട്ടയിൽ ഞാന്നുകിടന്നു. ഓരോന്നിനും ഓരോ ഉറുപ്പികത്തൂക്കം കനമുണ്ടായിരുന്നു. തലയൊന്നു കുടഞ്ഞാൽ കവിളത്തും പിൻകഴുത്തിലും കമ്മലുകൾ ചെന്നിടിക്കും.

നെറുകയിലെ മൂന്നു രോമങ്ങൾ കുടുമയാക്കി കെട്ടിവെച്ചിരിക്കും. അതിൽ രണ്ടുമൂന്നു തെച്ചിപ്പൂക്കളും അതിനരികിൽ എവിടെയെങ്കിലും അനാഥമായിക്കിടക്കുന്ന ഒന്നു രണ്ടു തുളസിയിലകളും ഉണ്ടാവും.

വളരെ ചെറിയ നെറ്റിയാണ്. അതു മുഴുവൻ ഭസ്മവും നടുവിൽ നീളത്തിൽ കളഭവും അതിനും നടുവിൽ വലിയ കുങ്കുമപ്പൊട്ടുമുണ്ടാവും.

ചെന്താമരക്കണ്ണുകളിൽ പീലികളിൽ മഷിയെഴുതിയിരിക്കും, വാലിട്ട് നീളത്തിൽതന്നെ. കണ്ണുകൾക്കിടയിൽനിന്നു പതിഞ്ഞുയരുന്ന മൂക്ക് യാതൊരു മുന്നറിയിപ്പും കൂടാതെ ഗോളാകൃതിയവലംബിക്കുന്നു. മൂക്കിന്റെ അറ്റം എപ്പോഴും വലതു കൈപ്പത്തികൊണ്ടു ശബ്ദത്തോടെ തിരുമ്മുന്ന സ്വഭാവമുണ്ട്. നല്ല പഴുത്ത തക്കാളിയുടെ നിറമായിരിക്കും എപ്പോഴും മൂക്കിന്. വരിനെല്ലിന്റെ വേരുകൾ പോലെ മൂക്കിനകത്തുനിന്ന് മേൽച്ചുണ്ടിന്മേൽ രോമങ്ങൾ ഇറങ്ങിക്കിടക്കും. ഇവയും ക്ഷൗരക്രിയയിൽനിന്നു രക്ഷപ്പെടുന്നു.

ചുണ്ടുകൾക്ക് ഒന്നിന്മേൽ ഒന്ന് അമർന്നിരിക്കുന്ന സ്വഭാവമില്ല. മേൽചുണ്ടിന്റെയും കീഴ്ചുണ്ടിന്റെയും വക്രതകൾ രണ്ടു രീതിയിലായതിനാൽ പലേടത്തും പൊരുത്തക്കേടുകൾ. വായടച്ചാലും അടഞ്ഞില്ലെന്ന തോന്നലുളവാക്കും.

താടിയില്ലെന്നതാണു മറ്റൊരു വലിയ പ്രത്യേകത. കീഴ്ചുണ്ട് തടിച്ചു മലർന്നു കിടക്കുന്ന പരിധി കഴിഞ്ഞാൽ താഴെ ഒന്നുമില്ല, ശൂന്യത.

കഴുത്തിനു തലയോളംതന്നെ വണ്ണമുണ്ട്. അഥവാ, കഴുത്തെന്ന് ഒന്നുണ്ടെന്ന് അറിയാൻതന്നെ വലിയ പ്രയാസമാണ്. പിന്നിൽ ചെന്നു നോക്കിയാലേ അറിയൂ. അല്ലെങ്കിൽ കവിളുകൾക്കടിയിലൂടെ മാറത്തേക്കു തൂങ്ങിവരുന്ന, ആനയെക്കെട്ടാൻപോന്ന സ്വർണ്ണച്ചങ്ങല തങ്ങിനിൽക്കുന്നതെവിടെയാണെന്നറിയണം.

സ്വർണ്ണച്ചങ്ങലയുടെ ലോക്കറ്റിൽ വൈരക്കല്ലുണ്ട്. മാറത്തും കൈപ്പലകയിലും തോളുകളിലും പുറത്തു രണ്ടു വരിയായും ഇടതൂർന്നു വളരുന്ന രോമമാണ്. ക്ഷൗരകാലങ്ങളിലേ രോമത്തോളം കറുത്ത ദേഹം രോമത്തിനടിയിൽ കാണൂ.

മുറ്റം പുല്ലുചെത്തി വെടിപ്പാക്കുന്നതുപോലെയാണ് ക്ഷൗരം. അതു മറ്റൊരു വിപ്ലവത്തിനു കാരണമായതെങ്ങനെയെന്നും വഴിയേ കാണാം.

കൈകൾ വളരെ ചെറിയവയും ദേഹത്തിനു തീരെ പാകമല്ലാത്ത തരത്തിൽ മെലിഞ്ഞു കുഴൽപ്രായങ്ങളിലുമാണ്. കൈവിരലുകൾ ഞണ്ടിൻകുട്ടികളെപ്പോലെയാണ്. ഉള്ളംകൈയിലൊഴികെ മറ്റെല്ലാ യിടത്തും രോമവുമാണ്.

മാറ് എവിടെ അവസാനിക്കുന്നു, വയർ എവിടെ തുടങ്ങുന്നു എന്നതിനു വ്യക്തമായ തെളിവുണ്ട്. അത്ര പെട്ടെന്നാണ് വയർ തുടങ്ങുന്നത്. അത്ര കുത്തനെയും. മാത്രമല്ല, ഈ തുടക്കസ്ഥാന ത്താണ് വൈരക്കല്ലുവെച്ച ലോക്കറ്റിന്റെ സ്ഥിരം കിടപ്പും.

പിന്നെ വയർ നാടകീയമായി ഉയർന്നുയർന്നു പോവുക തന്നെ യാണ്. ആ ഉയർച്ചയുടെ പകുതിയിൽ പാവുമുണ്ടിന്റെ മേൽഭാഗം തങ്ങിനിൽക്കുന്നു.

ഉയർച്ചയുടെ പരമോന്നതിയിൽ പൊക്കിൾകുഴിയാണ്.

തുടങ്ങുന്നത്ര പെട്ടെന്നുതന്നെയാണ് വയർ കഴിയുന്നതും. പെട്ടെന്നൊരു വീഴ്ച. ഈ വീഴ്ചയുടെ താഴ്വരയിൽ രണ്ടു സംഗ തികൾ സംഭവിക്കുന്നു. ഭൂമദ്ധ്യരേഖയുടെ ഏതാണ്ട് മുപ്പതു ഡിഗ്രി താഴെ ഗ്ലോബിൽ കാണുന്ന അക്ഷാംശംപോലെ സ്വർണ്ണനൂൽ കാണാം. മുണ്ടിനടിയിൽനിന്നു വ്യക്തമായി കാണാം. നൂലിൽ ഏലസ്സും ത കിടും കാണാം. വിസ്തരിച്ചു നിവർത്തിച്ചുറ്റിയ കൈക്കോണമാണ് രണ്ടാമത്തെ സംഗതി.

ചന്തിയെന്നൊന്ന് ഇല്ലാത്തതിനാൽ നൂൽ കൂടെക്കൂടെ തുടകൾ വരെ ഇഴഞ്ഞുവരുന്നതും ഇങ്ങനെ വന്നാലും വന്നിട്ടില്ലെങ്കിലും വന്നിട്ടുണ്ടെന്ന ഉറച്ച ധാരണയിൽ കൂടെക്കൂടെ നൂൽ പിടിച്ചുയർത്തു ന്നതും പതിവാണ്.

വയർ തടസ്സമാകുന്നതിനാൽ വയറിനു താഴെയുള്ള സംഭവങ്ങളോ കാൽക്കീഴിലെ ഭൂമിയോ കാണാറില്ല. വേഷ്ടിയുടെ പിൻതല പിന്നിൽ നിലത്തിഴയും. കാലുകൾ കൈകൾപോലെതന്നെ ശോഷിച്ചവയും ബലഹീനങ്ങളുമാണ്. കാലിന്മേൽ ദേഹമെങ്ങനെ നിൽക്കുന്നുവെന്ന അത്ഭുതം സ്വാഭാവികമാണ്. പക്ഷേ, ചറുപിറുന്നനെ ഉരുണ്ടുരുണ്ടു നടക്കുന്നത് കാണേണ്ടതുതന്നെ.

നോട്ടം രൂക്ഷവും നിർദ്ദയവുമാണ്. വാക്കുകൾ വജ്രങ്ങളാണ്. ഭീകരമായ ചിരി പത്തായപ്പുരയിൽ മുഴങ്ങിക്കേൾക്കാം. ആജ്ഞകളും അട്ടഹാസങ്ങളും കേൾക്കാം.

സാമ്രാജ്യം രണ്ടു ഖണ്ഡങ്ങളായിരുന്നതിനാൽ ഒന്നാം ഖണ്ഡമെന്ന പത്തായപ്പുരയിലെ സംവിധാനം മുഴുവനായി മനസ്സിലാക്കുന്നതു നന്ന്. പത്തായപ്പുരയെന്നാൽ പത്തുപതിനാറു മുറികളും മൂന്നുനില തട്ടുമുള്ള ഒരു മഹാ സൗധമാണ്. വലിയമ്മാമൻ പണിയിച്ചതാണ്. ഓടു മേഞ്ഞതാണ്. പത്തായപ്പുരകളുടെ എല്ലാ സ്വഭാവങ്ങളും ഈ പത്തായപ്പുരയ്ക്കുമുണ്ട്. മുറികളിൽനിന്നു കരിങ്കല്ലോവുകൾ പിന്നിലേക്ക് ഉന്തിനിൽക്കുന്നു. അവയ്ക്കു താഴെ മൂത്രപ്പശിമയുള്ള മണ്ണിൽ പുൽക്കൂമ്പാരങ്ങൾ നിൽക്കുന്നു. അനാഥമായ തട്ടിൻപുറത്തു പ്രാവുകളും എലികളും നരിച്ചീറുകളും മരപ്പട്ടികളും സഹവസിക്കുന്നു.

പത്തായങ്ങൾ പത്തായപ്പുരയിൽതന്നെയാണ്. അവയ്ക്ക് പിച്ചളപ്പട്ടകളും വലിയ താക്കോലുകൾകൊണ്ടു തുറക്കാവുന്ന പൂട്ടുകളുമുണ്ട്. ഓടാമ്പലുകൾ അടയ്ക്കുമ്പോഴും തുറക്കുമ്പോഴും ശബ്ദമുണ്ടാവും. അത് ഒന്നൊന്നര നാഴിക ദൂരെ കേൾക്കാം.

പത്തായപ്പുരയുടെ പൂമുഖത്ത് തുളസിത്തറയും തുപ്പൽക്കൂടുമുണ്ട്. വലിയ ഓട്ടുകിണ്ടിയിൽ തിണ്ണയിൽ വെള്ളമുണ്ട്. ചാരുപടിയിൽ കോളാമ്പിയുണ്ട്. അതിൽ മുറ്റത്തെ മണലും തുപ്പലുമുണ്ട്. മരത്തിന്റെ വലിയ ചാരുകസേരയിൽ വലിയമ്മാമയുണ്ട്. തുറന്നുകിടക്കുന്ന ജനൽപടിയിൽ പലഹാരപ്പാത്രങ്ങളിൽ ഈച്ചയാർക്കുന്നുണ്ട്. മരക്കസേരയുടെ കൈയിൽനിന്നു തൂങ്ങുന്ന വലിയ വട്ടക്കണ്ണിയിൽ താക്കോലുകളാണ്.

മുറ്റത്തിന്റെ പല ഭാഗങ്ങളിലായി കാര്യസ്ഥന്മാർ പുല്ലു പറിച്ചും പറിക്കാതെയും തങ്ങിനിൽക്കുകയും ഇരിക്കുകയും ചെയ്യുന്നു. അവരിൽ പലരും തഞ്ചവും സൗകര്യവും നോക്കി പലതും പറയുകയും പറയാതിരിക്കുകയും ചെയ്യുന്നു. വലിയമ്മാമൻ കേൾക്കുകയോ കേൾക്കാതിരിക്കുകയോ മൂളുകയോ മൂളാതിരിക്കുകയോ ചെയ്യുന്നു.

വരാന്തയിൽ മഞ്ചൽ തൂങ്ങിക്കിടപ്പുണ്ട്.

അമ്മാമന്റെ അരികിൽ തുറന്നുവെച്ച മുറുക്കാൻചെല്ലവുമായി നീണ്ടുമെലിഞ്ഞ അമ്മായി വസ്ത്രാഭരണവിഭൂഷിതയായി ഉയരം കുറഞ്ഞ കട്ടിലിൽ കിടക്ക വിരിച്ച് അതിൽ ഇരിക്കുന്നുണ്ട്. സ്വന്തം കൈവിരലുകളുടെ ഭംഗി ആസ്വദിക്കുകയാണ് അമ്മായിയുടെ ഒരേയൊരു തൊഴിൽ.

അമ്മായിക്ക് മൂന്നു പെൺമക്കളാണ്. കഥ നടക്കുന്ന കാലയളവിൽ ഈ മൂന്ന് കുട്ടികളിൽ രണ്ടാൾ വയസ്സറിയിച്ചിരുന്നു. മൂന്നാമത്തെയാൾ അറിയിക്കാൻ മടിച്ചുനിൽക്കുകയുമായിരുന്നു. വിനോദിനി, വിലാസിനി, വീണ.

അവർക്കൊക്കെ വേറെ വേറെ മുറികളും പരിചാരികമാരും ഉണ്ടായിരുന്നു. വെവ്വേറെ ആഭരണപ്പെട്ടികളുമുണ്ടായിരുന്നു.

വിനോദിനിക്ക് അമ്മാമന്റെ ദേഹപ്രകൃതിയും (കുടവയറൊഴികെ) വിലാസിനിക്ക് അമ്മാമന്റെയും അമ്മായിയുടെയും കലർന്ന മണിപ്രവാളപ്രകൃതിയും വീണയ്ക്ക് അമ്മായിയുടെ തനിപ്രകൃതിയുമായിരുന്നു.

വാനരപ്പട

സാമ്രാജ്യത്തിന്റെ മറ്റേ വശത്തേക്കുറിച്ചു പറഞ്ഞു തുടങ്ങുന്നതു തന്നെ വാനരപ്പടയെക്കുറിച്ചു പറഞ്ഞുകൊണ്ടായിരിക്കണം. എട്ടും എട്ടും പതിനാറു കെട്ടുകളിലായി ഓലമേഞ്ഞ തറവാട്ടിൽ നിവസിക്കുന്ന പതിനേഴ് താവഴികളിലെ എണ്ണമറിയാത്ത പല പ്രായക്കാരായ കുട്ടികളുടെ സംഘത്തിന് അമ്മാമൻ കല്പിച്ചരുളിയ പേരാണിത്.

വാനരപ്പടയ്ക്കു നേതാവോ കൊടിയടയാളമോ ആയുധങ്ങളോ സ്ഥായിയായി ഇല്ല. ആർക്കും നേതാവാകാം. എന്തും കൊടിയാക്കാം. എന്തും ആയുധമായി ഉപകരിക്കാം.

തായ്വഴിബന്ധമാണ് ഈ പതിനേഴ് താവഴികളിലെ ജീവജാലങ്ങളെ ഒന്നിച്ചുനിർത്തുന്നത്. ഏഴു ദേശങ്ങളിലായി തറവാടിന്റെ സ്വത്തുവഹകൾ വ്യാപിച്ചു കിടക്കുന്നു. മാസത്തിൽ മുപ്പതു ദിവസം കൊണ്ട് അവസാനിക്കാതെ തേങ്ങയിടൽ നടക്കുന്നു.

കാലാകാലത്ത് നെല്ലും വിത്തും നാളികേരവും കയ്യാലകളിൽ കുമിഞ്ഞുകൂടുന്നു.

വാനരപ്പടയുടെ സംഖ്യാബലം സ്ഥിരമായി തിട്ടപ്പെടുത്താൻ വിഷമമായിരുന്നു. ഓരോ കെട്ടിലും ഓരോ പേറ്റുമുറിയുണ്ട്. ഈ മുറികളിലെല്ലാം സ്ഥിരമായി മാറിമാറി ആളുണ്ടാവും. പേറ്റുകച്ചയുടെയും പേറ്റുമരുന്നിന്റെയും മണവും പുതിയ വാനരന്മാരുടെ കരച്ചിലുമുണ്ടാവും. എന്നും പെറ്റ പുലയും മരിച്ച പുലയുമാണ്.

ജനിക്കുന്നതിൽ മരിക്കുന്നതു കഴിച്ച് ബാക്കി ശേഷിക്കുന്നു. ജനനവും മരണവും സ്ഥിരമായി നടന്നുകൊണ്ടിരിക്കുന്നതിനാൽ സ്ഥിരമായി സംഖ്യാബലം തിട്ടപ്പെടുത്താൻ വയ്യ. ആരും അങ്ങനെയൊരു കണക്കെടുപ്പ് നടത്തിയിട്ടുള്ളതായി രേഖയുമില്ല.

ജനിച്ചാൽ നാൾവഴിയിൽ എഴുതിച്ചേർക്കപ്പെടുന്നു. താവഴിക്കുള്ള റേഷൻ കൂട്ടിക്കിട്ടുന്നു. പട്ടുകോണകംമുതൽ ചെലവിന് അനുവദിക്കപ്പെടുന്നു. മരിച്ചാൽ നാൾവഴിയിൽനിന്ന് നീക്കം ചെയ്യപ്പെടുന്നു. ശവമടക്കുന്നതിനുള്ള ചെലവുകൾ കണക്കെടുക്കപ്പെടുന്നു.

അമ്മാമന്റെ പാർശ്വവർത്തിയായി കഴിയുന്ന കണക്കപ്പിള്ളയ്ക്കു മാത്രമാണ് ഏതാനും ചില വിവരങ്ങൾ കൃത്യമായി അറിയുന്നത്.

തറവാടിനു പൊതുവായി ഒരു അടുക്കളയുണ്ട്. അവിടെ വേല ക്കാരുണ്ട്. അവർ കൃത്യമായ അളവിൽ കഞ്ഞിയും ചോറും തറവാട്ടു പുളിയെന്ന ഉപദംശവും പാകം ചെയ്യുന്നു. കൃത്യമായ അളവിൽ വിളമ്പുന്നു.

ചെലവിന് ഇത്രയെന്ന് കണക്കുണ്ട്. അതു നിത്യേന അളക്കുക യാണ് പതിവ്. ഇത്ര നെല്ല്, ഇത്ര ചേന, ഇത്ര കുമ്പളങ്ങ, ഇത്ര എണ്ണ, കടുക്, ജീരകം എന്നിങ്ങനെ. ഇതെല്ലാം അടുക്കളക്കാർ അളന്നു വാങ്ങുന്നു. അവർക്കാവശ്യമുള്ളത് കട്ടെടുത്തതിന്റെ ബാക്കി പാകം ചെയ്യുന്നു.

താവഴികൾ മിക്കവെയും സ്വന്തം സ്വകാര്യ അടുക്കളകൾ ഉള്ളവ രാണ്. ചോറു മാത്രം പൊതു അടുക്കളയിൽനിന്നു വാങ്ങും. കറി കളും മറ്റും അവരവർക്കായി ഉണ്ടാക്കും. ഇതിനുള്ള വക താവഴി കളിലെ ചെറുപ്പക്കാരികളുടെ കാലാകാലത്തെ സംബന്ധക്കാരാണു നൽകുന്നത്. അവർ സന്ധ്യ കഴിഞ്ഞ് പല സമയങ്ങളിലായി വരുന്നു. പുലരുന്നതിനു മുമ്പും പുലർന്നും പല സമയങ്ങളിലായി പോകുന്നു.

സ്വകാര്യഭരണികളിൽ പലഹാരങ്ങളും എണ്ണകളും നിറഞ്ഞി രിക്കും. വാനരപ്പട മുറികളിൽ യഥേഷ്ടം കയറിയിറങ്ങുന്നു. കണ്ടും കാണാതെയും കൈയിട്ടു വാരുന്നു. ചിലപ്പോൾ വഴക്കുണ്ടാകുന്നു. ചിലപ്പോൾ യുദ്ധങ്ങൾവരെയെത്തുന്നു.

ഓണപ്പുടവയും വിഷുക്കൈനീട്ടവുമാണ് രണ്ടു പ്രധാന അവ കാശങ്ങൾ. ആ രണ്ടു ദിവസങ്ങളിൽ അമ്മാമൻ തറവാട്ടിൽ വരും. അനന്തരവന്മാരെ നേരിൽ കാണും. പേരുകൾ ചോദിക്കും. അച്ഛന്മാ രാരെന്നു തിട്ടപ്പെടുത്തും.

കളവുകൾ

ചില താവഴിക്കാർക്ക് ഗതികേടുണ്ടാകുമ്പോൾ അവർ ചില്ലറ കളവുകൾ നടത്തും. സംബന്ധക്കാർവഴിയാണ് ഇത്തരം കളവു കൾ സംഘടിപ്പിക്കപ്പെടുന്നത്. നെല്ലും തേങ്ങയും കാണാതെയാവും. കണക്കു തെറ്റിയാൽ അമ്മാമൻ ശുണ്ഠിയെടുക്കും. വിചാരണ നടത്തും. കോഴി തിന്നാവുന്ന നെല്ലിനും അന്യംനിന്നു പോകാവുന്ന നാളികേരത്തിനുമൊക്കെ ഒരു ശരാശരി കണക്കുണ്ട്. അതിന്റെ പരിധി കഴിഞ്ഞാലാണ് വിചാരണയുണ്ടാവുക.

കളവിന്റെ പ്രധാന ഉത്തരവാദികൾ തറവാട്ടിലെ പ്രായപൂർത്തി യായ പുരുഷന്മാരാണ്. അവർക്കു വിശേഷിച്ചു പണിയൊന്നുമില്ല.

വൈകുന്നേരംവരെ വല്ല ആൽത്തറയിലും അമ്പലമുറ്റത്തും കഴിയും. രണ്ടു നേരത്തെ ഭക്ഷണം അടുക്കളയിൽ കിട്ടും. മുറുക്കും ബീഡി വലിയും സംബന്ധവുമാണ് പ്രശ്നങ്ങൾ. ഇതിനുള്ള വക അമ്മമാരുടേയോ പെങ്ങന്മാരുടേയോ സംബന്ധക്കാരിൽനിന്ന് ഈടാവുന്നില്ലെങ്കിൽ ചില്ലറ കളവുകൾ നടക്കും.

തറവാട്ടിലെ പ്രായപൂർത്തിയായ പുരുഷന് സംബന്ധാവകാശങ്ങളുണ്ട്. ഭാര്യയ്ക്കു ചെലവിനു കൊടുക്കാൻ തറവാട്ടിൽ കണക്കെഴുതും. ഇത്ര നെല്ല്, ഇത്രമുറി കച്ച, ഇത്ര എണ്ണ. പിന്നെ ഭാര്യ പ്രസവിച്ചാൽ പേറ്റുചെലവ്. പക്ഷേ, ഇതൊക്കെയുണ്ടോ തികയുന്നു?

കള്ളനും പൊലീസുമെന്ന രണ്ടു വിഭാഗങ്ങൾ തറവാട്ടിൽ പുരുഷന്മാർക്കിടയിൽ ഉണ്ടായിരുന്നു. ഇന്നത്തെ കള്ളൻ നാളത്തെ പൊലീസുകാരനും മറിച്ചും ആയിത്തീരാറുള്ളതിനാൽ വ്യക്തമായ അതിരുകളില്ലായിരുന്നു എന്നാലും വലിയമ്മാമൻ വിഭജിച്ചു ഭരിച്ചു. പൊലീസുകാർ കള്ളന്മാരാവുമ്പോൾ മറ്റു കള്ളന്മാർ പൊലീസുകാരായി നിയമിതരായി; മറിച്ചും.

സന്ധ്യയോടെ തറവാട്ടിലെ പുരുഷന്മാർ സംബന്ധത്തിനിറങ്ങും. തറവാട്ടിൽ സംബന്ധക്കാർ വന്നു തുടങ്ങുകയും ചെയ്യും. വരുന്നവരിൽ സ്ഥാനികളും മാനികളും അവിഹിതക്കാരും ഒക്കെയുണ്ടായിരുന്നു. പോകുന്നവരിൽ ചിലർ പോയിരുന്നത് അവിഹിതങ്ങൾക്കുമായിരുന്നു.

പൊതിക്കെട്ടുകളുമായി വരുന്ന സംബന്ധക്കാർ വന്നുകയറിയാൽ താവഴികളിലെ മുറികളിലേക്കു വലിയുന്നു. വാനരപ്പടയിൽ ആ വിഭാഗത്തിന് ക്ഷണമൊന്നും വേണ്ട. ഉന്തും തള്ളുമായി ആക്രമണം തുടങ്ങുന്നു. രാത്രി വൈകുന്നതുവരെ ഈ വരവുകളും അട്ടഹാസങ്ങളും അടിപിടികളും കരച്ചിലുകളും നടക്കുന്നു.

വിദ്യാഭ്യാസം

വാനരപ്പടയുടെ വിദ്യാഭ്യാസം തറവാടിന്റെ ചുമതലയാണ്. അത് ഒരു നാട്ടാശാന്റെ കാർമ്മികത്വത്തിൽ നടക്കുന്നു. രാവിലെ ആശാൻ വരും. കൈയിൽ വടിയേ ആയുധവും ഉപകരണവുമായി ആകെയുണ്ടാവൂ. അതു ധാരാളമായി ഉപയോഗിക്കുകയും ചെയ്യും. പഠിപ്പിക്കേണ്ടത് സംസ്കൃതമാണ്. മലയാളം നിലത്തെഴുത്തും വായനയും പിന്നെ സംസ്കൃതവുമാണ്. ശ്രീരാമോദന്തം കടന്നവർ അധികം പേരില്ല.

സ്കൂൾ വിദ്യാഭ്യാസം അവനവന്റെ ഇഷ്ടമാണ്. പോകണമെങ്കിൽ പോകാം. പഠിക്കണമെങ്കിൽ പഠിക്കാം. മക്കളെ പഠിപ്പിക്കണമെന്ന്

ആഗ്രഹമുള്ള സംബന്ധക്കാരും മക്കൾ മിടുക്കന്മാരായി കാണണ മെന്ന് ആഗ്രഹമുള്ള അമ്മമാരും മുൻകൈയെടുക്കുന്നു.

തൊഴിൽ അന്വേഷിക്കുകയെന്ന ഭാരമില്ലാത്തതിനാൽ ഇതും ഒരതിരോളമേ നടക്കാറുള്ളൂ.

സന്ധ്യയ്ക്കു 'റോൾകാൾ' ഉണ്ട്.. എല്ലാ വാനരന്മാരും കാലും മുഖവും കഴുകി നടുമുറ്റത്തു ഹാജരാവണം. കൂട്ടമായി നാമം ജപി ക്കണം. പത്തായപ്പുരയിൽ ഇരിക്കുന്ന അമ്മാമനു കേൾക്കത്തക്ക വണ്ണം ഉച്ചത്തിലായിരിക്കണം ഇത്.

വെള്ളികെട്ടിയ വടിയുമായി അമ്മാമൻ പരിശോധിക്കാൻ വരുന്ന ദിവസങ്ങളുമുണ്ട്. അമ്മാമൻ നേരിട്ടു ശിക്ഷിക്കാറില്ല. താവഴിയിലെ ബന്ധപ്പെട്ടവരോടാവശ്യപ്പെടുകയേ ഉള്ളൂ.

അമ്മാമനെ എല്ലാവർക്കും വലിയ ഭീതിയായിരുന്നു. സ്ത്രീകളും കുട്ടികളുമൊന്നും മുഖത്തു നോക്കി സംസാരിക്കരുതെന്നാണ് ചിട്ട. സംസാരിക്കാറുമില്ല.

പെൺകുട്ടികളുടെ വിദ്യാഭ്യാസം നിലത്തെഴുത്തും വേണ്ടവർക്കു സംസ്കൃതവും പിന്നെ രാമായണാദി പാരായണവും കൈകൊട്ടി ക്കളിയും മാത്രമാണ്. അവർ സ്കൂളിൽ പോകുന്ന പ്രശ്നമില്ല. രണ്ടു നേരവും അമ്പലത്തിൽ പൊയ്ക്കൊള്ളണം. അങ്ങനെയൊക്കെയാണ് സംബന്ധക്കാർ കണ്ടുമുട്ടുന്നത്. പുടവ കൊടുക്കാൻ ആരെങ്കിലും വരുന്നതുവരെ കാത്തിരിക്കുകതന്നെ. വന്നില്ലെങ്കിൽ രക്ഷയില്ല.

വരുമ്പോൾ വലിയമ്മാമൻവഴിയാണ് വരുന്നത്. സംബന്ധം മാറ്റിപ്പോകുമ്പോൾ അത് ആരേയും അറിയിക്കണമെന്നില്ല.

കൈകൊട്ടിക്കളി പഠിപ്പിക്കാൻ ശമ്പളക്കാരിയായ നേത്യാരമ്മ വരുന്നു. അവർ സംബന്ധാലോചനകൾ മാത്രമാണ് കഥാവേള കളിൽ കൈകാര്യം ചെയ്തിരുന്നത്. ഒന്നാമത് ഊര നിവരാത്ത പ്രായമായിക്കഴിഞ്ഞിരുന്നു. പിന്നെ, പഠിക്കണമെന്ന് ആർക്കും താത്പ ര്യവുമില്ലാതായി. വല്ലവരും വേഗമൊന്നു വന്നു കിട്ടിയാൽ മതി എന്ന വിചാരമേ താവഴികളിൽ ഉണ്ടായിരുന്നുള്ളൂ. സംബന്ധക്കാരുടെ പ്രാബല്യത്തിന്മേൽ താവഴികളിൽ കനത്ത മത്സരങ്ങൾ നിലവിലു ണ്ടായിരുന്നു.

പൊതുജനാരോഗ്യം

തറയിൽപറമ്പത്തെ കുഞ്ഞുണ്ണിവൈദ്യരായിരുന്നു പ്രധാന വൈദ്യൻ. എന്തു രോഗമുണ്ടായാലും കഷണ്ടിത്തല തടവി വൈദ്യൻ ഓലയിൽ കഷായത്തിനു കുറിക്കും. കഷായക്കലങ്ങൾ ഓരോ താവഴിക്കും

വെവ്വേറെയുണ്ടായിരുന്നു. പേറ്റുകഷായവും വയറിളക്കാനുള്ള കഷായവും പൊതുകലങ്ങളിൽ എക്കാലത്തുമുണ്ടാവും.

വൈദ്യനു തറവാട്ടിൽനിന്നാണ് ശമ്പളം. രോഗമുണ്ടെങ്കിലുമില്ലെങ്കിലും ആഴ്ചയിൽ ഒരിക്കൽ വരും. ഭേദപ്പെട്ട താവഴിക്കാർക്കായി പ്രത്യേക മരുന്നുകൾ പ്രത്യേക പ്രതിഫലത്തിന്മേൽ തയ്യാർ ചെയ്തുകൊണ്ടുവരാറുണ്ട്.

വൈദ്യനു കൈകളിൽ ആറാറു വിരലുകളും വിരലുകളിലെല്ലാം മോതിരങ്ങളും ഉണ്ടായിരുന്നു. വലിയ അസുഖമുണ്ടെങ്കിൽ മാത്രം നാഡി പരിശോധിക്കും.

വാർത്താവിനിമയം

സ്ത്രീകൾ തമ്മിലുള്ള വാർത്താവിനിമയം മിക്കവാറും കുശുകുശുക്കലായും മുത്തശ്ശിമാർ തമ്മിലുള്ളതു വിളിച്ചുപറയലുകളായും കുട്ടികൾ തമ്മിലുള്ളത് അടിപിടി കശപിശയെന്നിവയായും നടന്നു.

സംബന്ധക്കാർ ആവശ്യം വരുമ്പോൾ തമ്മിൽ സ്വയം പരിചയപ്പെടുത്തി ആശയവിനിമയം നടത്തി. തറവാട്ടിലെ മുതിർന്ന ആണുങ്ങൾ കള്ളനും പൊലീസുമായി സ്ഥാനം മാറുമ്പോൾ പരസ്പരധാരണ വളർന്നില്ലെങ്കിൽ രക്ഷയില്ലാത്തതിനാൽ നോട്ടങ്ങളിലൂടെയും മറ്റും കാര്യം നിറവേറ്റി.

തറവാടിനു ജനലുകളില്ലായിരുന്നു. മണ്ണിൽപ്പടുത്ത പഴയ കൂറ്റൻ ഭിത്തികളിൽ കിളിവാതിലുകളാണുണ്ടായിരുന്നത്. അപരിചിതർ ആരെങ്കിലും വന്നുകയറിയാൽ പൂമുഖത്തിനു നാലുഭാഗവുമുള്ള മുറ്റങ്ങളിൽനിന്നും അറകളിൽനിന്നും കിളിവാതിലുകളിലൂടെ കണ്ണുകൾ തിളങ്ങി.

വലിയമ്മാമനുമായി ആശയവിനിമയം താവഴികൾക്കുവേണ്ടി നടത്തിയിരുന്നത് താവഴികളിലെ മുത്തശ്ശിമാരാണ്. അവരിൽ എഴുന്നേറ്റു നടക്കാൻ കഴിവുള്ളവർ അത്യാവശ്യം വരുമ്പോൾ പത്തായപ്പുരയിലേക്കു ചെന്നു കിളിവാതിലുകളിലൊന്നിൽ മുഖം കാണിച്ചു വിവരം പറഞ്ഞു. എഴുന്നേറ്റു നടക്കാൻ ശേഷിയില്ലാത്തവർ വലിയമ്മാമൻ ഇൻസ്പെക്ഷനും ഗാർഡ് ഓഫ് ഓണറും നോക്കാൻ വരുന്ന അസുലഭാവസരങ്ങൾക്കായി കാത്തു.

സിരാകേന്ദ്രം

അമ്മായിയാണ് അമ്മാമനിലൂടെ ഭരിച്ചിരുന്നതെന്ന് എല്ലാവർക്കും പരാതിയുണ്ടായിരുന്നു. അമ്മായിയുടെ നല്ല കുട്ടികളാകാൻ പലരും മുൻകൈയെടുത്തു. തറവാട്ടിലെ ഉള്ളതും ഇല്ലാത്തതുമായ രഹസ്യങ്ങൾ അമ്മായി കാലാകാലങ്ങളിൽ അറിയുകയും ഈ രഹസ്യ

വിവരങ്ങൾ ഭരണയന്ത്രത്തിന്റെ കാര്യക്ഷമതയും തന്റെ താല്പര്യങ്ങളും സംരക്ഷിക്കാൻ ഉപയോഗിക്കുകയും ചെയ്തു.

അമ്മായിയുടെ അറയിൽ പണ്ടങ്ങളും പാത്രങ്ങളുമായി എത്രയാണ് ഉണ്ടായിരുന്നതെന്ന് ആർക്കുമറിയില്ലായിരുന്നു. അവിടുന്നാണ് സത്യത്തിൽ മുറുമുറുപ്പ് തുടങ്ങിയതും.

അമ്മായിയുടെ പെൺകുട്ടികൾക്ക് പ്രായമായതിൽപിന്നെയാണ് കാര്യങ്ങൾ വഷളായത്. എല്ലാമുണ്ടെങ്കിലും മൂത്ത കുട്ടികൾക്കു രണ്ടിനും സൗന്ദര്യം കുറവായിരുന്നു. സ്ഥാനമാനങ്ങൾ ഇല്ലാത്തവർക്കു സംബന്ധം ചെയ്തുകൊടുക്കാൻ അമ്മായി തയ്യാറായില്ല. അങ്ങനെയാണെങ്കിൽ തറവാട്ടിൽതന്നെ പലരും തയ്യാറുണ്ടായിരുന്നു. സ്ഥാനമാനങ്ങളുള്ളവർ സൗന്ദര്യം തേടുകയും ചെയ്തു.

തറവാട്ടിൽ സംബന്ധക്കാർ പുതുതായി ഉണ്ടാകുമ്പോഴൊക്കെ, അവർ എത്ര നിസ്സാരന്മാരായാലും അമ്മായി മുറുമുറുത്തു തുടങ്ങി. ഇരുപതു വയസ്സായവർക്കല്ലാതെ തറവാട്ടിലിനി സംബന്ധക്കാർ ഉണ്ടാകരുതെന്നൊരു നിബന്ധനപോലും അമ്മാമൻ കൊണ്ടുവന്നു. ഇരുപതു വയസ്സാകാത്ത പെൺകുട്ടികൾക്ക് ബന്ധങ്ങളുണ്ടായാൽ അതൊക്കെ അവിഹിതമായേ കണക്കാക്കൂ എന്നും പേറ്റുചെലവിന് കൊടുക്കുകയില്ലെന്നുമായിരുന്നു താക്കീത്.

ഇതോടെ താവഴികളിൽ മുറുമുറുപ്പുണ്ടായി. ഈ മുറുമുറുപ്പു വളർന്നാണ് ഇനി പറയാൻ പോകുന്ന വിപ്ലവങ്ങൾ നടന്നത്. വിപ്ലവത്തെക്കുറിച്ചു പറയുന്നതിനു മുമ്പ് ക്ഷൗരക്കാരൻ പഞ്ചുനായർക്കായും വിപ്ലവങ്ങളിൽ ആത്മാഹുതി ചെയ്ത ധീരന്മാരുടെ ആത്മാക്കൾക്കായും ഈരണ്ടു വാക്ക്.

പഞ്ചുനായർ

പഞ്ചുനായർ നല്ല ബലവാനാണ്. നല്ല ദിവസം നോക്കിയാണ് ആയുധവുമായി വരിക. വാനരപ്പടയെ അണിയാക്കി നിർത്തുന്നു. തന്റെ പിന്നിൽ പിടിച്ചിരുത്തിയ വാനരന്റെ തല കാലുകൾക്കിടയിലൂടെ മുന്നോട്ടെടുത്തു കഴുത്ത് കാലുകൾക്കിടയിൽ കുടുക്കിവെച്ച് പഞ്ചുനായർ ക്ഷൗരക്രിയ നടത്തുന്നു. മൊട്ടക്രോപ്പ്, പല്ലുപോയ ചീർപ്പും കടിച്ചുതിന്നുന്ന കത്തിരിയും നിരങ്ങിനീങ്ങുമ്പോൾ തല തരിശായിത്തീരുന്നു.

ചില താവഴികളിലെ കുട്ടികളെ സംബന്ധക്കാർ എടുത്തുകൊണ്ടുപോയി പുതുതായി തുറന്ന സലൂണിൽ ഇരുത്തി മിഠായി കൊടുത്തു തലമുടി സുന്ദരമായി വെട്ടിച്ചെടുക്കാറുണ്ട്. അവരുടെ തല കാണുമ്പോൾ ഏറെ നീണ്ട സ്വന്തം താടി ചൊറിഞ്ഞു പഞ്ചുനായർ പുച്ഛിച്ചു ചിരിച്ചു.

വലിയമ്മാമന്റെ ക്ഷൗരത്തിനു പ്രത്യേകം ആയുധങ്ങളുണ്ടായിരുന്നു. പുറത്തെ വരാന്തയിലാണ് ചടങ്ങ്. ആർക്കു വേണമെങ്കിലും കാണാം. പക്ഷേ, ആരും പത്തു കാതം അകലെപ്പോലും ആ നേരത്ത് ചെല്ലാറില്ല. അമ്മായിപോലും അമ്മാവനെ ഭയപ്പെടുന്ന ദിവസമായിരുന്നുവത്രേ ക്ഷൗരദിനം.

വിപ്ലവത്തിലെ രക്തസാക്ഷികൾ

ഇവരുടെ ആത്മാക്കൾ ഇപ്പോൾ എവിടെയാണെന്നറിയില്ല. അവർക്കുവേണ്ടി ആരും കരയുകയുണ്ടായിട്ടില്ല. കാരണം, വിപ്ലവം സംഘടിതമായിരുന്നില്ല; വിപ്ലവം ഒരാവശ്യമാണെന്ന് ആരും പറഞ്ഞിട്ടും ആയിരുന്നില്ല. വിപ്ലവകരമായിരുന്നു ഇതൊക്കെ എന്ന് വളരെക്കാലത്തിനുശേഷം ഇപ്പോഴാണ് അറിയുന്നതും. ഈമ്പിയെറിഞ്ഞ മാങ്ങയണ്ടി മച്ചിനകത്തെ ഈർപ്പത്തിൽക്കിടന്നു വെറുതെ മുളച്ചു വളർന്ന് മരമായി തട്ടു പൊളിക്കാൻ തുടങ്ങുന്നതുപോലെയുള്ള വിപ്ലവങ്ങളായിരുന്നു. എന്നുവെച്ചാൽ സ്വാഭാവികം. പക്ഷേ, ഫലശൂന്യം.

ഫലത്തിൽ ആഗ്രഹംവെച്ചുള്ള വിപ്ലവങ്ങളായിരുന്നില്ല. സ്ഥിതിഗതികൾ മാറിക്കിട്ടണമെന്ന് യഥാർത്ഥത്തിൽ ആർ ആഗ്രഹിച്ചുവോ അവരല്ല വിപ്ലവം നടത്തിയത്. സ്ഥിതിഗതികളെക്കുറിച്ച് ഒരു ബോധവുമില്ലാത്തവരായിരുന്നു.

ആരും കേൾക്കാതെ ഉറക്കെയുറക്കെ പറഞ്ഞവർ ആരും കാണെ ഒന്നും ചെയ്തില്ല. ഉറക്കെയുറക്കെ ഒന്നും പറയാത്തവർ ആരും കാണാതെയും എല്ലാവരും കാണത്തക്കവിധവും പലതും ചെയ്തു – രക്തസാക്ഷികളാവുകയും.

ഉണ്ടക്കണ്ണുണ്ണി

ഉണ്ടക്കണ്ണുണ്ണിയാണ് ആദ്യത്തെ വിപ്ലവകാരി. അവന്റെ മുഖത്ത് ആകെയുണ്ടായിരുന്നത് അവന്റെ കണ്ണുകളായിരുന്നു. വാനരപ്പടയിലെ അംഗമായിരുന്നെങ്കിലും മുന്നണിപ്പോരാളിയായിരുന്നില്ല. വിശപ്പ് മാത്രമാണ് അവന് ഉണ്ടായിരുന്ന ഒരേയൊരു വികാരം. പൊട്ടനുണ്ണി എന്നും അവൻ തറവാട്ടിൽ അറിയപ്പെട്ടിരുന്നു. അവൻ വലിയ തലയുള്ളവനും നെഞ്ഞ് കൂരച്ചവനും ഗ്രഹണി പിടിച്ചവനും സംസാരിക്കാൻ ജന്മനാ ശേഷിയില്ലാത്തവനും ആയിരുന്നു. പല പല ശബ്ദങ്ങൾ പുറപ്പെടുവിക്കും. ശബ്ദങ്ങളുടെ ശ്രുതി ഉച്ചത്തിലാവുമ്പോൾ ആരെങ്കിലും ഭക്ഷണം കൊടുക്കും. അവന്റെ അമ്മയ്ക്ക് അക്കാലത്ത് സംബന്ധക്കാരൻ ഇല്ലായിരുന്നു. അവൻ ശരിക്കു ജനിച്ചവനല്ലെന്നും കയ്യാലയിലെ കൃഷിപ്പണിക്കാരിൽ ആരോ ആണ് യഥാർത്ഥത്തിൽ അവന്റെ അച്ഛനെന്നും സംസാരമുണ്ടായിരുന്നു.

അവൻ പത്തായപ്പുരയുടെ പരിസരങ്ങളിൽ ചുറ്റിപ്പറ്റി നിൽക്കാറുണ്ട്. അവനെ ആരുമത്ര കണക്കാക്കാറില്ല. തഞ്ചം കിട്ടുമ്പോൾ അടുക്കളയിലും കടക്കാറുണ്ടത്രെ.

അങ്ങനെയിരിക്കെ ഒരു ദിവസമാണ് അമ്മാമൻ ക്ഷൗരത്തിനിരിക്കുന്നതിനിടയിൽ ഉണ്ടക്കണ്ണൻ ഒരു മുറിയിൽനിന്ന് എന്തോ എടുത്തുകൊണ്ടോടുന്നതു കണ്ടത്. പെട്ടെന്നെഴുന്നേറ്റ അമ്മാമന്റെ മർമ്മസ്ഥാനത്ത് ഒരു ചെറിയ മുറിവു പറ്റി. ബഹളമായി. ഉണ്ടക്കണ്ണന്റെ കൈയിലെ പൊതി വീണു. പണിക്കാർ അവന്റെ കൂടെ ഓടി. ഓടുന്ന ഓട്ടത്തിൽ കിട്ടിയ ഒരു പൊതി അവൻ എടുത്ത് അങ്ങനെതന്നെ വായിൽ തിരുകി.

അമ്മാമന്റെ ഏതാനും ഭാഗത്തെ ക്ഷൗരം പഞ്ചുനായർ പൊതിഞ്ഞു വെച്ചതായിരുന്നു അത്.

അറിഞ്ഞവർ അറിഞ്ഞവർ ഓടിയെത്തി. 'കുട്ടി രോമം തിന്നു' എന്ന പ്രസ്താവനയും മുറവിളിയും മുഴങ്ങി.

വൈദ്യർ വന്നു കഷായത്തിന് കുറിച്ചു. ഉണ്ടക്കണ്ണൻ പക്ഷേ, പിന്നീടൊരിക്കലും ഭക്ഷണം കഴിച്ചില്ല.

തുമ്മിയും കുരച്ചും അവൻ തെല്ലുനാൾ വേച്ചുവേച്ചു നടന്നു. അവന്റെ വലിയ കണ്ണുകൾ പൊട്ടക്കുളങ്ങൾപോലെ വറ്റിത്താണു.

അവന്റെ അമ്മയുടെ മടിയിൽ കമിഴ്ന്നു കിടന്ന് അവൻ മരിച്ചു പോയി.

മരത്തേങ്കോടൻ

വലിയമ്മാമന്റെ തലയിലെ എക്കിനെക്കുറിച്ചു പറയുകയുണ്ടായില്ലെ, അതാണു മരത്തേങ്കോടനെ കൊന്നത്.

മരത്തേങ്കോടൻ എന്ന വാനരൻ അക്ഷരാർത്ഥത്തിൽ മരംകേറിയായിരുന്നു. മാവായാലും പ്രാവായാലും തെങ്ങായാലും അവന് പുല്ലുവില. കുരങ്ങിനെപ്പോലെ പൊത്തിപ്പിടിച്ച് കയറിയിറങ്ങും. വാനരപ്പടയിൽ അവനു നല്ല സ്വാധീനവുമായിരുന്നു.

ഒരു സന്ധ്യയ്ക്കാണ് സംഭവമുണ്ടായത്. പത്തായപ്പുരയുടെ മുറ്റത്ത് നല്ലയിനം ഒട്ടുമാങ്ങകൾ ധാരാളമുണ്ട്. അമ്മായിയുടെ പ്രിയപ്പെട്ട മാങ്ങകൾ എണ്ണി നിർത്തും. പക്ഷേ, മരത്തേങ്കോടൻ പറ്റിക്കും. പറ്റിച്ചുകിട്ടിയത് പങ്കുവെക്കുകയും പതിവുണ്ട്.

ആസൂത്രിതമായാണ് ഈ വിപ്ലവം പതിവ്. ഒരു വാനരൻ ഉയരെയെവിടെയെങ്കിലും പൊത്തിപ്പിടിച്ചു കയറിയിരുന്ന് മുറിക്കകത്ത് അമ്മാമന്റെ തല നിരീക്ഷിച്ച് ആംഗ്യഭാഷയിൽ അറിയിക്കും. മറ്റ്

രണ്ടുമൂന്നുപേർ ഇതേപോലെ അമ്മായിയേയും മക്കളേയും നിരീക്ഷിക്കും. സന്ധ്യയ്ക്ക് ഇരുട്ട് പരന്നു തുടങ്ങുമ്പോഴാണ് സുവർണ്ണാവസരം.

അന്നു പറ്റിയത് ഒരു മഹാവിപത്തായിപ്പോയി. അമ്മാവന്റെ ശിരസ്സ് നിരീക്ഷിച്ചവൻ വാസ്തവത്തിൽ കണ്ടത് മുറിയിൽ പുതുതായി കെട്ടിത്തൂക്കിയ കുമ്പളങ്ങകളിൽ ഒന്നായിരുന്നു. അമ്മാവൻ മുറിയിൽ ഉറച്ചു നിൽക്കുകയാണെന്ന് ഈ വാനരൻ കരുതി. വാസ്തവത്തിൽ അമ്മാമൻ മുറ്റത്തു മാവിൻചുവട്ടിലായിരുന്നു. മാവിൻചുവട്ടിൽ നിൽക്കുന്ന അമ്മാമന്റെ ശിരസ്സിലാണ് മാവിൻകവിളിയാണെന്ന ധാരണയിന്മേൽ മാങ്ങയുമായി ഇറങ്ങുന്ന മരത്തേങ്കോടൻ ചവിട്ടിയത്.

അത്രയുംകൊണ്ട് അപകടം സംഭവിക്കുകയില്ലായിരുന്നു. ചവിട്ടിയപ്പോഴും മരത്തേങ്കോടൻ തന്റെ തെറ്റു മനസ്സിലാക്കിയില്ല. മാവിന്റെ മറ്റേക്കവിളിയിൽ ചവിട്ടി അവൻ ഇറങ്ങി താഴെ എത്തുമായിരുന്നു,

അതിനിടയിൽ, ചവിട്ടിന്റെ ഊക്കിലാവണം, അമ്മാമൻ വളരെ ഉച്ചത്തിൽ കീഴ്ശ്വാസം പുറപ്പെടുവിച്ചു കളഞ്ഞു. ഈ കീഴ്ശ്വാസം ഇത്ര ഉറക്കെ അമ്മാമനിൽനിന്നല്ലാതെ ഇത്ര പരസ്യമായി ആ പരിസരത്ത് ഉയരുകയില്ലല്ലോ എന്ന ബോധം മരത്തേങ്കോടന്റെ സമനില തെറ്റിച്ചു.

അവൻ വീണു.

പിന്നെ എഴുന്നേറ്റില്ല.

എഴുന്നേൽക്കാൻ ശ്രമിച്ചതുപോലുമില്ല.

ആളും ബഹളവും പൊല്ലും പൊല്ലാപ്പുമൊക്കെയുണ്ടായി. പക്ഷേ, മരത്തേങ്കോടന്റെ അവസാനത്തെ സന്ധ്യയായിരുന്നു അത്.

അതിൽ പിന്നീട് അമ്മായിയുടെ മാങ്ങകൾ കളവു പോയിട്ടുമില്ല, വാനരന്മാർ ഒട്ടുമാങ്ങയുടെ സ്വാദ് അറിഞ്ഞിട്ടും ഇല്ല.

ആൾമാറാട്ടം

പതിമ്മൂന്നാം താവഴിയിലെ രണ്ടാമത്തെ സന്തതിയായ കുഞ്ചുക്കുട്ടിയാണ് മറ്റൊരു രക്തസാക്ഷി.

കുഞ്ചുക്കുട്ടി കാണാൻ സുന്ദരിയായിരുന്നു. പ്രായപൂർത്തിയായപ്പോൾ അമ്മായിയുടെ വകയിലൊരു അനന്തരവൻ സംബന്ധക്കാരനായി. അമ്മായി തന്നെ ഏർപ്പെടുത്തിയതായിരുന്നു.

ഇയാൾ മദ്യപാനിയും കൊള്ളരുതാത്തവനുമായിരുന്നു. ഒന്നും കൊടുക്കുകയുമില്ല. രാത്രി അസമയത്ത് വന്നു കയറും. അല്പം അരിശക്കാരനുമായിരുന്നു.

ഇയാളെ അകറ്റാൻ കുഞ്ചുക്കുട്ടി പലതും ചെയ്തുനോക്കി. ഫല മുണ്ടായില്ല.

അങ്ങനെയിരിക്കെയാണ് തറവാട്ടിലെ അടുക്കളപ്പണിക്കാരിലൊ രാളായ നാണുത്തന്തയ്ക്ക് പെട്ടെന്ന് അസുഖമുണ്ടായത്. തലചുറ്റി വീണു. കിടത്താൻ സ്ഥലമില്ല. കുഞ്ചുക്കുട്ടി പറഞ്ഞു. തന്റെ മുറി യിൽ കൊണ്ടുചെന്നു കിടത്തിക്കൊള്ളാൻ.

കിടത്തുകയും ചെയ്തു.

പിന്നെ എല്ലാവരും അതിനെക്കുറിച്ചു മറന്നു. നേരം പാതിര യായി. വാതിൽ തുറന്നുവെച്ച്, വിളക്കും കെടുത്തി. കുഞ്ചുക്കുട്ടി മുറിയുടെ മൂലയിൽ കാത്തിരിക്കുന്നുണ്ടായിരുന്നു.

വയസ്സൻ കൂടക്കൂടെ ഞരങ്ങുകയും മുളുകയും ചെയ്യുന്നുണ്ടാ യിരുന്നു.

സംബന്ധക്കാരൻ വന്നുകയറിയതിൽപിന്നെ കേട്ട ശബ്ദങ്ങളേ ക്കുറിച്ചേ പുറത്തുള്ളവർക്കറിയൂ.

ഒരു ചുംബനത്തിന്റെ സീൽക്കാരം.

'വിട്, രാഘവാ, വിട്' എന്ന വയസ്സന്റെ അഭ്യർത്ഥന.

കുഞ്ചുക്കുട്ടിയുടേതായിരിക്കുമെന്ന് ഊഹിക്കപ്പെടുന്ന ഒരു പൊട്ടിച്ചിരി.

ചവിട്ടോ കുത്തോ എന്തോ ഒന്നിന്റെ ശബ്ദം.

ഒരു വീഴ്ച.

പിറ്റേന്നു മുതൽ സംബന്ധക്കാരൻ വന്നില്ല. പക്ഷേ, കുഞ്ചുക്കുട്ടി ചുമച്ചുകുരച്ചു പ്രേതമായി മരിച്ചു പോയി.

അപ്പവും അവിലും മറ്റും

കണ്ണുകാണാത്ത ഒരു മുത്തശ്ശിയുടെ കാര്യമാണ് വളരെ കഷ്ട മായിപ്പോയത്. കണ്ണ് കാണുകയില്ലെങ്കിലും മുത്തശ്ശിക്കു ചെവി നന്നായി കേൾക്കാമായിരുന്നു. അമ്മായിക്കു നുണ പറഞ്ഞുകൊടുക്ക യായിരുന്നു മുത്തശ്ശിയുടെ തൊഴിൽ. അമ്മായി ഒരു കാരോലപ്പമോ ഒരു ലഡുവിന്റെ പൊട്ടോ ഒരു കഷ്ണം നല്ല പുകയിലയോ പ്രതി ഫലമായി കൊടുത്തു.

തറവാട്ടിലെ പ്രായപൂർത്തിയായ പുരുഷന്മാരിലൊരാളായ കോമ പ്പൻ പത്തായപ്പുരയിൽനിന്നു വെള്ളിനാണയങ്ങൾ മോഷ്ടിക്കുന്നു വെന്നും കുട്ടിമാളുവിന്റെ സംബന്ധക്കാരൻ മുഖാന്തരമാണ് ഈ വെള്ളിനാണയങ്ങൾ വിൽക്കപ്പെടുന്നതെന്നും അമ്മായിയെ ആരോ ധരിപ്പിച്ചു. സാധനം കണ്ടെടുക്കാൻ അമ്മായി കുരുടിമുത്തശ്ശിയെ ഭരമേല്പിച്ചു.

കുരുടിമുത്തശ്ശി ഉത്തരങ്ങളിൽ തപ്പിത്തപ്പി നടന്നു. തപ്പിത്തപ്പിയാണു സ്വതവേ നടക്കുക. അതുകൊണ്ട് ആരും സംശയിച്ചില്ല.

അങ്ങനെയിരിക്കെ ഒരു ഉച്ചതിരിഞ്ഞ നേരത്ത് ഒരു പാളവട്ടി കൈയിൽക്കിട്ടി. കിട്ടിയതുമായി മുത്തശ്ശി അമ്മായിയുടെ അരികിലെത്തി. അമ്മായി തൊണ്ടികിട്ടിയ സന്തോഷത്തോടെ വട്ടിയിൽ കൈ തിരുകി.

പിന്നീടൊരിക്കലും കുരുടിമുത്തശ്ശിക്കു പത്തായപ്പുരയിൽ പ്രവേശനമുണ്ടായിട്ടില്ല. ശരിയായ കാരണം വളരെ സൂക്ഷ്മമായ അന്വേഷണങ്ങൾക്കു ശേഷമാണു വെളിയിൽ വന്നത്.

കുട്ടിമാളുവിന്റെ അമ്മ വളരെക്കാലമായി തളർവാതം പിടിച്ചു കിടക്കുകയാണ്. തറവാട്ടിലെ മുറികൾക്ക് ഓവില്ല. കുട്ടിമാളുവിന്റെ താവഴിയിൽ രോഗിയെ താങ്ങാൻ പുരുഷന്മാരുമില്ല. മലമൂത്രാദികൾ കുട്ടിമാളു പാളക്കുമ്പിളിൽ പകൽ സൂക്ഷിക്കുകയും രാത്രികളിൽ ശുദ്ധിയാക്കുകയുമായിരുന്നു പതിവ്. അത്തരമൊരു സാധനമാണ് കുരുടി മുത്തശ്ശി അമ്മായിയെ ഏല്പിച്ചത്.

അപ്പവും അവിലും കാരോലപ്പവും ലഡുവും കുരുടി മുത്തശ്ശിക്കു കിട്ടാതെയായി.

അമ്മായിക്കുവേണ്ടി ചാരവൃത്തി നടത്തിയ ഒരാളെന്ന നിലയിൽ മുത്തശ്ശി തറവാട്ടിൽ ഒറ്റപ്പെടുകയും ചെയ്തു. അടുക്കളയിലെ ചോറും തറവാട്ടുപുളിയും മാത്രമായിരുന്നു പിന്നെ മുത്തശ്ശിക്കു മരണംവരെ ശരണം. മരണം ഏറെ താമസിച്ചതുമില്ല.

കഥകളിക്കയറും അമ്മായിമൂക്കും

പറഞ്ഞുവന്നതിതാണ്. ഒരു വിപ്ലവവും കാലേകൂട്ടി ആസൂത്രണം ചെയ്തതായിരുന്നില്ല. എല്ലാ കൊല്ലവും പതിവുള്ള കഥകളി ഉദാഹരണം. ആ കൊല്ലവും പതിവുദിവസം കളി. തറവാട്ടിലെ അംഗങ്ങൾക്കു മാത്രമായുള്ള കളി.

അരങ്ങിനു തൊട്ടുമുന്നിൽ കയറിട്ട് തിരിച്ച സ്ഥലത്ത് കിടക്കയിൽ അമ്മാവൻ, അമ്മായി, മക്കൾ. മറ്റുള്ളവർ നാലുഭാഗത്തും പുറകിലുമായിട്ടു നിന്നുകൊള്ളണം.

ഇങ്ങനെയായിരുന്നു എല്ലാക്കൊല്ലവും പതിവ്. അമ്മായിയുടേയും കുട്ടികളുടേയും കൂട്ടത്തിൽ ഇരിക്കാൻ ആരെയും അനുവദിക്കുകയില്ല.

ആരും അതിനെതിരെ ശബ്ദമുയർത്തിയിട്ടില്ല. കാലാകാലമായി തുടർന്നുപോരുന്ന ഈ സമ്പ്രദായത്തിന് ഒരു മാറ്റവും അന്നേവരെ സംഭവിച്ചിട്ടുമില്ല.

കഥകളി നടക്കുന്ന ദിവസം മുമ്പേ അറിയാം. അതിനു മുമ്പു തന്നെ കുറ്റിയടിയും വേലികെട്ടും നടക്കുന്നു. ഉറപ്പുള്ള ഒരു കയറാണ് നാലുപുറവുമിടുക.

അന്നും കയറിട്ടു.

കളി അരങ്ങേറി.

അമ്മായിയും കുട്ടികളും അർദ്ധരാത്രിയുടെ തുടക്കത്തോടെ ആട്ടക്കാരുടെ മുന്നിൽ ഉറക്കമായി. താമസിയാതെ അമ്മാവനും ചെരിഞ്ഞു.

കളി തകർക്കുകയായിരുന്നു.

അയൽക്കാരും വന്നിരുന്നു.

നല്ല ആൾക്കൂട്ടം.

അരങ്ങത്തു നിണം. ആൾക്കാർ കയറിന്മേൽ മുന്നോട്ടു ചാഞ്ഞു. ഉദ്വേഗത്തോടെ കളി കാണുകയായിരുന്നു.

പെട്ടെന്നു കയർ മുറിഞ്ഞു.

അമ്മാമന്റെയും അമ്മായിയുടേയും സന്തതികളുടേയും ദേഹത്തിലേക്കു പ്രേക്ഷകരും വാനരപ്പടയും മുതലക്കൂപ്പുകുത്തി വീണു.

അമ്മായിയുടെ മൂക്കു പൊട്ടി ചോര വന്നു.

സംഭവാനന്തര പരിശോധനയിൽ തെളിഞ്ഞത് കയർ കത്തി കൊണ്ട് അറുത്തതുതന്നെയാണെന്നായിരുന്നു. ആരാണ് അറുത്തതെന്നു മാത്രം വ്യക്തമായില്ല.

വില്ലയിട്ട ശിപായിയുടെ ദ്വര

തറവാട്ടിലെ പുരുഷന്മാരാരും ഒരു ജോലിക്കും പോകാറില്ല, സർക്കാർ ജോലിക്കൊഴികെ. വെള്ളക്കാരന്റെ വില്ല കിട്ടിയാൽ എല്ലാമായി എന്നായിരുന്നു വിചാരം. ആ ഒരു ജോലിക്കു മാത്രം ഏത് അനന്തരവനും പോകുന്ന കാര്യത്തിൽ അമ്മാമനു സന്തോഷമായിരുന്നു. തന്റെ സ്വാധീനശക്തിയുപയോഗിച്ച് ഇത്തരം ജോലികൾ അനന്തരവന്മാർക്കു സമ്പാദിച്ചു കൊടുക്കുന്നതിൽ അമ്മാമൻ തീരാശ്രദ്ധ ചെലുത്തുകയും പതിവായിരുന്നു. തറവാട്ടിലെ പല പുരുഷന്മാരും അങ്ങനെ വില്ലയിട്ടു നടന്നു,

അവരിലൊരാളായിരുന്നു കുഞ്ഞിമാരൻ. അവൻ വലിയസായ്പിന്റെ വില്ലക്കാരനായി മാറിയിരുന്നു. അമ്മാമന് അവനെക്കുറിച്ച് വലിയ അഭിമാനവും ആയിരുന്നു.

ആ അഭിമാനം മൂത്ത കാലത്താണ് അമ്മാമൻ കുഞ്ഞിമാരന്റെ

ദ്വരയെ പത്തായപ്പുരയിലേക്ക് വിരുന്നിനു ക്ഷണിച്ചത്. അങ്ങനെയൊരു സംഭവം മുമ്പുണ്ടായിട്ടില്ല.

ഒരു ഉത്സവംപോലെയായിരുന്നു.

തറവാടാകെ അടിച്ചുതളിച്ചു വെള്ള വലിച്ചു വൃത്തിയാക്കി. പത്തായപ്പുരയിലെ ഓവറകൾ തേച്ചു കഴുകപ്പെട്ടു.

പുതിയ ശരറാന്തലുകൾ വാങ്ങി.

അനന്തരവന്മാർക്കെല്ലാം പുതിയ ഉടുപ്പുകളുണ്ടായി. സംബന്ധക്കാർക്കു തറവാട്ടുപുളിക്കു പകരം സാമ്പാറും ചോറുമായി, തറവാട്ടിലെ എല്ലാ അംഗങ്ങളുടേയും ഒരു യോഗം വിളിച്ചുകൂട്ടാനും ദ്വരയ്ക്ക് എല്ലാവരേയും പരിചയപ്പെടുത്താനും നിശ്ചയിച്ചു.

നാടും നാട്ടുകാരുമുണർന്നു.

ദിവസം വന്നു.

ദ്വരയ്ക്ക് മഞ്ചൽ കൊടുത്തയച്ചു.

അകമ്പടിക്കാരോടുകൂടി ദ്വര മഞ്ചലിൽ വന്ന് ഇറങ്ങി.

വിരുന്നു കെങ്കേമമായി.

വില്ലയിട്ട കുഞ്ഞിമാരൻ ഇംഗ്ലീഷിൽനിന്നു വിവർത്തനം ചെയ്തുകൊണ്ടിരുന്നു. അയാളുടെ മുഖത്ത് സന്ദർഭത്തിനു തീരെ നിരക്കാത്ത ഒരു പുഞ്ചിരിയുണ്ടായിരുന്നു. അതെന്തുകൊണ്ടെന്ന് ആർക്കും മനസ്സിലായില്ല.

പിറ്റേന്ന് അതിരാവിലെ മഞ്ചൽ മൂളിയകലുന്നതു കേട്ടു പലരും അത്ഭുതപ്പെട്ടു. കാരണം, ദ്വര പത്തായപ്പുരയുടെ പൂമുഖത്തെ മരച്ചാരുകസേരയിൽ ഇരിപ്പുണ്ടായിരുന്നു. അമ്മായി ദ്വരയുടെ അരികിൽതന്നെയുണ്ടായിരുന്നു.

അന്വേഷിച്ചപ്പോൾ അറിഞ്ഞു; അമ്മാമൻ ശീമയിൽ പോവുകയാണ്.

ദ്വരയുടെ വിരുന്നുകാരനായാണ് പോകുന്നത്.

ശീമയ്ക്കു പോയ അമ്മാമൻ പിന്നെ തിരിച്ചെത്തിയിട്ടില്ല.

അമ്മായി ഒരിക്കൽകൂടി പ്രസവിക്കുകയും തറവാട്ടിലെ വൈദ്യനേയും ക്ഷൗരക്കാരനേയും ആശാനേയും മാറ്റുകയും ചെയ്തു. പുതിയ അപ്പോത്തിക്കിരിയെ നിയമിച്ചു. സംസ്കൃതത്തിനു പകരം ഇംഗ്ലീഷ് പഠിപ്പിച്ചു. സ്വയം ക്ഷൗരം ചെയ്യാനായി അനന്തരവന്മാർക്കു ഷേവിങ്സെറ്റുകൾ വാങ്ങിക്കൊടുത്തു.

കുഞ്ഞിമാരനെ സർവാധികാര്യക്കാരായി നിയമിച്ചതോടെ വിപ്ലവം പൂർത്തിയായി.

■

www.ingramcontent.com/pod-product-compliance
Lightning Source LLC
LaVergne TN
LVHW100251051026
849517LV00006B/2051
* 9 7 8 9 3 9 3 5 9 6 8 9 5 *